ध्येय

ध्येय

अपेक्षेपूर्वी मिळवा मनाजोगी प्रत्येक गोष्ट !

ब्रायन ट्रेसी

अनुवाद : चिन्मय पाटणकर

MANJUL

मंजुल पब्लिशिंग हाउस

First published in India by

MANJUL

Manjul Publishing House

Corporate and Editorial Office

•2nd Floor, Usha Preet Complex, 42 Malviya Nagar,
Bhopal 462 003 – India

Sales and Marketing Office

•C-16, Sector 3, Noida, Uttar Pradesh 201301, India
Website: www.manjulindia.com

Distribution Centres

Ahmedabad, Bengaluru, Bhopal, Kolkata, Chennai,
Hyderabad, Mumbai, New Delhi, Pune

Marathi translation of *Goals* by Brian Tracy

English edition First published by Berrett-Koehler Publishers, Inc.,
Oakland, CA, USA.

Marathi edition first published in 2024
by Manjul Publishing House Pvt. Ltd.

ISBN: 978-93-5543-878-2

Marathi translation: Chinmay Patankar

Printed and bound in India by Repro India Limited

रिक मेटकाफ यांना...
जे चांगले मित्र, प्रेमळ पती आणि पिता,
महान अमेरिकन, असाधारण उद्योजक,
कमालीचे विक्रेते आणि प्रत्येक परिचिताचे प्रेरणास्रोत होते!

हे पुस्तक वाचायला तुम्ही हवे होतात...
पण तुम्ही खूपच लवकर आम्हाला सोडून गेलात!

अनुक्रमणिका

सुरुवातीचे शब्द ix

प्रस्तावना xi

१. तुमच्या शक्यतांचं कुलूप उघडा १

२. तुमच्या आयुष्याचा लगाम हातात घ्या १०

३. तुमचं भविष्य घडवा २१

४. तुमची जीवनमूल्यं स्पष्ट करा २९

५. तुमची खरी ध्येयं निश्चित करा ३८

६. तुमचं प्रमुख निश्चित ध्येय ठरवा ४७

७. तुमच्या विश्वासाचं विश्लेषण करा ५४

८. सुरुवातीपासून सुरुवात करा ६५

९. तुमची प्रगती मोजा ७६

१०. मार्गातील अडचणी दूर करा ८५

११. तुमच्या क्षेत्रातील विशेषज्ज्ञ व्हा ९७

१२. योग्य लोकांबरोबर रहा १११

१३. कार्ययोजना तयार करा १२१

१४. तुमच्या वेळेचे योग्य व्यवस्थापन करा १३२

१५. तुमच्या ध्येयांचे दररोज विश्लेषण करा १४४

१६. तुमच्या ध्येयांची मानसिक प्रतिमा सातत्याने पहा १५४

१७. तुमच्या अतिजागृत मनाला सक्रिय करा १६५

१८. नेहमी लवचीक रहा १७५

१९. तुमच्या जन्मजात सर्जनशीलतेचे कुलूप उघडा १८५

२०. दररोज काहीतरी करा १९९

२१. यशस्वी होईपर्यंत करत रहा २०७

समारोप : आजच कर्म करा २२४

लेखकाविषयी २२८

अनुवादक परिचय २२९

सुरुवातीचे शब्द

हे पुस्तक त्या महत्त्वाकांक्षी लोकांसाठी आहे, ज्यांना खूप जास्त वेगानं पुढे जायची इच्छा आहे. तुम्हाला जर तसंच करायचं असेल, तर हे पुस्तक तुमच्यासाठीही लिहिलं गेलं आहे. यात मांडलेल्या विचारांनुसार तुम्ही काम केल्यास वर्षानुवर्षांच्या कष्टांपासून, श्रमांपासून तुमचा बचाव होऊ शकतो आणि तुम्ही तुमचं उद्दिष्ट साध्य करू शकता.

मी दोन हजारांपेक्षा जास्त वेळा लोकांसमोर भाषण केलं आहे. चोवीस देशांमध्ये २३ हजारांपेक्षा जास्त लोकांशी संवाद साधला आहे. माझे सेमिनार आणि भाषणं यांचा कालावधी पाच मिनिटांपासून पाच दिवसांपर्यंतचा राहिला आहे. श्रोत्यांसमोर त्या क्षणी बोलता येईल अशा खास विषयांवरील सर्वश्रेष्ठ विचार मांडण्यावर मी प्रत्येक वेळी लक्ष केंद्रित केलं आहे. विविध विषयांवर अगणित भाषणं दिल्यावर मला बोलण्यासाठी केवळ पाच मिनिटं दिल्यास आणि यशस्वी करणारा कोणताही एक सर्वांत अचूक विचार मांडायला सांगितल्यास मी तुम्हाला सांगेन, ''आपलं उद्दिष्ट निश्चित करा, ते मिळवण्यासाठी नियोजन करा आणि आपल्या नियोजनावर दररोज कष्ट घ्या''.

त्यानुसार काम केल्यास हा सल्ला तुम्हाला इतका उपयोगी ठरेल, की दुसऱ्या कशाचाही उपयोग होणार नाही. कित्येक पदवीधरांनी मला सांगितलं आहे, की हा अतिशय साधासोपा सल्ला त्यांच्यासाठी चार वर्षांच्या सखोल अभ्यासापेक्षाही अधिक मौल्यवान ठरला. या विचारानं माझं आणि लाखो लोकांचं आयुष्य बदललं आहे. हा विचार तुमचंही आयुष्य बदलेल.

बदलाचा बिंदू

काही वर्षांपूर्वी यशस्वी लोकांचा एक गट शिकागोमध्ये आपल्या आयुष्यातले अनुभव एकमेकांना सांगण्यासाठी एकत्र आला. ते सर्व जण 'मिलिअनेअर' किंवा 'मल्टिमिलिअनेयर' होते. बहुतांश यशस्वी लोकांप्रमाणेच तेही आयुष्यात मिळालेल्या यशासाठी आणि वरदानांसाठी विनम्र, कृतज्ञ होते. आयुष्यात इतकं सारं त्यांनी कसं

मिळवलं, याविषयी चर्चा झाल्यावर त्यांच्यातील एका समजूतदार व्यक्तीनं उभं राहून सांगितलं, की त्याच्या हिशेबानं 'उद्दिष्टानंच यश मिळतं, बाकी प्रत्येक गोष्ट निव्वळ चर्चा असते.'

तुमचा वेळ आणि आयुष्य बहुमूल्य आहे. जी गोष्ट काही महिन्यांत मिळवता येऊ शकते, त्यासाठी तुम्ही वर्षं घालवलीत, तर तो वेळेचा आणि आयुष्याचा अपव्यय आहे. या पुस्तकात दिलेल्या उद्दिष्टनिश्चितीची आणि उद्दिष्टप्राप्तीची व्यावहारिक, अनुभवलेली प्रक्रिया ही अशीच एक गोष्ट आहे. त्यावर काम करून तुम्ही कमी वेळात इतकं कमावू शकाल ज्याची तुम्ही कल्पनाही केली नसेल. तुम्ही इतक्या वेगानं प्रगती कराल, की तुम्ही स्वतः आणि तुमच्या आसपासचे लोकही आश्चर्यचकित होतील.

सरळ आणि सहजपणे लागू होणाऱ्या या कार्यपद्धतींच्या आणि तंत्रांच्या अनुसरणातून तुम्ही भविष्यात गरिबीपासून श्रीमंतीपर्यंत पोहोचू शकाल. निराशेपासून समाधानापर्यंत पोहोचू शकाल. तुम्ही तुमच्या मित्रांच्या, कुटुंबीयांच्या पुढे निघून जाऊ शकाल आणि तुमच्या बहुतांश परिचितांपेक्षा जास्त यशस्वी होऊ शकाल.

भाषणं, सेमिनार आणि आढाव्याच्या दरम्यान मी जगभरातील वीस लाखांपेक्षा जास्त लोकांबरोबर काम केलंय. स्पष्ट उद्दिष्ट असल्यावर आपल्याला खरोखरंच नेमकं काय हवं आहे हे माहीत नसलेला, सामान्य बुद्धिमत्तेचा माणूसही एखाद्या जीनियस माणसाच्या पुढे जाऊ शकतो, हे वारंवार माझ्या निदर्शनास आलंय.

'लोकांना अधिक वेगानं त्यांच्या उद्दिष्टाप्रत पोहोचण्यासाठी मदत करणं' हे माझं वर्षानुवर्षांचं मिशन स्टेटमेंट आहे.

यश, उपलब्धी, उद्दिष्टप्राप्तीच्या क्षेत्रात मी आजवर जे काही शिकलो त्या सगळ्याचं सार या पुस्तकात आहे. पुढच्या पानांमध्ये सांगितलेल्या स्पष्ट पावलांनुसार काम करून तुम्ही आयुष्याच्या पुढच्या रांगेत पोहोचू शकता. माझ्या मुलांसाठी हे पुस्तक एखादा नकाशा आणि मार्गदर्शिका असल्यासारखं आहे. तुम्ही कुठेही असा, तुमच्या मनाजोग्या उद्दिष्टाप्रत पोहोचण्यासाठी हे पुस्तक तुम्हाला निश्चितच मदत करेल. माझ्या मित्रांसाठी आणि वाचकांसाठी हे पुस्तक याचकरता लिहिलं, कारण मला तुम्हाला अनुभवलेली एक सिस्टिम द्यायची आहे. तिचा वापर करून तुम्ही आयुष्यभर फास्ट ट्रॅकवर चालू शकाल.

तुमचं स्वागत आहे... एका महान, नवीन आणि रोमांचक मोहिमेला सुरुवात होतीय!

प्रस्तावना

जगण्याच्या दृष्टीने हा अद्भुत काळ आहे. आज सर्जनशील आणि संकल्पवान लोकांसमोर लक्ष्य साध्य करण्यासाठी जितक्या जास्त संधी आहेत, तितक्या पूर्वी कधीच नव्हत्या. अर्थव्यवस्थेत आणि आयुष्यात अल्पकालीन चढ-उतार येत राहतात. पण असं असूनही आपण शांततेच्या आणि समृद्धीच्या एका अभूतपूर्व युगात दाखल होत आहोत.

सन १९००मध्ये अमेरिकेत केवळ पाच हजार कोट्यधीश होते. सन २०००मध्ये कोट्यधीशांची संख्या वाढून पन्नास लाख झाली. त्यांतील बहुतांश स्वबळावर कोट्यधीश झाले आहेत आणि तेही एकाच पिढीत. तज्ज्ञांच्या अंदाजानुसार पुढच्या दोन दशकांत वीस ते तीस लाख नवे कोट्यधीश निर्माण होतील. आपलं लक्ष्यंही त्यांपैकी एक होण्याचं असायला हवं. हे पुस्तक तुम्हाला त्याची पद्धत सांगेल.

सावकाश सुरुवात

अठराव्या वर्षी शिक्षण पूर्ण करण्यापूर्वीच मी हायस्कूल सोडून दिलं. मी एका छोट्या हॉटेलात भांडी घासण्याचं काम करू लागलो. तिथून बाहेर पडून कार धुण्याची नोकरी करू लागलो. त्यानंतर फरशी पुसण्याच्या कामाला लागलो. पुढची काही वर्षं मी मेहनत-मजुरीची कामं करून आणि घाम गाळून रोजी-रोटी कमवत राहिलो. मी आरा मशीन्स आणि फॅक्टऱ्यांमध्ये काम केलं. मी शेती आणि पशुपालन केंद्रांवरही काम केलं. मी वखारीत चेन सॉ यावर काम केलं आणि लॉगिंगचा ऋतू संपल्यावर विहिरीही खोदल्या.

मी उंच इमारतींवर मजूर म्हणून काम केलं आणि उत्तर अटलांटिकामध्ये नॉवच्या बोटीवर नाविक म्हणूनही कार्यरत होतो. वेळोवेळी मी माझ्या कारमध्ये किंवा स्वस्तातल्या लॉजवर झोपायचो. वयाच्या तेविसाव्या वर्षी पीक कापणीच्या काळात भटक्या शेतकऱ्याचं काम करायचो. खळ्यातल्या खाटेवर झोपायचो आणि शेतकऱ्याच्या कुटुंबासोबत जेवायचो. मी अशिक्षित आणि अकुशल मजूर होतो. शेतीची कापणी झाल्यावर पुन्हा बेरोजगार व्हायचो.

मला जेव्हा कष्टाचं, मजुरीचं काम मिळालं नाही, त्या वेळी मी विक्रीच्या क्षेत्रात पाऊल टाकलं. तिथं मला उत्पादन विकल्यावर कमिशन मिळायचं. मी कार्यालयांत आणि घरोघरी जाऊन अनोळखी लोकांना उत्पादनं विकण्यासाठी प्रयत्न (कोल्ड कॉलिंग) करू लागलो. नेहमीच माझं ध्येय दिवसभरात केवळ एक वस्तू विकण्याचं होतं. जेणेकरून लॉजचं भाडं भरता येईल आणि त्या रात्री झोपायला जागा मिळेल. निश्चितच ही काही आयुष्याची उत्तम सुरुवात नव्हती.

ज्या दिवशी माझं आयुष्य बदललं...

मग एके दिवशी मी एक कागद उचलला आणि त्यावर स्वतःसाठी अगदी अशक्य असलेलं एक ध्येय लिहिलं. हे ध्येय होतं ऑफिसांत आणि घरोघरी जाऊन वस्तू विकणं आणि दर महिन्याला एक हजार डॉलर्स कमावणं. मी तो कागद घडी घालून बाजूला ठेवला आणि तो मला पुन्हा कधी दिसलाच नाही.

तीस दिवसांनंतर माझं संपूर्ण आयुष्यच बदलून गेलं. त्यादरम्यान मी वस्तू विकण्याचं असं एक तंत्र शोधलं, की त्याद्वारे पहिल्याच दिवशी माझं उत्पन्न तिप्पट झालं. त्यादरम्यान माझ्या कंपनीच्या मालकानं शहरात नव्या असलेल्या एका उद्योजकाला त्याची कंपनी विकली. मी माझं लक्ष्य लिहिल्यावर बरोबर तीस दिवसांनंतर मालकानं दरमहा एक हजार डॉलर्स देण्याचा प्रस्ताव माझ्या समोर ठेवला. त्यात मी विक्री कर्मचाऱ्यांचा प्रमुख व्हायचं आणि ज्या युक्तीच्या आधारे सर्वाधिक वस्तू विकत होतो ती युक्ती बाकीच्या विक्री कर्मचाऱ्यांना शिकवायची असा तो प्रस्ताव होता. मी हा प्रस्ताव स्वीकारला आणि त्या दिवसानंतर माझं आयुष्य पूर्वीसारखं राहिलं नाही.

अठरा महिन्यांनी मी ते काम सोडून दुसरं जास्त मोठं काम करू लागलो आणि त्यानंतर तिसरं काम... मी सेल्समनचा सेल्स मॅनेजर झालो होतो. माझ्या हाताखाली काम करणाऱ्यांची संख्या वाढली. मी ९५ लोकांची सेल्स टीम नियुक्त केली आणि त्यांना यशस्वी होण्याची युक्ती शिकवली. आधी मला खायला मिळेल की नाही याची चिंता असायची, पण आता माझा खिसा वीस डॉलरच्या नोटांनी भरलेला असायचा.

मी माझ्या सेल्स कर्मचाऱ्यांना आपलं ध्येय कसं लिहायचं आणि जास्त परिणामकारक पद्धतीनं वस्तू कशा विकायच्या, हे शिकवू लागलो. खूप कमी काळात त्यांचंही उत्पन्न कित्येक पटींनी वाढलं. खरं तर त्यांच्यातील काहींचं उत्पन्न हे दहा पट वाढलं. त्यांच्यातील कित्येक जण आज कोट्यधीश आहेत.

वयाच्या पंचविसाव्या वर्षानंतर माझ्या आयुष्याचा आलेख केवळ चढताच राहिला नाही हे लक्षात घेणं महत्त्वाचं आहे. त्यात काही वेळा उतारही आले आणि

यशाबरोबरच तात्पुरतं अपयशही वाट्याला आलं. मी ८०पेक्षा जास्त देशांमध्ये फिरलो आहे, तिथं राहिलो आहे. मी फ्रेंच, जर्मन आणि स्पॅनिश भाषा शिकलो, वेगवेगळ्या बावीस क्षेत्रांमध्ये काम केलं आहे.

अनुभव नसल्यानं आणि कित्येकदा निव्वळ मूर्खपणामुळे मी माझी संपूर्ण कमाई गमावली किंवा खर्च करून टाकली. त्यामुळे मला नव्यानं सुरुवात करावी लागली. कित्येक वेळा हे असं झाल्यावर मी कागद घेऊन बसायचो आणि त्यावर माझी नवी ध्येयं लिहायचो. मी त्या कामात ज्या पद्धती वापरायचो, त्या तुम्हाला पुढच्या पानांवर वाचायला मिळतील.

कित्येक वर्षं ध्येयं तयार केल्यावर आणि ती प्राप्त केल्यानंतर अखेरीस मी शिकलेल्या प्रत्येक गोष्टीला एका सिस्टिममध्ये घालण्याचा निर्णय घेतला. माझे सर्व विचार आणि रणनीती एकत्रित केल्या. अशा प्रकारे ध्येयं बनवण्याची पद्धती आणि प्रक्रिया विकसित झाली. त्याची एक सुरुवात, मध्य आणि शेवट होता. मग मी दररोज त्याचं पालन करू लागलो.

एका वर्षात माझं आयुष्य पुन्हा बदललं. त्या वर्षी जानेवरीमध्ये मी भाड्याच्या घरात भाड्यानंच फर्निचर घेऊन राहत होतो. माझ्यावर ३५ हजार डॉलर्सचं कर्ज होतं आणि माझ्याकडे असलेल्या सेकंड हँड कारचे पैसे मी दिलेले नव्हते. डिसेंबरपर्यंत मी एक लाख डॉलर्सच्या घराचा आणि एका नव्या मर्सिडिजचा मालक झालो. मी माझी सगळी कर्जं फेडली आणि माझ्या खात्यात ५० हजार डॉलर्स होते.

त्यानंतर तर मी यशाबाबत खरोखरच गंभीर झालो. मला जाणीव झाली, की ध्येय निश्चित करण्यात कमालीची ताकद असते. मी ध्येय निश्चित करण्यासाठी आणि ती प्राप्त करण्यासाठी शेकडो, हजारो तास अभ्यास केला, संशोधन केलं. मला जे काही सर्वश्रेष्ठ विचार सापडले, त्यांचा अभ्यास करून मी त्यांना एका प्रक्रियेत बांधलं आणि ती फारच फायदेशीर, यशस्वी ठरली.

हे कोणीही करू शकतो...

१९८१मध्ये मी कार्यशाळांत आणि चर्चासत्रांमध्ये माझ्या पद्धती शिकवू लागलो. त्या आता ३५ देशांतल्या २० लाख लोकांपर्यंत पोहोचल्या आहेत. मी माझ्या कोर्सच्या ऑडिओ आणि व्हिडिओ फिल्म्स तयार केल्या. जेणेकरून त्यांचा सहजपणे वापर करता येईल. आतापर्यंत मी कित्येक भाषांमध्ये जगभरातल्या लोकांना या सिद्धान्तांचं प्रशिक्षण दिलं आहे.

तुमचं शिक्षण किंवा अनुभवाची पार्श्वभूमी काहीही असली, तरी माझे हे विचार प्रत्येक ठिकाणी, प्रत्येक व्यक्तीला, जवळपास प्रत्येक देशात लागू पडतात असं मला आढळून आलं आहे.

सर्वांत चांगली गोष्ट म्हणजे, या विचारांमुळे तुमच्या आयुष्याचा लगाम तुमच्या हाती येऊ शकतो, जसं माझ्या आणि अन्य लोकांच्या बाबतीत घडलं. ध्येयनिश्चितीच्या नियमित आणि व्यवस्थित अभ्यासाच्या जोरावरच आम्ही गरिबीतून श्रीमंतीत, असमाधानातून संतुष्टतेत, अपयशातून यशापर्यंत पोहोचलो. ही पद्धत तुमच्याही बाबतीत तेच करेल.

नियोजन नसण्यापेक्षा काहीतरी नियोजनं असणं चांगलं असतं हे मी लवकरच शिकलो. तसं याबाबतीत चक्र पुन्हा फिरवण्याची गरज काय? जवळपास सर्वच उत्तरं आधीपासूनच उपलब्ध आहेत. शून्यापासून करिअर सुरू करणारे लाखो स्त्री-पुरुष या सिद्धान्ताची अंमलबजावणी करून यशस्वी झाले आहेत. त्यांनी जे केलं, ते तुम्हीही करू शकता. त्यासाठी तुम्हाला पद्धत माहीत व्हायला हवी.

पुढच्या पानांमध्ये तुम्ही सर्वांत महत्त्वाचे एकवीस विचार आणि रणनीती शिकाल. त्यांच्या जोरावर तुम्ही तुमच्या आयुष्यात तुम्हाला इच्छित असलेली प्रत्येक गोष्ट मिळवू शकता. तुमच्या कल्पनांवर तुम्ही घातलेल्या मर्यादा वगळता तुम्ही काय काय मिळवू शकता याला काहीच मर्यादा नसल्याचं तुमच्या लक्षात येईल. निश्चितच हा खूपच महान शोध आहे. चला सुरुवात करू या...

"हजारो मैल दूरच्या प्रवासालाही एक पावलानेच सुरुवात होते."

– कन्फ्युशिअस

१
तुमच्या शक्यतांचं कुलूप उघडा

सर्वसामान्य माणसाच्या शक्यता प्रवास न केलेल्या महासागरासारख्या, शोधल्या न गेलेल्या बेटासारख्या आहेत. शक्यतांचं संपूर्ण जग मुक्त होण्याच्या आणि महान काम करण्यासाठी मार्गदर्शनाच्या प्रतीक्षेत आहे.

–ब्रायन ट्रेसी

यशाचा अर्थ ध्येय आहे आणि बाकी सगळ्या गोष्टी चर्चात्मक आहेत. सर्व यशस्वी लोक संपूर्णत. ध्येयकेंद्रित असतात. काय हवं आहे हे त्यांना माहीत असतं आणि ते मिळवण्यासाठी ते प्रत्येक दिवशी आपलं पूर्ण लक्ष केंद्रित करतात.

ध्येय निश्चित करण्याची तुमची क्षमता ही सर्वांत प्रमुख योग्यता आहे. ध्येय तुमच्या सकारात्मक मेंदूचं कुलूप उघडतं आणि उद्दिष्टाप्रत पोहोण्यासाठी मदत करणाऱ्या विचारांना आणि ऊर्जेला मुक्त करतं. ध्येयाविना तुम्ही केवळ आयुष्याच्या लाटांवर तरगंत राहता, पण निश्चित ध्येय असल्यास तुम्ही बाणासारखे उडून थेट निशाणा गाठता.

खरं सांगायचं तर, तुमच्यात इतक्या जास्त नैसर्गिक शक्यता आहेत, की त्यांचा पुरेपूर वापर करण्यासाठी कदाचित तुम्हाला शंभरपेक्षा जास्त वेळा जन्म घ्यावा लागेल. आतापर्यंत तुम्ही जे काही मिळवलंय, ते तुमच्या खऱ्याखुऱ्या शक्यतेचा केवळ एक छोटा अंश आहे. यशाचा एक नियम आहे : तुम्ही कुठून आला आहात यानं काहीच फरक पडत नाही, तुम्ही कुठे जात आहात यानं फरक पडतो. तुम्ही कुठे जात आहात हे केवळ तुम्ही आणि तुमचे विचारच निश्चित करू शकतात.

स्पष्ट ध्येय असण्यानं तुमचा आत्मविश्वास वाढतो, तुमच्यातल्या क्षमतेचा विकास होतो आणि तुमच्या प्रेरणेचा स्तर उंचावतो. जसं सेल्स प्रशिक्षक टॉम हॉपकिन्स सांगतात, ''ध्येय हे उपलब्धीच्या शेकोटीचं इंधन आहे''.

तुम्हीच निर्माण करता तुमचं जग...

तुमच्या मेंदूमध्ये तुमच्या जीवनाच्या जवळपास प्रत्येक पैलूची निर्मिती करण्याची शक्ती असते, हा कदाचित मानवी इतिहासातील सर्वांत महान शोध आहे. मानवनिर्मित जगतात तुम्ही तुमच्या चहुबाजूंना जे काही पाहत आहात, ते कोणत्या ना कोणत्या माणसाच्या मेंदूत एक विचार म्हणून आलं होतं आणि त्यानंतरच ते भौतिक जगतात साकार झालं. तुमच्या आयुष्यातील प्रत्येक गोष्टीची एखाद्या विचारातून, इच्छेतून, आशेतून किंवा स्वप्नातून सुरुवात झाली. तुमचे विचार सर्जनशील असतात. तुमच्या जगाला आणि तुमच्या बरोबर घडणाऱ्या प्रत्येक गोष्टीला ते आकार देतात.

सर्व धर्मांचं, सर्व तत्त्वज्ञानांचं, मेटाफिजिक्सचं, मनोविज्ञानाचं आणि यशाचं महान सार हेच आहे, की **तुम्ही ज्याबद्दल सर्वांत जास्त वेळ विचार करता, तुम्ही तेच होऊन जाता.** अखेरीस तुमचं बाहेरचं जग तुमच्या आंतरिक जगाचं प्रतिबिंब बनतं. तुम्ही ज्याबाबत अधिकाधिक वेळ विचार करता, तुम्हाला त्याचंच प्रतिबिंब दिसतं. तुम्ही ज्याबाबत विचार करता, तुमच्या आयुष्यात तेच प्रकट होतं.

कित्येक हजार यशस्वी लोकांना विचारण्यात आलं, की ते अधिकाधिक वेळ कोणत्या गोष्टीचा विचार करतात? यशस्वी लोकांचं सर्वांत साधं उत्तर हे होतं, की *ते अधिकाधिक वेळ त्यांच्या मनाजोग्या गोष्टींचा* आणि त्या प्राप्त करण्याबाबतचा विचार करतात.

अयशस्वी आणि दुःखी लोक अधिकाधिक वेळ नको असलेल्या गोष्टींबाबत विचार करतात, त्याविषयी बोलतात. ते आपल्या समस्या आणि चिंता यांबाबत बोलतात आणि अधिकाधिक वेळ इतरांना दोष देतात. पण यशस्वी लोक आपल्या विचारांना आणि गोष्टींना आपल्या सर्वांत प्रबळ इच्छित ध्येयावर केंद्रित करतात. जी गोष्ट मिळवायची आहे, त्या गोष्टीबाबत ते अधिक वेळ विचार करतात, बोलतात.

स्पष्ट ध्येयाविना जगणं म्हणजे दाट धुक्यात कार चालवण्यासारखं आहे. तुमची कार कितीही दमदार असली, तिचं इंजिनिअरिंग कितीही अप्रतिम असलं, तरी तुम्ही हळूहळू, दबकत कार चालवणार आणि अत्यंत उत्तम रस्ता असूनही वेग पकडू शकणार नाही. ध्येय स्पष्ट केल्यावर धुकं लगेच विरून जातं आणि तुम्हाला तुमच्यातील योग्यतेवर आणि ऊर्जेवर लक्ष केंद्रित करण्याची, त्यांचा वापर करण्याची संधी मिळते. स्पष्ट ध्येय तुम्हाला तुमच्या आयुष्याचा एक्सलरेटर दाबण्याचं, तुम्हाला हव्या असलेल्या यशाच्या दिशेला वेगानं जाण्याचं सामर्थ्य देतं.

तुमचं स्वयंचलित ध्येय-केंद्रित कार्य

या प्रयोगाचा विचार करा : तुम्ही एका पत्रवाहक कबुतराला त्याच्या घरट्यातून बाहेर काढून एका पिंजऱ्यात ठेवता. त्या पिंजऱ्याला कापडानं झाकून एका खोक्यात

पॅक करता आणि मग त्या खोक्याला एका बंद ट्रकमध्ये ठेवता. आता, तुम्ही कोणत्याही दिशेला हजारो मैल दूर जा आणि त्यानंतर ट्रक उघडून खोका बाहेर काढून, कापड बाजूला करून, कबुतराला पिंजऱ्यातून बाहेर काढा. ते कबुतर क्षणार्धात उडून जाईल, तीन फेऱ्या मारेल आणि कोणतीही चूक न करता एक हजार मैल दूर असलेल्या आपल्या घरट्याकडे उडून जाईल. मनुष्याशिवाय जगातल्या अन्य कोणत्याही प्राण्यामध्ये हे अविश्वसनीय सायबरनेटिक, ध्येय-केंद्रित गुण नसतात.

पत्रवाहक कबुतरात असलेली ध्येय गाठण्याची योग्यता तुमच्यातही आहे. खरं तर तुमच्यात आणखी एक अद्भुत गोष्ट आहे. जेव्हा तुमचं ध्येय अगदी स्पष्ट असतं, तर ते कुठे आहे, ते कसं मिळवायचं हे माहीत करून घेण्याचीही तुम्हाला गरज नाही. तुम्हाला नेमकं काय मिळवायचं आहे, मात्र इतक्या निर्णयाच्या आधारेच कोणतीही चूक न करता तुम्ही तुमच्या उद्दिष्टाच्या दिशेनं जाऊ लागाल आणि तुमचं ध्येयही कोणतीही चूक न करता तुमच्याकडे येऊ लागेल. अगदी योग्य वेळ आणि जागेवर तुम्ही आणि तुमचं ध्येय एकमेकांना भेटाल.

तुमच्या मेंदूत खोलवर असलेल्या या अविश्वसनीय सायबरनेटिक मेकॅनिझममुळे तुम्ही जवळपास नेहमीच तुमचं ध्येय साध्य करता, मग ते काहीही असो. जर तुमचं ध्येय रात्री घरी येऊन टीव्ही पाहण्याचं असेल, तर तुम्ही जवळपास दररोज तसं करू शकाल. जर तुमचं ध्येय आरोग्य, आनंद आणि संपत्ती असलेलं अद्भुत आयुष्य जगण्याचं असेल, तर तुम्ही ते मिळवू शकाल. अगदी संगणकासारखंच तुमचं ध्येय शोधण्याचं मेकॅनिझमही स्वतःच कोणताही निर्णय घेत नाही. ते स्वयंचलित असतं आणि तुम्हाला हवी असलेली गोष्ट कायमच तुमच्याकडे घेऊन येतं, मग ती कोणतीही गोष्ट असो.

निसर्ग तुमच्या ध्येयाच्या आकाराची चिंता करत नाही. जर तुम्ही छोटी ध्येयं निश्चित केलीत, तर तुमचं स्वयंचलित ध्येयप्राप्ती तंत्र तुम्हाला छोटी ध्येयं मिळवण्यासाठी सक्षम करेल. जर तुम्ही मोठी ध्येयं ठरवलीत, तर ही नैसर्गिक क्षमता तुम्हाला मोठी ध्येयं मिळवण्यासाठी समर्थ करेल. तुमच्या ध्येयाचा आकार, प्रकार आणि तपशील संपूर्णपणे तुमच्यावरच अवलंबून आहे. त्यामुळे तुम्ही जास्तीतजास्त वेळ कोणत्या गोष्टीचा विचार करण्यासाठी निवडता ही बाब महत्त्वाची आहे.

लोक ध्येय निश्चित का करत नाहीत?

हा एक चांगला प्रश्न आहे : जर ध्येय शोधणं स्वयंचलित आहे, तर इतक्या कमी लोकांकडे सुस्पष्ट, लिखित, मोजण्यायोग्य, कालबद्ध ध्येयं का असतात? दररोज त्या दिशेनं काम करता येईल अशी ध्येयं प्रत्येकाकडे का नसतात? हे आयुष्याचं एक मोठंच गूढ आहे. मला खात्री आहे, की पुढील चार कारणांमुळे लोक आपली ध्येयं निश्चित करत नाहीत.

ते ध्येयांना महत्त्वपूर्ण मानत नाहीत

पहिली गोष्ट, बहुतांश लोकांना ध्येयाच्या महत्त्वाची जाणीव नसते. कोणाकडेच ध्येय नाही, ध्येयावर कधी चर्चा झाली नाही, ध्येयांना महत्त्वच दिलं गेलं नाही, अशा घरात तुम्ही लहानाचे मोठे झालेले असाल, तर वयस्क झाल्यावरही तुम्ही ध्येयाच्या शक्तीपासून अनभिज्ञ राहू शकता. तुम्हाला हे कळणार नाही, की ध्येय निश्चित करणं आणि ते साध्य करण्याची तुमची योग्यता तुमच्या आयुष्यावर अन्य कोणत्याही योग्यतेपेक्षा जास्त परिणाम करते. तुमच्या भोवतालाचं लक्षपूर्वक निरीक्षण करा. तुमच्या किती मित्रांकडे किंवा आप्तेष्टांकडे स्पष्ट ध्येय आहे आणि ते त्यांच्या ध्येयपूर्तीसाठी किती समर्पित आहेत?

ध्येय निश्चित कसं केलं जातं हे त्यांना माहीतच नाही

लोकांकडे ध्येय नसण्याचं दुसरं कारण म्हणजे ध्येय निश्चित कसं केलं जातं हे त्यांना माहीतच नसतं. त्यातली वाईट गोष्ट म्हणजे, आपल्याकडे आधीपासूनच ध्येय आहे असं कित्येक लोकांना वाटतं. पण त्यांच्याकडे खरं तर इच्छा किंवा स्वप्नांची मालिका असते. जसं की 'खूश रहा', 'खूप पैसे मिळवा' किंवा 'छान कौटुंबिक आयुष्य जगा.'

पण त्याला काही ध्येय म्हणता येत नाही. या केवळ फँटसीज आहेत, ज्या प्रत्येकाकडे असतात. ध्येय इच्छेपेक्षा खूपच वेगळं असतं. ध्येय स्पष्ट असतं, लिखित असतं आणि नेमकं असतं. ते कोणालाही पटकन किंवा सहजपणानं सांगता येऊ शकतं. तुम्ही त्या दिशेनं तुमची प्रगती मोजू शकता. जेव्हा तुम्ही ते साध्य करता किंवा करत नाही, तेव्हा ती बाब तुमच्या लक्षात येते.

एखाद्या प्रसिद्ध विद्यापीठाची मोठी पदवी प्राप्त करूनही तुम्हाला ध्येयनिश्चितीबाबत एका तासाचंही प्रशिक्षण मिळालेलं नसण्याची शक्यता आहे. असं वाटतं, की आपल्या शाळांचा आणि विद्यापीठांचा अभ्यासक्रम आखणारे लोक आयुष्यात यशप्राप्तीसाठी ध्येय निश्चित करण्याबाबत अगदीच अंध आहेत. जर सज्ञान होईपर्यंत तुम्ही उद्दिष्टाबाबत कधी ऐकलं नसेल, जे की माझ्या बाबतीत झालं होतं, तर ध्येय तुमच्या प्रत्येक कामात किती महत्त्वाचं असतं हे तुम्हाला माहीतच नसेल आणि हे स्वाभाविक आहे.

त्यांना अपयशाची भीती वाटते

लोकांनी ध्येय निश्चित न करण्याचं तिसरं कारण म्हणजे अपयशाची वाटणारी भीती. अपयश मनाला लागतं. ही बाब भावनात्मक आणि नेहमीच आर्थिकदृष्ट्या दुःखदायी, कष्टप्रद असते. प्रत्येक व्यक्ती कधी ना कधी अयशस्वी झालेली असते.

प्रत्येक वेळी आपण जास्त सतर्क राहण्याचा आणि भविष्यात अपयशापासून बचावण्याचा संकल्प करतो. त्याशिवाय कित्येक लोक नकळतपणे स्वतःचं नुकसान करण्याची मोठी चूक करतात. अपयशापासून वाचण्यासाठी ते ध्येय निश्चित करत नाहीत. आपल्या यशस्वी होण्याच्या शक्यतेच्या खूपच खालच्या स्तरावर काम करत ते आयुष्य जगतात.

त्यांना नकाराची भीती असते

लोकांकडे ध्येय नसण्याचं चौथं कारण म्हणजे नकाराची (रिजेक्शन) भीती. एखादं ध्येय ठरवून यश न मिळाल्यास बाकीचे लोक टीका करतील, चेष्टा करतील, याची लोकांना भीती वाटते. हेही एक कारण आहे ज्यामुळे सुरुवातीला तुम्ही तुमचं ध्येय गोपनीय ठेवायला हवं. ते कोणालाही सांगू नये. इतरांना परिणाम पाहू द्या, त्यांना आधीच काही सांगू नका. त्यांना काहीच माहीत नसल्यामुळे ते तुम्हाला दुखावू शकणार नाहीत.

आघाडीच्या ३ टक्के लोकांमध्ये स्थान मिळवा

मार्क मॅक्कॉरमॅक यांनी त्यांच्या *व्हॉट दे डोन्ट टीच यू ॲट हार्वर्ड बिझनेस स्कूल* या पुस्तकात १९७९ आणि १९८९ दरम्यान हार्वर्डमध्ये झालेल्या एका अभ्यासाबाबत लिहिलं आहे. १९७९मध्ये हार्वर्डमध्ये एमबीए पदवीधारकांना विचारण्यात आलं, ''तुम्ही तुमच्या भविष्यासाठी काही स्पष्ट, लिखित स्वरूपात ध्येयं निश्चित केली आहेत का आणि ती साध्य करण्यासाठी काही योजना आखली आहे का?'' पदवीधारकांनी दिलेल्या उत्तरातून कळलं, की केवळ ३ टक्के पदवीधारकांकडे लिखित ध्येयं आणि योजना होती. १३ टक्के लोकांकडे ध्येयं होती, पण त्यांनी ती लिहिलेली नव्हती. बिझनेस स्कूलमधून बाहेर पडल्यावर उन्हाळ्याच्या सुटीचा आनंद घेण्याशिवाय ८४ टक्के लोकांकडे स्पष्ट ध्येयंच नव्हती.

दहा वर्षांनी १९८९मध्ये संशोधकांनी त्या वर्गातील लोकांशी पुन्हा संपर्क साधला. त्यांच्या निदर्शनास आलं, की अलिखित ध्येय असलेले १३ टक्के लोक ध्येय नसलेल्या ८४ टक्के लोकांपेक्षा दुप्पट कमाई करत होते. मात्र, आश्चर्याची बाब म्हणजे, स्पष्ट आणि लिखित ध्येय असलेले ३ टक्के लोक बाकी ९७ टक्के लोकांपेक्षा सरासरी *दहा पट* जास्त कमवत होते. या लोकांच्या बाबतीत एकमेव फरक स्पष्ट ध्येयांचा होता, ती ध्येयं त्यांनी अभ्यासक्रम पूर्ण करताना निश्चित केली होती.

कोणताही साइन बोर्ड नाही

स्पष्टतेचं महत्त्व समजून घेणं सोपं आहे. कल्पना करा, की तुम्ही एखाद्या मोठ्या शहराच्या बाहेरच्या भागात उभे आहात आणि तुम्हाला त्या शहरात एखाद्या खास

घरी किंवा ऑफिसपर्यंत गाडीनं पोहोचायला सांगितलं जातं. पण इथं एक पेच आहे : रस्त्यावर कोणताही साइन बोर्ड लावलेला नाही आणि तुमच्याकडे शहराचा नकाशाही नाहीये. तुम्हाला त्या घराचं किंवा ऑफिसचं केवळ वर्णन सांगण्यात आलं आहे. प्रश्न असा आहे, की नकाशा आणि साइन बोर्डशिवाय तुम्हाला शहरात हे घर किंवा ऑफिस शोधायला किती वेळ लागेल असं तुम्हाला वाटतं?

उत्तर आहे, संपूर्ण आयुष्यही लागू लागतं. जर तुम्ही कधी ते घर किंवा ऑफिस शोधलंत, तर बऱ्याच अंशी तो नशिबाचा भाग असू शकतो. दुःखद बाब अशी, की बहुतांश लोक त्यांचं आयुष्य अशाच प्रकारे जगतात.

अधिकांश लोक आयुष्यभर नकाशे आणि साइन बोर्डशिवाय जगात निरुद्देश प्रवास करतात. हे म्हणजे जगात ध्येय आणि योजनेशिवाय काम सुरू करण्यासारखं आहे. वाटेतच गोष्टींचा विचार करण्याचं त्यांना व्यसन असतं. परिणामी, साधारणपणे दहा-वीस वर्षं नोकरी करूनही ते फाटकेच राहतात आणि आपल्या नोकरीत दुःखी असल्याचे दिसतात, आपल्या जोडीदाराबरोबर असमाधानी असतात आणि खूप कमी प्रगती करू शकतात. त्याशिवाय ते रोज रात्री घरी जाऊन टीव्ही पाहतात आणि गोष्टी सुधारतील अशी अपेक्षा करत राहतात. पण तसं क्वचितच घडतं... आपोआप तर होतच नाही.

आनंदासाठी उद्दिष्टांची गरज असते

अर्ल नाइटिंगेल यांनी एकदा लिहिलं होतं, ''आनंद म्हणजे समर्पक आदर्श किंवा ध्येयाची हळूहळू प्राप्ती आहे''.

तुम्ही एखाद्या महत्त्वाच्या गोष्टीकडे एक एक पाऊल टाकत प्रगती करता तेव्हा तुम्हाला खरा आनंद जाणवतो. लोगोथेरपीचे संस्थापक व्हिक्टर फ्रँकल यांनी लिहिलं होतं, ''आयुष्याला अर्थ आणि उद्देशाची जाणीव असणं ही माणसाची सर्वांत मोठी गरज आहे''.

ध्येय तुम्हाला अर्थ आणि उद्देश या दोन्हींची जाणीव करून देतं. ध्येय तुम्हाला दिशेचीही जाणीव करून देतं. तुमच्या ध्येयाच्या दिशेनं जाताना तुम्ही जास्त आनंदी, ताकदवान, जास्त ऊर्जावान, प्रभावी, कार्यकुशल असल्याचं तुम्हाला जाणवतं. तसंच तुम्हाला योग्य असल्याचं, तुमच्याकडे आत्मविश्वास असल्याचं तुम्हाला जाणवतं. ध्येयाच्या दिशेनं टाकलेलं प्रत्येक पाऊल तुमचा हा विश्वास वाढवतं, की तुम्ही भविष्यात जास्त मोठं ध्येय निश्चित करू शकता आणि ते साध्यही करू शकता.

आज जितके लोक भविष्याबाबत चिंताग्रस्त आहेत आणि बदलांना घाबरत आहेत, तितके इतिहासात अन्य कोणत्याही काळात नव्हते. ध्येयनिश्चितीचा एक खूप मोठा फायदा हा आहे, की ध्येय असल्यावर तुम्ही जीवनात परिवर्तनाची

दिशा नियंत्रित करू शकता. तुमच्याकडे ध्येय असेल तेव्हाच तुमच्या आयुष्यातील बहुतांश परिवर्तन तुम्ही स्वतःच ठरवू शकता आणि त्याला मनासारखी दिशा देऊ शकता. ध्येय असल्यावर तुम्ही तुमच्या प्रत्येक कामाला अर्थपूर्ण आणि उद्देशपूर्ण बनवू शकता.

ग्रीक तत्त्ववेत्ता ॲरिस्टॉटलचं म्हणणं होतं, की माणूस हा उद्देशपूर्ण प्राणी आहे. ग्रीक शब्द 'टेलियॉस'चा अर्थ आहे ध्येय. ॲरिस्टॉटलचा निष्कर्ष होता, की माणसाचं प्रत्येक काम कोणत्या ना कोणत्या अर्थानं उद्देशपूर्ण असतं. तुम्ही खूश तेव्हाच असता जेव्हा तुम्ही असं कोणतंतरी काम करता, जे तुम्हाला तुमच्या मनाजोग्या गोष्टीकडे घेऊन जातं. मग आता मोठे प्रश्न हे आहेत की, तुमचं ध्येय काय आहे? तुम्ही कोणत्या उद्देशांना लक्ष्य केलं आहे? दिवसाअखेरीस तुम्ही कुठे पोहोचू इच्छिता?

स्पष्टताच सारं काही आहे

तुमची नैसर्गिक शक्यता असाधारण आहे. तुम्ही स्वतःसाठी निश्चित कराल ते जवळपास प्रत्येक ध्येय साध्य करण्याची क्षमता तुमच्यात या वेळी आहे. तुमच्याप्रति तुमची सर्वांत मोठी जबाबदारी म्हणजे तुम्हाला नेमकं काय हवं आहे आणि तुम्ही ते सर्वांत चांगल्या पद्धतीनं कसं साध्य करू शकता हे पूर्णतः स्पष्ट करून घ्या. तुमच्या खऱ्या ध्येयांबाबत तुम्ही जितके जास्त स्पष्ट असाल, तुमच्या अधिक चांगल्या आयुष्याची शक्यताही तितकीच जास्त असेल.

तुम्ही कदाचित हे ऐकलं असेल, की सर्वसामान्य माणूस स्वतःच्या केवळ १० टक्केच क्षमतेचा वापर करू शकतो. दुःखद वस्तुस्थिती ही आहे, की स्टॅनफर्ड विद्यापीठानुसार सर्वसामान्य माणसाला केवळ दोन टक्केच मानसिक क्षमतेचा वापर करणं शक्य होतं. बाकी क्षमता राखीव राहते आणि नंतर एखाद्या वेळेसाठी वाचवून ठेवली जाते. हे म्हणजे असं झालं, की तुमच्या आईवडिलांसाठी एक लाख डॉलर्सचा ट्रस्ट फंड सोडून जाल, पण स्वतः जगण्यासाठी केवळ दोन हजार डॉलर्सच बाजूला काढाल. परिणामी, उर्वरित ९८००० हजार डॉलर्स खात्याची शोभा वाढवत राहतील आणि तुम्ही त्यांचा वापर करू शकणार नाही.

ज्वलंत इच्छा विकसित करा

'इच्छा' हा ध्येयप्राप्तीचा सुरुवातीचा बिंदू आहे. जर तुम्हाला खरोखरच तुमचं ध्येय साध्य करायचं असेल, तर त्यासाठी तुम्हाला ज्वलंत, तीव्र इच्छा विकसित करावी लागेल. तुमची इच्छा तीव्र असते तेव्हा तुम्हाला सर्व अडचणींतून खंबीरपणे उभं राहण्याची ऊर्जा आणि उत्साह मिळतो.

चांगली बाब म्हणजे, तुम्हाला जी गोष्ट मिळवण्याची दीर्घ काळ आणि अतिशय तीव्र इच्छा असते, अखेरीस तुम्ही ती मिळवू शकता.

महान तेल अब्जाधीश एच. एल. हंच यांना एकदा यशाचं रहस्य विचारण्यात आलं. त्यांनी उत्तर दिलं, की यशासाठी दोन गोष्टींची आवश्यकता असते आणि केवळ दोनच गोष्टींची आवश्यकता असते. ते म्हणाले, ''पहिली गोष्ट - तुम्हाला काय हवं आहे हे तुम्हाला नेमकं माहीत असायला हवं. कारण बहुतांश लोकांना आपल्याला काय हवं आहे हेच माहीत नसतं. दुसरी गोष्ट - आपल्या मनाजोगी गोष्ट मिळवण्यासाठी द्यावी लागणारी किंमत निश्चित करायला हवी आणि मग तुम्हाला ती किंमत देण्याच्या मागे लागायला हवं''.

यशाचं कॅफेटेरिया मॉडेल

आयुष्य रेस्तराँपेक्षा बफे किंवा कॅफेटेरिया जास्त आहे. रेस्तराँमध्ये तुम्ही जेवण झाल्यावर बिल देता. पण कॅफेटेरिया किंवा बफेमध्ये तुम्हाला स्वतःलाच वाढून घ्यावं लागतं आणि जेवणाचा आस्वाद घेण्यापूर्वीच त्याचे पैसे द्यावे लागतात. कित्येक लोकांची गैरसमजूत असते, की यश मिळाल्यावर ते त्याची किंमत मोजतील. ते आयुष्याच्या बंबासमोर बसून म्हणतात, ''आधी मला थोडी उष्णता दे, मग मी तुझ्यात थोडी लाकडं टाकीन''.

प्रेरक वक्ता झिग झिग्लर यांनी एकदा सांगितलं होतं, ''यशाची लिफ्ट बिघडली आहे, पण जिना कायमच उपलब्ध आहे''.

ॲरिस्टॉटलचा आणखी एक महत्त्वपूर्ण निष्कर्ष होता, की व्यक्तिगत आनंद मिळवणं हा माणसाच्या प्रत्येक कामाचा अंतिम हेतू आहे. त्यानुसार तुमच्या प्रत्येक कामाचा उद्देश कोणत्या ना कोणत्या प्रकारे स्वतःचा आनंद वाढवणं हा आहे. आनंद मिळवण्यात तुम्ही यशस्वी असा किंवा अयशस्वी, पण आनंद हेच तुमचं अंतिम ध्येय असतं.

आनंदाची किल्ली

ध्येय निश्चित करणं, दररोज त्या दिशेनं काम करणं आणि अखेरीस ते साध्य करणं ही आयुष्यात आनंदाची किल्ली आहे. ध्येय निश्चित करण्यात इतकी ताकद आहे, की ते मिळवण्याच्या दिशेनं पहिलं पाऊल टाकण्यापूर्वीच तुम्ही रोमांचित होता. त्याबाबत विचार करूनही तुम्ही आनंदित होता.

तुमच्या संपूर्ण शक्यतेचं कुलूप उघडणं आणि ती मुक्त करणं यासाठी तुम्हाला दररोज ध्येयनिश्चिती आणि ध्येयप्राप्तीची सवय आयुष्यभरासाठी लावून घ्यावी लागेल. तुमचा फोकस लेजरसारखा असायला हवा, जेणेकरून तुम्ही नको

असलेल्या गोष्टींऐवजी मनाजोग्या गोष्टीविषयी विचार कराल आणि बोलत राहाल. तुम्हाला याच क्षणी संकल्प करायला हवा की तुम्ही ध्येयाप्रत पोहोचणारे प्राणी व्हाल, रोखलेलं क्षेपणास्त्र किंवा पत्रवाहक कबुतर व्हाल आणि न चुकता तुमच्या महत्त्वपूर्ण ध्येयाच्या दिशेनं जाल.

दीर्घ, सुखद, स्वस्थ आणि समृद्ध जीवनाची यापेक्षा दुसरी मोठी कोणतीही खात्री नाही, की तुम्ही तुमच्या मनाजोगी गोष्ट मिळवण्यासाठी आणि तुम्हाला हवी तशी व्यक्ती बनण्यासाठी सातत्यानं काम कराल. स्पष्ट ध्येय असल्यावर तुम्ही व्यक्तिगत आणि व्यावसायिक यशाची तुमची संपूर्ण शक्यता मुक्त करू शकता. ध्येय तुम्हाला प्रत्येक अडचण दूर करण्यासाठी आणि भविष्यात अमर्याद यश मिळवण्यासाठी सामर्थ्यवान बनवते.

तुमच्या शक्यतांचं कुलूप उघडा

१. कल्पना करा, की तुम्ही तुमच्यासाठी जे कोणते ध्येय निश्चित करणार आहात, ते मिळवण्याची जन्मजात योग्यता तुमच्यात आहे. तुम्हाला खरोखरच काय व्हायचं आहे, मिळवायचं आहे आणि करायचं आहे?

२. आयुष्यात तुम्हाला सार्थकतेची आणि उद्देशाची सर्वाधिक जाणीव करून देणाऱ्या त्या कोणत्या कार्यकृती आहेत?

३. आजच स्वतःच्या व्यक्तिगत आणि कार्यजीवनाकडे पहा आणि तुमचे विचार कशा प्रकारे तुमचं जग घडवतात हे ओळखा. तुम्हाला काय बदलावं लागेल किंवा तुम्ही काय काय बदलू शकता?

४. तुम्ही जास्त वेळ कशाबद्दल विचार करता आणि बोलता – मनाजोग्या गोष्टींबाबत की नको असलेल्या गोष्टींबाबत?

५. तुम्ही तुमचं सर्वांत महत्त्वाचं ध्येय साध्य करण्यासाठी किती किंमत मोजू शकता?

६. वर दिलेल्या प्रश्नांच्या उत्तरांच्या आधारे ते कोणतं काम आहे, जे तुम्ही लगेचच सुरू करायला हवं?

२
तुमच्या आयुष्याचा लगाम हातात घ्या

साधा नियम असा आहे, की माणूस ज्या वस्तूंबरोबर जन्माला येतो त्यांचं महत्त्व खूप कमी असतं – ज्या वस्तूंपासून तो स्वतःला घडवतो खरं तर त्या वस्तू महत्त्वाच्या असतात.
–अॅलेक्झांडर ग्रॅहम बेल

वयाच्या एकविसाव्या वर्षी मी कडका होतो. कडाक्याच्या थंडीत मी एका छोट्याशा खोलीत राहत होतो आणि दिवसा इमारत बांधणाऱ्या मजुराचं काम करत होतो. तसा रात्री मी घरातून बाहेर पडायचो नाही. कारण, आत किमान थोडं उबदार वाटायचं. त्यामुळे माझ्याकडे विचार करण्यासाठी खूप वेळ असायचा.

एकदा रात्री किचनच्या छोट्या टेबलासमोर बसल्या बसल्या माझ्या डोक्यात जागरूकतेचा विचार चमकला. त्याने माझं आयुष्य बदललं. अचानक मला जाणीव झाली की पुढील आयुष्यात माझ्या बरोबर ज्या काही गोष्टी घडतील त्या माझ्यावरच अवलंबून आहेत. कोणीही मला मदत करणार नाही. *कोणीही मला वाचवण्यासाठी येणार नाही.*

मी घरापासून हजारो मैल दूर होतो आणि खूप काळापूर्वीच घरी कधीही न परतण्याचा निर्णय घेतला होता. मला माझ्या आयुष्यात काही गोष्टी बदलायच्या असतील तर ते माझ्यावरच अवलंबून आहे हे मी त्या क्षणी स्वच्छपणे पाहिलं होतं. जर मी हे बदललं नाही, तर कोणीही बदलणार नाही. त्यासाठी मीच जबाबदार होतो.

महान शोध

मला आताही तो क्षण आठवतो. तो आधी पॅराशूट उडीसारखा होता – भीतिदायकही आणि आनंददायकही... मी आयुष्याच्या सीमेवर उभा होतो आणि मी उडी मारण्याचा निर्णय घेतला. माझ्या आयुष्यासाठी मीच जबाबदार आहे हे त्या क्षणापासून मी

स्वीकारलं. स्वतःची स्थिती बदलायची असेल तर मला वेगळं व्हावं लागेल हे मी समजून घेतलं. प्रत्येक गोष्ट माझ्यावरच अवलंबून होती.

जेव्हा तुम्ही स्वतःच्या आयुष्याची संपूर्ण जबाबदारी स्वीकारता तेव्हा तुम्ही बालपण सोडून वयस्क होण्याच्या दिशेनं एक मोठं पाऊल टाकता हे मी शिकलो. दुःखद गोष्ट म्हणजे, बहुतांश लोक हे काम कधी करू शकत नाहीत. मी चाळिशी-पन्नाशी ओलांडलेल्या अशा असंख्य लोकांना भेटलो आहे, जे आताही बालपणाच्या दुःखद अनुभवांबाबत बोलतात, तक्रारी करतात आणि आपल्या समस्यांचा दोष दुसऱ्या लोकांवर किंवा परिस्थितीवर ढकलतात. कित्येक लोक आजही त्यांच्या आईवडिलांनी केलेल्या किंवा न केलेल्या गोष्टींवर नाराज आहेत. ही वीस, तीस किंवा चाळीस वर्षांपूर्वीची गोष्ट होती. ते आताही भूतकाळाच्या जाळ्यातच गुंतलेले आहेत आणि त्यातून बाहेर पडू शकलेले नाहीत.

तुमचे सर्वांत वाईट शत्रू

सर्व नकारात्मक भावना यशाच्या आणि आनंदाच्या सर्वांत मोठ्या शत्रू आहेत. नकारात्मक भावना तुम्हाला खाली थांबवून ठेवतात, तुम्हाला थकवतात आणि तुमच्या आयुष्यातला सगळा आनंद शोषून घेतात. मानवी इतिहासाच्या सुरुवातीपासून ते आजपर्यंत नकारात्मक भावनांनी मानवाचं आणि समाजाचं जितकं नुकसान केलं आहे, तितकं भूतकाळातील सगळ्या मोठ्या साथींनीही केलेलं नाही.

जर तुम्हाला खरंच आनंदी आणि यशस्वी व्हायचं असेल, तर नकारात्मक भावनांपासून मुक्त होणं हे तुमचं एक महत्त्वपूर्ण उद्दिष्ट असायला हवं. सुदैवानं, तुम्ही हे काम करू शकता, मात्र केवळ तुम्हाला त्याची पद्धत शिकून घ्यायची आहे.

भीती, आत्मकरुणा, ईर्ष्या, हीनतेच्या भावना आणि अखेरीस राग येण्याची चार खास कारणं असतात. जेव्हा तुम्ही ती कारणं समजून घेता आणि तुमच्या विचाराच्या पलीकडे झटकून टाकता तेव्हा तुमच्या नकारात्मक भावना आपोआप नष्ट होतात. त्या जागी प्रेम, शांतता, आनंद आणि उत्साहाच्या सकारात्मक भावना येतात आणि तुमचं संपूर्ण आयुष्य अधिक चांगलं होतं. कित्येकदा काही मिनिटांमध्ये आणि कधीकधी तर काही सेकंदांमध्येच!

स्वतःला बरोबर सिद्ध करणं सोडून द्या

नकारात्मक भावनांच्या चार मूलभूत कारणांपैकी पहिलं कारण म्हणजे, स्वतःला बरोबर सिद्ध करणं (जस्टिफिकेशन). तुमचं नाराज होणं किंवा तुम्हाला वाईट वाटणं हे बरोबरच होतं, याबाबत तुम्ही स्वतःसमोर आणि इतरांसमोर स्वतःला योग्य सिद्ध करू शकता, तोपर्यंतच तुम्ही नकारात्मक राहू शकता. त्यामुळे रागीट लोक आपल्या

नकारात्मक भावनांची कारणं विस्तारानं सांगतात. लक्षात ठेवा, जर तुम्ही तुमच्या नकारात्मक भावानांना बरोबर सिद्ध करू शकला नाहीत, तर तुम्हाला नाराजही होता येत नाही.

उदाहरणार्थ, अर्थव्यस्था बदलण्याने आणि कंपनीच्या विक्रीत घट होण्यामुळे एखाद्या कर्मचाऱ्याला नोकरीवरून काढून टाकलं जातं. त्यामुळे तो कर्मचारी आपल्या बॉसवर नाराज होतो आणि आपला राग तर्कसंगत असल्याचं सिद्ध करण्यासाठी आपल्याला नोकरीवरून काढणं योग्य का नव्हतं याची तो अनेक कारणं सांगतो. त्याचा राग इतका वाढू शकतो, की चोख प्रत्युत्तर देण्यासाठी म्हणून तो तक्रारही दाखल करू शकतो. जोपर्यंत तो आपल्या बॉसबाबत आणि कंपनीबाबत त्याच्या नकारात्मक भावनांना योग्य ठरवत राहील, त्याच्या भावना त्याच्यावर नियंत्रण ठेवतील आणि बहुतांश आयुष्यावर किंवा विचारांवर कुरघोडी करत राहतील.

पण, ''ठीक आहे, मला नोकरीवरून काढून टाकलं. अशा प्रकारच्या गोष्टी होत राहतात. त्यात वैयक्तिक काहीही नाही. कर्मचाऱ्यांना कमी करणं नेहमीच होत राहते. मला वाटतं, की मी नवी नोकरी शोधण्याच्या मागे लागलं पाहिजे'', असं जेव्हा तो म्हणतो, तेव्हा त्याच्या नकारात्मक भावना कापरासारख्या उडून जातात. त्याचा मेंदू शांत होतो. तो आपलं लक्ष आपल्या ध्येयावर केंद्रित करतो. पुन्हा नोकरी मिळवण्यासाठी तो जी पावलं टाकू शकतो त्याकडे त्याचं चित्त एकाग्र होतं. त्यानं स्वतःला बरोबर सिद्ध करणं सोडून दिल्यावर तो जास्त सकारात्मक आणि परिणामकारक होतो.

बुद्धिसंगत बहाणे सोडून द्या

नकारात्मक भावनांचं दुसरं कारण आहे बुद्धिसंगत बहाणे करणं (रॅशनलायझेशन). तुम्ही बुद्धिसंगत बहाणे करता तेव्हा 'एखाद्या वाईट कामाला सामाजिकदृष्ट्या चांगलं सिद्ध करण्याचं तर्कसंगत स्पष्टीकरण' देण्याचा प्रयत्न करता.

ज्या कामात तुम्हाला वाईट किंवा नाखूश वाटतं, ते सकारात्मक पद्धतीनं मांडण्यासाठी किंवा योग्य सिद्ध करण्यासाठी बहाणे बनवता. तुम्हाला योग्य वाटणारं स्पष्टीकरण मांडून तुम्ही तुमचं काम योग्य सिद्ध करता, पण मनातल्या मनात तुम्हाला जाणवत असतं की त्या चुकीच्या कामात तुमचा सक्रिय सहभाग होता. तुम्ही नेहमी स्वतःला योग्य सादर करण्याच्या व्यामिश्र पद्धती स्वीकारून हे स्पष्ट करता, की एकूणात तुमचं काम चांगलं होतं. बुद्धिसंगत बहाणे बनवण्याची सवय तुमच्या नकारात्मक भावना जिवंत ठेवते आणि त्या भावना अधिक फुलतात.

स्वतःला योग्य सिद्ध करण्यासाठी आणि बुद्धिसंगत बहाणे बनवण्यासाठी तुम्ही नेहमीच अन्य व्यक्तीला किंवा वस्तूला आपल्या समस्येचा स्रोत किंवा कारण

मानण्याची गरज असते. तुम्ही स्वतःला 'शोषिताच्या' किंवा 'पीडिताच्या' भूमिकेत ठेवता आणि अन्य व्यक्तीला किंवा संघटनेला 'शोषक' किंवा 'वाईट व्यक्ती' ठरवता.

इतरांच्या मताचा विचार करू नका

बाकीचे लोक तुमच्याशी कसे वागतात याबाबत अति चिंता किंवा अति संवेदनशीलता हे नकारात्मक भावनांचं तिसरं कारण आहे. बाकीचे लोक आपल्याशी कसे बोलतात, आपल्याबद्दल काय बोलतात किंवा आपल्याकडे कसे पाहतात यावर काही लोकांची संपूर्ण स्व-प्रतिमा अवलंबून असते. अशा लोकांना इतरांच्या मताच्या पलीकडे आपल्या वैयक्तिक मूल्यांची किंवा आत्मसन्मानाची जाणीव फार कमी असते. जर एखाद्या खऱ्या किंवा काल्पनिक कारणानं इतरांचं मत नकारात्मक असेल, तर अशा 'शोषित' लोकांना क्रोध, लाज, शरम इथपासून ते अगदी नैराश्य, आत्मकरुणा, हताशा इथपर्यंतच्या भावना ताबडतोब जाणवतात. आपण प्रत्येक गोष्ट इतरांकडून सन्मान मिळवण्यासाठी किंवा कमीतकमी त्यांचा सन्मान गमावू नये यासाठी करतो असं मनोवैज्ञानिक का सांगतात ते यातून स्पष्ट होतं.

दुसरा कोणीही जबाबदार नाही, याची जाणीव ठेवा

नकारात्मक भावनांचं चौथं आणि सर्वांत वाईट कारण म्हणजे दोष देणं. मी जेव्हा माझ्या सेमिनारमध्ये 'नकारात्मक भावनांचं झाड' काढून दाखवतो, तेव्हा खोड हे त्या नकारात्मकतेचं प्रतीक असतं. आपल्या अडचणींसाठी दुसऱ्यांना दोष देण्याची प्रवृत्ती ही नकारात्मक भावनांचं सर्वांत मोठं कारण आहे. प्लग बाहेर काढल्यावर ख्रिसमस ट्रीवरचे सर्व दिवे लगेच बंद होतात. तसंच जेव्हा तुम्ही या झाडाचं खोड तोडता तेव्हा झाडाची सगळी फळं - नकारात्मक भावना - ताबडतोब नष्ट होतात.

जबाबदारी हा उपाय आहे

सर्व प्रकारच्या नकारात्मक भावनांवरचा उपाय म्हणजे तुम्ही तुमच्या परिस्थितीची संपूर्ण जबाबदारी स्वीकारणं. ''मी जबाबदार आहे'' असं सांगितल्यावर तुम्हाला संतापाची जाणीव होणार नाही. जबाबदारी स्वीकारल्यावर लगेच तुमची प्रत्येक नकारात्मक भावना नष्ट होते.

''मी जबाबदार आहे'' हा सरळ, पण सशक्त संकल्प आपल्याला नकारात्मक भावनांना तत्काळ नष्ट करण्याची क्षमता देतो. या शोधामुळे माझं आयुष्य तर बदललंच आणि तसंच माझ्या लाखो विद्यार्थ्यांच्या बाबतही झालं.

जरा कल्पना करा, तुम्ही नकारात्मक भावनांपासून संपूर्णपणे मुक्त होऊ शकता आणि तुमच्या आयुष्याचा लगाम तुमच्या हाती घेऊ शकता. त्यासाठी ''मी

जबाबदार आहे'' एवढंच तुम्हाला म्हणायचं आहे. कोणत्याही कारणानं तुम्हाला राग आल्यास किंवा विचलित झाल्यास तुम्ही हे तीन शब्द उच्चारा.

जेव्हा तुम्ही संपूर्ण जबाबदारी स्वीकारून स्वतःला नकारात्मक भावनांपासून मुक्त करता तेव्हा आणि केवळ तेव्हाच तुम्ही आयुष्याच्या प्रत्येक क्षेत्रात ध्येय निश्चित करू शकता आणि ते साध्यही करू शकता. मानसिक आणि भावनिकदृष्ट्या तुम्ही मुक्त झाल्यावर तुमच्यातील ऊर्जेला आणि उत्साहालाही पुढील दिशा देऊ शकता. पूर्ण वैयक्तिक जबाबदारी स्वीकारल्याशिवाय प्रगती होणं शक्यच नाही. दुसरीकडे, जेव्हा तुम्ही तुमच्या आयुष्याची संपूर्ण जबाबदारी स्वीकारता, तेव्हा तुम्ही काय होऊ शकता, काय करू शकता, काय मिळवू शकता याला कोणतीही मर्यादा येत नाही.

दुसऱ्याला दोष देणं सोडून द्या

कोणत्याही कारणासाठी दुसऱ्यांना दोष देणं आजपासूनच सोडून द्या, मग ते कारण भूतकाळातील असो, वर्तमानकाळातील किंवा भविष्यातील... एलीनोर रूझवेल्ट यांच्या म्हणण्यानुसार, ''कोणीही तुमच्या सहमतीशिवाय तुम्हाला हीनता जाणवून देणार नाही''. विनोदवीर बडी हॅकेट यांनी एकदा म्हटलं होतं, ''मी कधीही द्वेष बाळगत नाही, जेव्हा तुम्ही ईर्षेने झुरत असता, तेव्हा तुमचे शत्रू नाच-गाणं करत असतात''

स्वतःच्या चुकीच्या वर्तणुकीसाठी बहाणे करणं किंवा ते योग्य ठरवणं आजपासूनच सोडून द्या. तुमच्याकडून काही चूक झाली असल्यास एवढंच म्हणा, ''मला वाईट वाटतं'' आणि मग परिस्थिती सुधारण्याच्या मागे लागा. तुम्ही दुसऱ्या कोणाला दोष देता किंवा कारणं शोधता तेव्हा प्रत्येक वेळी स्वतःचीच शक्ती कमी करता. तुम्ही स्वतःला दुर्बळ आणि कमी समजू लागता. तुम्ही मनातल्या मनात नकारात्मक होता, संतापता. असं कधीच होऊ देऊ नका.

स्वतःच्या भावनांवर नियंत्रण ठेवा

जर तुम्हाला तुमच्या मेंदूला सकारात्मक ठेवायचं आहे, तर टीका करणं, तक्रारी करणं सोडून द्या आणि कोणत्याही कारणासाठी दुसऱ्याची निंदा करणं थांबवा. तुम्ही दुसऱ्या कोणावर टीका करता, एखाद्या नावडत्या गोष्टीची तक्रार करता किंवा कोणतीही गोष्ट करण्यासाठी किंवा न करण्यासाठी एखाद्याची निंदा करता तेव्हा तुम्ही प्रत्येक वेळी स्वतःतील नकारात्मकतेच्या आणि संतापाच्या भावना जागृत करता. मग तुम्हाला स्वतःलाच त्याचा त्रास सहन करावा लागतो. तुमच्या नकारात्मक भावनांचा समोरच्यावर किंचितही परिणाम होत नाही. एखाद्यावर चिडण्याचा अर्थ म्हणजे, तुम्ही

तुमच्या भावनांचा लगाम आणि तुमच्या आयुष्याची गुणवत्ताही दीर्घ काळासाठी त्याच्या हाती देत आहात. हा अगदीच मूर्खपणा आहे.

गॅरी झुकाव यांनी *सीट ऑफ द सोल* या पुस्तकात म्हटलं आहे, ''सकारात्मक भावना ताकद वाढवतात, नकारात्मक भावना ताकद कमी करतात''. आनंद, रोमांच, प्रेम आणि उत्साह यांच्या सकारात्मक भावना तुम्हाला जास्त शक्तिशाली बनवतात आणि आत्मविश्वास देतात. रागावणं, दुखावणं किंवा दोष देण्याच्या नकारात्मक भावना तुम्हाला दुर्बल करतात. त्या तुम्हाला शत्रुत्व देणाऱ्या, चिडचिड्या आणि दुःखी बनवणाऱ्या असतात.

जेव्हा तुम्ही स्वतःसाठी, स्वतःच्या परिस्थितीसाठी आणि स्वतःबरोबर होणाऱ्या प्रत्येक गोष्टीसाठी संपूर्णतः जबाबदारी स्वीकारण्याचा निर्णय घेता, तेव्हा तुम्ही विश्वासानं तुमच्या कामाकडे आणि आयुष्याकडे वळू शकता. तुम्ही खऱ्या अर्थाने 'तुमच्या नशिबाचे स्वामी आणि तुमच्या आत्म्याचे कर्णधार' बनता.

हॅलो मि. प्रेसिडेंट

न्यू यॉर्कमध्ये काही वर्षांपूर्वी एक अभ्यास झाला होता. अभ्यासकांच्या निदर्शनास आले, की प्रत्येक क्षेत्रातील आघाडीच्या तीन टक्के लोकांचा एक विशिष्ट दृष्टिकोन असतो. त्यामुळे ते त्यांच्या उद्योगातील सरासरी लोकांपेक्षा वेगळे ठरतात. तो दृष्टिकोन असा आहे – 'ते त्यांच्या पूर्ण करिअरमध्ये स्वतःला सेल्फ एम्प्लॉइड मानतात आणि आपल्याला वेतन कोण देतं याचा त्यांना काहीही फरक पडत नाही. कंपनीचे मालक असल्याप्रमाणे ते स्वतःला कंपनीसाठी जबाबदार मानतात. तुम्हीही असं करायला हवं'.

या क्षणानंतर स्वतःला स्वतःच्या 'वैयक्तिक सेवा कॉर्पोरेशन'चा अध्यक्ष माना. स्वतःला सेल्फ एम्प्लॉइड माना. स्वतःच्या आयुष्यावर आणि करिअरच्या प्रत्येक क्षेत्रावर पूर्ण नियंत्रण ठेवा. स्वतःला पुन्हा पुन्हा आठवण करून द्या, की तुम्ही जिथे कुठे, ज्या परिस्थितीत आहात, ते स्वतः केलेल्या किंवा न केलेल्या कामांमुळे आहात. तुम्ही तुमच्या नशिबाचे आर्किटेक्ट आहात.

तुम्हीच निवडता, तुम्हीच निर्णय घेता

कोणतंही काम करण्याच्या किंवा न करण्याच्या निवडींमुळे आणि निर्णयांमुळे तुम्ही तुमच्या आयुष्याला आतापर्यंत आकार दिला आहे. तुमच्या आयुष्यात तुम्हाला आवडत नाही अशी कोणती गोष्ट असल्यास त्यासाठीही तुम्हीच जबाबदार आहात. तुम्ही खूश नाहीत अशी एखादी गोष्ट असल्यास ते तुमच्यावरच अवलंबून आहे, की तुम्ही बदलासाठी आवश्यक पावलं उचला, जेणेकरून तुमच्या मनासारखं होईल.

तुमच्या वैयक्तिक सेवा कॉर्पोरेशनचे तुम्हीच अध्यक्ष असल्यामुळे प्रत्येक कामासाठी आणि त्याच्या परिणामांसाठी सर्वस्वी तुम्हीच जबाबदार आहात. तुम्ही तुमच्या कामांसाठी आणि वर्तणुकीच्या परिणामांसाठी स्वतः जबाबदार आहात. आज तुम्ही जिथे आहात आणि जसे आहात, त्यासाठीचा निर्णय तुम्हीच घेतलेला आहे.

जितके पैसे कमवायचा तुम्ही निर्णय घेतला होता, तितकी कमाई तुम्ही आज करत आहात. त्यापेक्षा कमी नाही, त्यापेक्षा जास्त नाही. तुम्ही तुमच्या सध्याच्या कमाईवर खूश नसाल तर जास्त कमवण्याचा निर्णय घ्या. त्यासाठीचं ध्येय ठरवा, योजना आखा आणि मनाजोगत्या कमाईसाठी जे करणं आवश्यक आहे, ते करण्याच्या मागे लागा.

तुमच्या करिअरचे आणि आयुष्याचे अध्यक्ष म्हणून, तुमच्या नशिबाचे आर्किटेक्ट म्हणून तुम्ही निर्णय घेण्यासाठी स्वतंत्र आहात. तुम्ही बॉस आहात, तुम्हीच अधिकारी आहात.

स्वतःची रणनीती ठरवा

ज्या प्रकारे कॉर्पोरेशनचा अध्यक्ष त्या कॉर्पोरेशनच्या रणनीतीसाठी आणि कामांसाठी जबाबदार असतो, त्याच प्रकारे तुम्हीही तुमच्या आयुष्यासाठी आणि व्यक्तिगत रणनीतीसाठी जबाबदार आहात. तुम्ही व्यवस्थापनाची संपूर्ण रणनीती–ध्येयनिश्चिती, योजना आखणं, टप्पे ठरवणं आणि अपेक्षित परिणाम साध्य करण्यासाठी काम करणं यांसाठी जबाबदार आहात.

तुमच्या कामाची गुणवत्ता आणि प्रमाण यांवर अवंलबून असलेले परिणाम साध्य करण्यासाठी तुम्ही जबाबदार आहात.

अध्यक्ष म्हणून तुम्ही स्वयंप्रचार आणि प्रगतीच्या मार्केटिंगच्या रणनीतीसाठी जबाबदार आहात. त्यासाठी तुम्हाला चांगली छबी तयार करावी लागेल आणि तुमचं पॅकेजिंग आकर्षक ठेवावं लागेल. जेणेकरून प्रचंड स्पर्धा असलेल्या बाजारात तुम्ही स्वतःला सर्वांत चांगल्या किमतीला विकू शकाल.

तुम्ही आर्थिक रणनीतीसाठी जबाबदार आहात – तुम्ही तुमच्या किती सेवा विकू इच्छिता, तुम्ही किती पैसा कमवू इच्छिता, तुम्ही किती वेगानं दरवर्षी स्वतःचं उत्पन्न वाढवू इच्छिता, तुम्ही किती पैसे वाचवू आणि गुंतवू इच्छिता, निवृत्तीच्या वेळी तुम्ही तुमची किती नेट वर्थ मिळवू इच्छिता याबाबतच्या निर्णयांसाठी तुम्ही प्रभारी, जबाबदार आहात.

तुम्ही लोकव्यवहाराच्या रणनीतींसाठी आणि तुमच्या संबंधांसाठी जबाबदार आहात – घरीही आणि ऑफिसातही. मी माझ्या विद्यार्थ्यांना एक सल्ला देतो,

''तुमचा बॉस सावधगिरीनं निवडा''. कारण तुम्ही किती जास्त कमवता, किती वेगानं पुढे जाता आणि स्वतःच्या नोकरीत किती आनंदित असता, यावर या निवडीचा परिणाम होत असतो.

नवी निवड करा, नवे निर्णय घ्या

अशाच प्रकारे जोडीदाराची आणि मित्रांची निवडही तुमच्या आनंदावर आणि यशावर परिणाम करणारी असेल. जर तुम्ही तुमच्या सध्याच्या निवडीबाबत आनंदित नसाल तर त्यात बदल करण्यासाठी किंवा अधिक चांगली निवड करण्यासाठी पावलं टाकणं हे तुमच्यावर अवलंबून आहे.

अखेरीस, अध्यक्ष म्हणून तुम्ही व्यक्तिगत शोधाचे आणि विकासाचे, खासगी प्रशिक्षणाचे आणि शिक्षणाचे प्रभारी आहात. त्या योग्यता, गुण, प्रतिभा आणि मूळ क्षमता तुम्हीच निश्चित करणार आहात. त्याची गरज तुम्हाला, तुम्ही आजपासून काही महिन्यांनी किंवा वर्षांनी जितके पैसे मिळवणार आहात त्यासाठी लागणार आहे. या योग्यता विकसित करण्यासाठी वेळ घेणं ही तुमची जबाबदारी आहे. खरं तर तुम्ही स्वतःची जितकी काळजी करता, तितकी कोणी दुसरी व्यक्ती तुमची काळजी करत नाही.

'ग्रोथ स्टॉक' व्हा

आपण ही उपमा थोडी आणखी पुढे घेऊन जाऊ. शेअर बाजारात सूचीबद्ध असलेल्या एखाद्या कंपनीप्रमाणे स्वतःकडे पहा. आगामी महिन्यांत, वर्षांत दर आणि फायदा वाढत राहील या विश्वासानं लोक तुमच्या समभागात गुंतवणूक करतील का? तुम्ही ग्रोथ स्टॉक आहात की तुमचं शेअर बाजारातलं मूल्य घटत आहे?

तुम्ही 'ग्रोथ स्टॉक' होण्याचा निर्णय घेतला असल्यास दरवर्षी तुमचं उत्पन्न २५ ते ३० टक्क्यांनी वाढवण्यासाठी तुमची रणनीती काय आहे? स्वतःच्या आयुष्याचे अध्यक्ष म्हणून, कुटुंबात जोडीदार किंवा विश्वासार्ह व्यक्ती म्हणून तुम्ही तुमच्या आयुष्यातील काही महत्त्वाच्या लोकांना प्रगतीच्या आलेखावर टिकून राहण्याचं श्रेय देऊ शकता. काळानुरूप तुमचं मूल्य, उत्पन्न आणि नफा यांना कायमच वाढवत ठेवू शकता.

तुमच्या आयुष्याचं 'स्टेअरिंग व्हील' हाती घ्या

या बिंदूनंतर स्वतःला तुमच्या नशिबाचे स्वामी माना. तुम्ही संपूर्णपणे तुमच्या आयुष्याचे प्रभारी आहात असं माना. स्वतःकडे तुमच्या वैयक्तिक सेवा कॉर्पोरेशनचे

अध्यक्ष म्हणून पहा – संपूर्णतः संकल्पवान आणि स्वयंनिर्देशित असलेली एक शक्तिशाली व्यक्ती!

भूतकाळातील घटनांबाबत दुःख व्यक्त करणं आणि तक्रारी करणं सोडून द्या. कारण ते बदलू शकत नाही. त्याव्यतिरिक्त स्वतःची दिशा भविष्याकडे वळवा आणि तुम्हाला काय हवं आहे, कुठे जायचं आहे याचा विचार करा. सर्वांत महत्त्वाचं, स्वतःच्या ध्येयाचा विचार करा. ध्येयाचा विचार केल्यावर तुम्ही सकारात्मक आणि उद्देशपूर्ण होता.

तुमच्या नियंत्रणाचं बटण कुठे आहे हे निश्चित करा

बरंचसं मानसशास्त्रीय साहित्य 'नियंत्रणाचं बटण' या सिद्धान्ताभोवती (locus of control theory) फिरतं. पन्नास वर्षांपेक्षा जास्त काळ अभ्यास केल्यानंतर मानसशास्त्रज्ञांचा निष्कर्ष आहे, की तुमच्या नियंत्रणाचं बटणच तुमच्या आयुष्यात आनंद किंवा दुःख निश्चित करतं. त्याचं कारण आहे :

ज्या लोकांचं नियंत्रणाचं बटण *आंतरिक* असतं, त्यांना त्यांचं जीवन संपूर्णपणे नियंत्रणात असल्याचं जाणवतं. ते स्वतःला शक्तिशाली, आत्मविश्वासपूर्ण आणि सामर्थ्यवान मानतात. सर्वसाधारणपणे ते आशावादी आणि सकारात्मक असतात. ते स्वतःला कणखर मानतात आणि बऱ्याच अंशी ते स्वतःच्या नशिबाचे स्वामी असतात.

दुसरीकडे, ज्या लोकांचं नियंत्रणाचं बटण *बाह्य* असतं, त्यांना बाह्य तत्त्वं नियंत्रण करत असल्याचं जाणवतं. त्यांचा बॉस, त्यांची बिलं, त्यांचा जोडीदार, त्यांच्या बालपणातील समस्या आणि त्यांची सध्याची स्थिती त्यांना नियंत्रित करत असल्याचं त्यांना वाटतं. स्वतःच्या स्थितीवर आपलं काहीही नियंत्रण नाही अशी त्यांची भावना असते. त्यामुळेच ते स्वतःला दुर्बळ, रागीट, घाबरट, नकारात्मक, शत्रुत्वपूर्ण, अशक्त असल्याचं समजतात.

चांगली गोष्ट म्हणजे, तुमच्याकडून स्वीकारल्या गेलेल्या जबाबदारीचं प्रमाण आणि तुम्हाला जाणवणाऱ्या नियंत्रणाचं प्रमाण यांत थेट संबंध असतो. ''मी जबाबदार आहे'', असं तुम्ही जितकं जास्त म्हणाल, तितकं तुमच्या नियंत्रणाचं आंतरिक बटण विकसित होईल आणि तितकंच तुम्हाला जास्त शक्तिशाली वाटेल, आत्मविश्वास जाणवेल.

सुवर्ण त्रिकोण

जबाबदारी आणि आनंद यांच्यातही थेट संबंध असतो. तुम्ही जितकी जास्त जबाबदारी स्वीकारता, तितके जास्त आनंदित होता. असं वाटतं, की जबाबदारी, नियंत्रण आणि आनंद या तीनही गोष्टी सोबतच असतात.

तुम्ही जितकी जास्त जबाबदारी स्वीकारता, तितकेच जास्त नियंत्रणात असल्याचं तुम्हाला जाणवतं. जितके जास्त नियंत्रणात असल्याचं तुम्हाला जाणवतं, तुम्ही तितकेच जास्त खूश होता, तुम्हाला आत्मविश्वास वाटतो. तुम्ही सकारात्मक विचार करता आणि स्वतःच्या जीवनावर नियंत्रण असल्याचं तुम्हाला जाणवतं, तेव्हा तुम्ही स्वतःसाठी जास्त मोठी आणि आव्हानात्मक ध्येयं निश्चित कराल. ती ध्येयं साध्य करण्यासाठी ऊर्जा आणि संकल्पही असेल. तुमच्या आयुष्याचा लगाम स्वतःच्या हाती असल्याचं, तुम्हाला जसं हवं तसं होऊ शकत असल्याचं तुम्हाला जाणवेल.

हे तुमच्या हाती आहे

तुमच्या आयुष्यात तुम्हाला हवं ते होण्याच्या, हवं ते मिळवण्याच्या किंवा करण्याच्या अपरिमित शक्यता आहेत. त्यासाठी मनापासून इच्छा असणं आणि ते मिळवण्यासाठी दीर्घ काळ पुरेशी मेहनत करण्याची इच्छा असणं हा ध्येयनिश्चितीचा सुरुवातीचा बिंदू आहे.

तुम्ही तुमच्या जीवनाची आणि तुमच्या बरोबर होणाऱ्या प्रत्येक घटनेची जबाबदारी स्वीकारणं, इतरांना दोष न देणं, कोणतेही बहाणे न सांगणं, हा ध्येयनिश्चितीचा दुसरा भाग आहे.

तुमच्यात अमर्याद क्षमता आहेत आणि तुम्ही संपूर्णपणे जबाबदार आहात, हे दोन्ही विचार तुमच्या मेंदूत चांगल्या रीतीने रुजवा. आता तुम्ही पुढचं पाऊल टाकण्यासाठी तयार आहात : तुमच्या आदर्श भविष्याची निर्मिती!

✵ तुमच्या आयुष्याचा लगाम हातात घ्या

१. वर्तमानात तुमच्या सर्वांत मोठ्या समस्येचे किंवा नकारात्मकतेचे स्रोत कोणते हे ओळखा. या परिस्थितीसाठी तुम्ही कसे जबाबदार आहात?

२. स्वतःकडे स्वतःच्या कंपनीचे अध्यक्ष म्हणून पहा. तुम्ही जर १०० शेअर्सचे मालक असता, तर कशा प्रकारे काम केलं असतं?

३. तुम्ही कोणत्याही गोष्टीसाठी इतरांना दोष देणार नाही आणि त्याशिवाय तुमच्या जीवनाच्या प्रत्येक क्षेत्रात संपूर्ण जबाबदारी स्वीकाराल याचा संकल्प आजच करा. यासाठी तुम्ही काय करायला हवं?

४. बहाणे सांगायचं सोडा आणि प्रगती करायला सुरुवात करा. तुम्हाला आवडणाऱ्या बहाण्यांना कोणताही वास्तविक आधार नाही, अशी कल्पना करा आणि त्यानुसार काम करा.

५. स्वतःकडे तुमच्या आयुष्याची मूळ सर्जनात्मक शक्ती म्हणून पहा. तुम्ही जिथं आहात, जसे आहात, ते तुमच्याच निवडीमुळे आणि निर्णयांमुळे आहात. तुम्हाला कोणत्या गोष्टी बदलाव्या लागतील?

६. ज्या व्यक्तीनं तुम्हाला कोणत्याही कारणानं दुखावलं असेल तिला क्षमा करण्याचा संकल्प करा. तिला जाऊ द्या. त्याविषयी पुन्हा चर्चा करण्यास नकार द्या. त्याऐवजी स्वतःसाठी महत्त्वाच्या असलेल्या गोष्टींवर काम करण्यात इतके व्यग्र व्हा, की तुमच्याकडे पुन्हा त्या विषयावर विचार करण्यास वेळच राहणार नाही.

३
तुमचं भविष्य घडवा

तुम्ही तुमच्या नियंत्रित इच्छांइतके लहान बनाल, तुमच्या प्रबळ इच्छांइतके मोठे बनाल.

–जेम्स एलन

लीडर्स (नेतृत्व करणारे) बाबत अनेक वर्षांच्या ३,३००पेक्षा जास्त अभ्यासांतून दिसून आलं, की महान लीडर्समध्ये असा एक गुण असतो, जो त्यांना इतरांपेक्षा वेगळं ठरवतो. हा गुण म्हणजे भविष्यवेधी असणं. लीडरकडे दूरदृष्टी असते, लीडर नसलेल्यांकडे ही दूरदृष्टी नसते.

मी आधीच सांगितलं आहे, की तुम्ही जास्त वेळ ज्या गोष्टीविषयी विचार करता, तेच तुम्ही होता, हा मानवी इतिहासातील सर्वांत महत्त्वपूर्ण शोध आहे. लीडर जास्त वेळ कोणत्या गोष्टीचा विचार करतात हा प्रश्न आहे. त्याचं उत्तर म्हणजे, लीडर भविष्याविषयी विचार करतात. आपण कुठे जात आहोत आणि तिथं पोहोचण्यासाठी काय करता येईल याचा विचार ते करत असतात.

दुसरीकडे, लीडर नसलेले लोक वर्तमानातील क्षणांचा आनंद आणि समस्या यांच्याविषयी विचार करत असतात. ते भूतकाळाचा विचार करून चिंता करत राहतात. जे घडून गेलं आहे, जे बदलता येणार नाही, त्यावर ते लक्ष केंद्रित करतात.

भविष्याचा विचार करा

नेतृत्वाच्या या गुणाला आम्ही 'भविष्य दिशाबद्धता' म्हणतो. लीडर भविष्याचा विचार करतात. काय मिळवायचं आहे आणि कोणत्या टप्प्यावर पोहोचायचं आहे याचा ते विचार करतात. चांगली बातमी म्हणजे, भविष्याविषयी विचार करायला सुरुवात केल्यावर तुम्हीही *लीडरसारखाच* विचार करू लागाल आणि लीडरला जे परिणाम मिळतात, तसेच परिणाम तुम्हालाही लवकरच मिळू लागतील.

हार्वर्डच्या डॉ. एडवर्ड बेनफिल्ड यांनी पन्नास वर्षांपेक्षा जास्त काळ अभ्यास केल्यानंतर निष्कर्ष काढला, की 'दीर्घकालीन दृष्टिकोन' जीवनात आर्थिक आणि

वैयक्तिक यश निश्चित करण्याचं सर्वांत महत्त्वाचं तत्त्व होतं. 'वर्तमानात निर्णय घेताना कित्येक वर्षं पुढचा विचार करण्याची योग्यता', अशी बेनफिल्ड यांनी दीर्घकालीन दृष्टिकोनाची व्याख्या केली होती. बेनफिल्ड यांचा हा महत्त्वाचा शोध आहे. जरा विचार करा – तुम्ही भविष्याबाबत जितका पुढचा विचार करून निर्णय घेता, तुमचे निर्णय तितकेच चांगले असतात आणि तुमची स्वप्नं साकार करण्याची शक्यताही तितकीच वाढत जाते.

लक्षाधीश व्हा

उदाहरणार्थ, जर तुम्ही वयाच्या वीस ते पासष्ट या कालावधीत दर महिन्याला १०० डॉलर्सची बचत केलीत आणि १० टक्के सरासरी लाभ देणाऱ्या एखाद्या म्यूच्युअल फंडात गुंतवणूक केलीत, तर निवृत्तीच्या वेळी तुमच्याकडे ११ लाख १८००० डॉलर्सपेक्षा जास्त रक्कम असेल.

दरमहा १०० डॉलर्सची बचत करणं हे कठीण काम नाही. ज्याच्या मनात खरीखुरी इच्छा आहे आणि दीर्घकालीन दृष्टिकोन आहे, तो हे करू शकतो. त्याचा अर्थ असा, की आज नोकरीला सुरुवात करणारे लोक काळाबरोबर लक्षाधीश होऊ शकतात. त्यासाठी त्यांना लवकर सुरुवात करून नियमित बचत करावी लागेल आणि त्यांच्याकडे आर्थिक स्वातंत्र्याची दीर्घकालीन दूरदृष्टी असायला हवी.

पाच वर्षांची कल्पना करा

व्यक्तिगत रणनीतीचं नियोजन करताना तुम्हाला तुमच्या जीवनाबाबत दीर्घकालीन दृष्टिकोनापासून सुरुवात करायला हवी. तुम्हा तुमच्या प्रत्येक कामात *आदर्शीकरणाचा* (आयडियलाझेशन) अभ्यास सुरू करायला हवा. त्या प्रक्रियेत तुम्ही तुमच्यासाठी पाच वर्षांची कल्पना करता आणि तुमचं आयुष्य प्रत्येक दृष्टीनं आदर्श झालं, तर पाच वर्षांनी ते कसं दिसेल याचा विचार करू लागता.

'स्वतःला सीमित करण्याची धारणा' हा ध्येय निश्चित करण्यातील सर्वांत मोठा अडथळा आहे. त्यात, तुम्ही स्वतःला ज्या क्षेत्रात काही ना काही कारणानं कमी मानता– अशा क्षेत्रांचा समावेश असतो. असं होऊ शकतं, की तुम्ही बुद्धी, योग्यता, गुण, सर्जनशीलता, व्यक्तिमत्त्व किंवा अन्य एखाद्या कारणानं स्वतःला अक्षम किंवा कमी मानत असता. परिणामी, तुम्ही स्वतःला स्वस्तात विकता. स्वतःची कमी किमतीत गणना करून तुम्ही ध्येय निश्चित करू शकत नाही. जरी एखादं ध्येय निश्चित केलं, तरी ते फार छोटं असतं, तुमच्या क्षमतेपेक्षा फार तोकडं असतं.

कोणतीही मर्यादा नसल्याची कल्पना करा

आदर्शीकरण आणि *भविष्याभिमुख* (फ्यूचर ओरिएंटेशन) यांचा मिलाप करून तुम्ही स्वतःवर लादून घेतलेल्या मर्यादा संपवता. तुम्ही कल्पना करता, की तुम्हाला काहीही मर्यादा नाहीत. तुमचं ध्येय साध्य करण्यासाठी आवश्यक तो सर्व वेळ, गुण आणि योग्यता तुमच्याकडे असल्याची तुम्ही कल्पना करता. तुम्ही आयुष्यात कुठेही असलात तरी कल्पना करता, की तुमच्याकडे ते सारे मित्र, संपर्क आणि संबंध आहेत, ज्यांची तुम्हाला प्रत्येक दरवाजा उघडण्यासाठी आणि प्रत्येक मनाजोगी गोष्ट मिळवण्यासाठी गरज आहे. तुम्ही कल्पना करता, की महत्त्वपूर्ण ध्येय निश्चित करण्यात कोणतीही मर्यादा नाही आणि तुम्हाला हवं ते तुम्ही होऊ शकता, मिळवू शकता आणि करू शकता.

निळ्या आकाशाच्या विचाराचा अभ्यास करा

चार्ल्स गारफिल्ड यांनी 'उच्च कामगिरी' (पीक परफॉर्मन्स) करणाऱ्यांचा अभ्यास केला. त्यात त्यांनी एक रोचक शोध घेतला. त्यांनी अशा स्त्री-पुरुषांचं विश्लेषण केलं, ज्यांनी कित्येक वर्षं आपल्या कामात सरासरी कामगिरीनंतर अचानक महान यश आणि निपुणता प्राप्त केली. त्यांच्या निदर्शनास आलं, की 'उड्डाणाच्या बिंदूवर' त्यांच्यातील प्रत्येकानं 'निळ्या आकाशाच्या विचाराचा' (ब्ल्यू स्काय थिंकिंग) वापर केला होता.

निळ्या आकाशाच्या विचारात तुम्ही कल्पना करता, की ज्या प्रकारे तुम्ही स्वच्छ निळं, अमर्याद आकाश पाहता, त्याच प्रकारे तुमच्यासाठीही कोणतीही मर्यादा नाही. तुमच्यासाठी सर्व गोष्टी शक्य आहेत. तुम्ही कित्येक वर्षं पुढे जाता आणि तुमचं आयुष्य प्रत्येक दृष्टीनं आदर्श झाल्याची कल्पना करता. मग तुम्ही वळून पाहता की आज तुम्ही कुठे आहात आणि स्वतःला प्रश्न विचारता : 'माझं आदर्श भविष्य घडवण्यासाठी मी काय काय केलं असेल?'

मग तुम्ही तुमच्या विचारात वर्तमानापर्यंत परतता आणि विचारता, 'भविष्यात माझी सगळी ध्येयं साध्य करता यावीत यासाठी या क्षणानंतर मला काय करायला हवं?'

तुमच्या स्वप्नांशी तडजोड करू नका

तुम्ही जेव्हा आदर्शीकरण आणि भविष्याभिमुखतेचा अभ्यास करता, तेव्हा तुम्ही तुमचं व्यक्तिमत्त्व आणि भविष्य यांविषयी तुमच्या स्वप्नांशी आणि दूरदृष्टीशी कोणतीही तडजोड करत नाही. तुम्ही तुमची ध्येयं छोटी करत नाही किंवा अपूर्ण यशानं समाधानीही होत नाही. त्याशिवाय तुम्ही 'मोठी स्वप्नं पाहता' आणि ब्रह्मांडातील

सर्वांत शक्तिशाली लोकांपैकी एक असल्याप्रमाणे मानसिकदृष्ट्या भविष्यात पुढे जाता. तुम्ही तुमचं आदर्श भविष्य रचता. तुम्हाला खरोखरच काय हवं आहे, याचा तुम्ही निर्णय घेता. त्यानंतरच तुम्ही वर्तमानातील क्षणापर्यंत परत येऊन वर्तमानातील स्थितीमध्ये तुम्हाला काय शक्य आहे याचा विचार करता.

तुम्ही बिझनेस आणि करिअरपासून सुरुवात करा. तुमचं व्यावसायिक आयुष्य आजपासून पाच वर्षांनी आदर्श झालं आहे असा विचार करा. या प्रश्नांची उत्तरं द्या -

१) तुमचं आदर्श जीवन कसं दिसेल?
२) तुम्ही कोणतं काम करत असाल?
३) तुम्ही कुठे काम करत असाल?
४) तुम्ही कोणाबरोबर काम करत असाल? तुमच्यावर कोणत्या प्रकारची जबाबदारी असेल?
५) तुमच्याकडे कोणत्या प्रकारच्या योग्यता आणि क्षमता असतील?
६) तुम्ही कोणत्या प्रकारचं ध्येय साध्य करत असाल?
७) तुमच्या क्षेत्रात तुमची किती प्रतिष्ठा असेल?

असीम चिंतनाचा अभ्यास करा

या प्रश्नांची उत्तरं देताना तुम्हाला काहीही मर्यादा नाहीत याची कल्पना करा. तुम्हाला प्रत्येक गोष्ट शक्य आहे याची कल्पना करा. पीटर ड्रकर यांनी एकदा म्हटलं होतं, ''आपण एका वर्षात काय काय मिळवू शकतो याचा आपण खूप जास्त अंदाज बांधत राहतो. पण आपण पाच वर्षांत काय मिळवू शकतो याचा फार कमी अंदाज बांधतो''. तुमच्या बाबतीत असं होऊ देऊ नका.

आता भविष्यातील तुमच्या आदर्श जीवनाची कल्पना करा.

१) आजपासून पाच वर्षांनी तुम्ही किती कमवत असाल?
२) तुमची जीवनशैली कशी असेल?
३) तुम्ही कोणत्या प्रकारच्या घरात राहत असाल?
४) तुम्ही कोणती कार चालवत असाल?
५) तुम्ही स्वतःला आणि कुटुंबाला कोणकोणत्या भौतिक सोयीसुविधा देत असाल?
६) तुमच्या बँक खात्यात किती पैसे असतील?
७) तुम्ही दरमहा, दरवर्षी किती पैशांची बचत आणि गुंतवणूक करत असाल?
८) निवृत्तीच्या वेळी तुमची नेटवर्थ किती असेल?

तुमच्याकडे जादूची पाटी असल्याची कल्पना करा. तुम्ही त्यावर जे हवं ते लिहू शकता. तुम्ही भूतकाळातील प्रत्येक घटना पुसून टाकू शकता आणि भविष्याचं मनाजोगं छायाचित्र काढू शकता. तुम्ही कोणत्याही वेळ पाटी स्वच्छ करून पुन्हा सुरुवात करू शकता. तुम्हाला कोणतीही मर्यादा नाही.

तुमच्या आदर्श कौटुंबिक आयुष्याची कल्पना करा

तुमच्या कौटुंबिक आणि वर्तमान संबंधांकडे लक्ष देताना पाच वर्षांनंतरची कल्पना करा.

१. तुमचं कौटुंबिक आयुष्य आजपासून पाच वर्षांनी आदर्श झाल्यास ते कसं असेल?
२. तुम्ही कोणाबरोबर राहत असाल आणि कोणाबरोबर राहत नसाल?
३. तुम्ही कुठे आणि कसे असाल?
४. तुमच्या आयुष्याचा स्तर कसा असेल?
५. प्रत्येक गोष्ट प्रत्येक प्रकारे आदर्श झाल्यास आजपासून पाच वर्षांनी तुमच्या आयुष्यातील सर्वांत महत्त्वाच्या लोकांशी तुमचे संबंध कसे असतील?

तुम्ही तुमच्या आदर्श भविष्याची फँटसी रचता आणि कल्पना करता तेव्हा तुम्ही केवळ एक प्रश्न विचारता – *'कसं?'* हा सर्वांत ताकदवान प्रश्न आहे. हा प्रश्न पुन्हा पुन्हा विचारण्यामुळे तुमची सर्जनशीलता प्रेरित होते आणि विचार निर्माण होतात. त्यांच्या मदतीनं तुम्हाला तुमचं ध्येय साध्य करण्यासाठी मदत मिळते. अयशस्वी लोक नेहमी निश्चित केलेलं ध्येय साध्य करणं शक्य आहे की नाही या संभ्रमात असतात. दुसरीकडे, मोठं यश मिळवणारे लोक केवळ *'कसं?'* हाच प्रश्न विचारतात. मग ते त्यांची स्वप्नं आणि ध्येयं सत्यात उतरवण्याच्या पद्धती शोधण्यामागे लागतात.

आदर्श आरोग्य आणि तंदुरुस्ती

आरोग्य आणि तंदुरुस्तीबाबत तुम्ही कुठे आहात ते तपासा.

१. आजपासून पाच वर्षांनी तुमची शारीरिक स्थिती आदर्श असल्यास तुम्ही कसे दिसाल आणि तुम्हाला कसं वाटत असेल?
२. तुमचं आदर्श वजन किती असेल?
३. तुम्ही दर आठवड्याला किती व्यायाम कराल?

४. तुमचं आरोग्य कसं असेल?
५. भविष्यात उत्तम शारीरिक आरोग्याचा आनंद घेण्यासाठी तुम्ही आज डाएट, व्यायाम, दिनचर्या आणि आरोग्याच्या कोणत्या सवयी बदलाल?

मग तुम्ही कल्पना करता की, तुम्ही महत्त्वपूर्ण प्रभावी व्यक्ती आहात, तुमच्या समुदायातील सक्रिय खेळाडू आहात. तुम्ही आजूबाजूच्या जगात महत्त्वाचं योगदान देत आहात. तुम्ही तुमच्या आणि इतरांच्या आयुष्यात बदल घडवत आहात. तुमची सामाजिक प्रतिष्ठा आणि सहभाग आदर्श असता, तर

१. तुम्ही काय करत असता?
२. तुम्ही कोणत्या संघटनांमध्ये काम करत असता किंवा तिथं योगदान देत असता?
३. तुमचा प्रबळ विश्वास आणि समर्थन असलेले कोणते उद्देश आहेत? या क्षेत्राशी अधिकाधिक कसे जोडले जाऊ शकाल?

फक्त एवढं करा!

मोठं यश मिळवणारे लोक आणि कमी यश मिळवणारे लोक यांच्यात मूलभूत फरक 'कर्मकेंद्रित' होण्याचा आहे. आयुष्यात मोठं काम करणारे स्त्री-पुरुष प्रामुख्यानं कर्मकेंद्रित असतात. ते प्रत्येक वेळी चालत राहतात. ते नेहमी व्यग्र असतात. त्यांच्या मनात कोणताही विचार आला, की लगेच त्यावर कामाला सुरुवात करतात.

दुसरीकडे कमी यशस्वी किंवा अयशस्वी लोकांचे उद्देश नेहमी चांगले असतात, पण त्यांच्याकडे आज म्हणजेच वर्तमानात काम न करण्याचा कोणता ना कोणता बहाणा असतो. ''नरकाची वाट चांगल्या उद्देशांनी भरलेली आहे'', असंही म्हटलं जातं.

योग्यता, ज्ञान, गुण, शिक्षण आणि क्षमता यांच्या वैयक्तिक यादीच्या संदर्भानं स्वतःची पडताळणी करा. जर तुम्ही प्रगती करताना स्वतःच्या सर्वोच्च संभाव्य स्तरावर पोहोचलात (आणि त्याला जवळपास काहीही मर्यादा नाही) तर या प्रश्नांची उत्तरं द्या.

१. आजपासून पाच वर्षांनी तुम्ही कोणतं जास्तीचं ज्ञान किंवा योग्यता मिळवाल?
२. कोणत्या क्षेत्रात, कोणत्या कामात तुम्हाला उत्कृष्ट मानलं जाईल?
३. तुम्ही भविष्यात कोणत्या वेळी तुमच्या क्षेत्रात शिखरावर पोहोचू इच्छिता, त्यासाठी आवश्यक ज्ञान आणि योग्यता विकसित करण्यासाठी तुम्ही दररोज काय करत असाल?

या प्रश्नांची उत्तरं दिल्यावर तुम्हाला पुढचा प्रश्न विचारायचा आहे – 'कसं?' काही वर्षांनी तुमच्या क्षेत्रात नेतृत्व करण्यासाठी तुम्हाला आवश्यक असलेल्या त्या योग्यता आणि तज्ज्ञता कशा मिळवाल?

तुमचं आदर्श कॅलेंडर तयार करा

तुमच्या आदर्श जीवनशैलीची रूपरेषा आखा. १ जानेवारी ते ३१ डिसेंबरपर्यंतचं तुमचं आदर्श कॅलेंडर तयार करा –

१. तुम्ही वीकएंड्स आणि सुटीच्या काळात काय करू इच्छिता?
२. तुम्ही दर आठवड्याला, महिन्याला आणि वर्षात किती सुट्या घ्याल आणि किती दिवसांच्या?
३. तुम्हाला कुठे-कुठे जायचे आहे?
४. कोणतीही मर्यादा नसल्यास आणि तुमचा तुमच्या वेळेवर पूर्ण अधिकार असल्यास तुम्ही पूर्ण वर्षभरात काय काय करू इच्छिता?

प्रोव्हर्ब २९:१८मध्ये सांगण्यात आलं आहे, 'जिथं कोणतंही स्वप्नं नसतं, तिथं लोक नष्ट होतात'. याचा अर्थ असा आहे, की तुमच्याकडे तुमच्या भविष्याचं रोमांचक स्वप्न नसल्यास प्रेरणा आणि उत्साहाच्या बाबतीत तुम्ही 'मरून' जाल. पण याची उलट बाजूही खरी आहे. रोमांचक स्वप्न असल्यास तुम्ही दररोज सातत्यानं प्रेरित होता आणि तुमच्या आदर्श स्वप्नाला सत्यात उतरवण्यासाठी आवश्यक ती सर्व पावलं टाकता.

आनंदाची किल्ली

तुम्हाला समजलं आहे, की 'आनंद खरं तर सार्थक ध्येयाची क्रमशः प्राप्ती आहे'. तुमच्याकडे स्पष्ट-रोमाचंक ध्येयं आणि उद्दिष्टं असतील तर तुम्ही तुमच्या आणि तुमच्या जगाबाबत जास्त आनंद अनुभवू शकाल. तुम्ही जास्त सकारात्मक आणि आशावादी व्हाल. तुम्ही जास्त सुखी आणि उत्साही व्हाल. तुम्ही *आतून* प्रेरित व्हाल आणि सकाळपासूनच कामाला लागाल. कारण तुमचं प्रत्येक काम तुम्हाला तुमच्यासाठी महत्त्वपूर्ण असलेल्या दिशेनं घेऊन जाणारं असेल.

बहुतांश वेळ तुम्ही तुमच्या आदर्श भविष्याबाबत विचार करण्याचा संकल्प करा. तुमच्या आयुष्यातले सर्वांत चांगले दिवस भविष्यात येणार आहेत, हे लक्षात ठेवा. तुमचे सर्वांत आनंदी क्षणही अजून यायचे बाकी आहेत. तुमचं सर्वाधिक उत्पन्न तुम्हाला येणाऱ्या काही महिन्यांत आणि वर्षांत मिळेल. तुमच्या भूतकाळापेक्षा तुमचं भविष्य अधिक चांगलं असेल. ते असीमित असेल.

तुमच्या दीर्घकालीन भविष्याबाबत तुम्ही जितके जास्त स्पष्ट असाल, तितक्याच जास्त वेगानं तुमची स्वप्नं साकार करण्यासाठी तुम्हाला मदतीची गरज असलेल्या लोकांना आणि परिस्थितीला तुमच्या आयुष्यात आकर्षित करू शकाल.

तुमचं भविष्य घडवा

१. प्रत्येक प्रश्नाला उत्तर आहे, प्रत्येक मर्यादेतून बाहेर पडण्याचा उपाय आहे आणि त्याला कोणतीही सीमा नाही याची कल्पना करा. तुम्ही तुमच्यासाठी जे ध्येय निश्चित करणार आहात, ते साध्य करू शकता याची कल्पना करा. तर मग तुम्ही कोणतं काम कराल?

२. 'भविष्यापासून वर्तमानापर्यंतचा उलट विचार' याचा अभ्यास करा. आजपासून पाच वर्षं पुढे जा आणि मागे वळून वर्तमानाकडे पहा. कोणत्या कामांमुळे तुमचं जग आदर्श होईल?

३. तुमची आर्थिक स्थिती प्रत्येक बाबतीत आदर्श असण्याची कल्पना करा. तुम्ही किती कमवाल, तुमची नेटवर्थ किती असेल या ध्येयपूर्तीसाठी तुम्ही आजपासूनच कोणती पावलं टाकू शकता?

४. कल्पना करा, तुमचं कुटुंब आणि कौटुंबिक जीवन आदर्श असल्यास ते कसं असेल? ते आदर्श बनवण्यासाठी तुम्ही आजपासूनच काय करायला हवं किंवा करायला नको?

५. तुमच्या आदर्श कॅलेंडरची रूपरेषा आखा. जानेवारी ते डिसेंबरपर्यंतचं नियोजन अशा पद्धतीनं करा, की जणूकाही बंधन किंवा मर्यादाच नाहीत. त्यासाठी तुम्हाला आजपासून काय काय बदल करावे लागतील?

६. कल्पना करा, की तुमचं आरोग्य आणि तंदुरुस्ती प्रत्येक बाबतीत आदर्श आहे. तुमची स्वप्नं सत्यात उतरण्यासाठी आजपासून तुम्ही कोणती कामं करू शकाल?

४
तुमची जीवनमूल्यं स्पष्ट करा

ब्रह्मांडात सारं काही आहे : आणि एक ईश्वर आहे आणि अस्तित्वाचा एक सिद्धान्त आणि एक नियम, एक तर्क जो विचार करणाऱ्या सर्व प्राण्यांमध्ये विभागलेला आहे आणि एक सत्य.

–मार्कस ऑरेलियस

आयुष्याच्या प्रत्येक क्षेत्रात सर्वांत जास्त यशस्वी होणारे लोक आणि लीडर्स यांच्यात एक अत्यंत महत्त्वाचा गुण आहे. तो गुण म्हणजे, ते कोण आहेत, त्यांचा कशावर विश्वास आहे आणि ते कोणत्या सिद्धान्ताच्या पायावर उभे आहेत हे त्यांना नेमकं माहीत असतं. बहुतांश लोक आपली ध्येयं, जीवनमूल्यं आणि आदर्श यांच्या बाबत द्विधा मनःस्थितीत असतात. त्यामुळे ते पुढे-मागे होत राहतात आणि खूप कमी प्राप्त करू शकतात. दुसरीकडे यशस्वी लीडर्स तितक्याच किंवा त्यापेक्षाही कमी योग्यता आणि संधी मिळूनही जास्त यश प्राप्त करतात.

आयुष्य हे आतून बाहेर जगलं जातं. तुमची जीवनमूल्यं तुमच्या व्यक्तिमत्त्वाचं मूळ केंद्र आहेत. तुमची जीवनमूल्यंच तुम्ही जे आहात, ते घडवतात. तुम्ही बाहेर जे काही करता, ती प्रत्येक गोष्ट आंतरिक जीवनमूल्यांकडून दिग्दर्शित आणि निश्चित असते. मग ते स्पष्ट असो किंवा धूसर... तुमची आंतरिक जीवनमूल्यं जितकी जास्त स्पष्ट असतील, तुमची बाहेरची कामंही तितकीच जास्त नेमकी आणि परिणामकारक होतील.

व्यक्तिमत्त्वाचे पाच स्तर

तुमच्या व्यक्तिमत्त्वाला पाच वर्तुळं असलेलं टार्गेट माना. कल्पना करा, की तुमचं व्यक्तिमत्त्व पाच वर्तुळांनी बनलेलं आहे. त्याच्या केंद्रस्थानी तुमची जीवनमूल्यं आहेत. ती बाहेरच्या बाजूला म्हणजे तुमच्या विश्वासाच्या वर्तुळात झळकतात.

तुमच्या जीवनमूल्यांनी तुमचे स्वतःविषयी आणि आजूबाजूच्या जगाविषयीही विश्वास निश्चित होतात. जर तुमची जीवनमूल्यं प्रेम, करुणा आणि उदारता अशी

सकारात्मक असतील, तर या जगात राहणारे लोक याच जीवनमूल्यांचे अधिकारी आहेत आणि तुम्ही त्यांच्या बरोबर तसेच वागाल असा तुमचा विश्वास असेल.

तुमच्या व्यक्तिमत्त्वाचं तिसरं वर्तुळ म्हणजेच तुमचा विश्वास हा *तुमच्या अपेक्षा* निश्चित करतो. तुमची जीवनमूल्यं सकारात्मक असल्यास तुम्ही चांगले असल्याचा तुम्हाला विश्वास असेल. तुम्ही चांगली व्यक्ती आहात असा तुम्हाला विश्वास असल्यास तुम्ही तुमच्या बरोबर चांगल्या गोष्टी असण्याची अपेक्षा कराल. तुम्ही तुमच्या बरोबर चांगल्या गोष्टी असण्याची अपेक्षा करत असल्यास तुम्ही सकारात्मक, आनंदी आणि भविष्य केंद्रित असाल. तुम्ही लोकांमध्ये तसंच परिस्थितींमध्ये चांगल्याचाच शोध घ्याल.

तुमच्या व्यक्तिमत्त्वाचा चौथा स्तर तुमच्या अपेक्षांमुळे निश्चित होतो. हा असतो तुमचा *दृष्टिकोन*. तुमचा दृष्टिकोन तुमची जीवनमूल्यं, विश्वास आणि अपेक्षांचं बाहेरचं प्रतिबिंब असेल. उदाहरणार्थ, हे जग जगण्यासाठी चांगलं आहे असं तुमचं जीवनमूल्य आहे आणि तुम्ही आयुष्यात खूप यशस्वी व्हाल हा तुमचा विश्वास असेल, तर तुमच्या बरोबर घडणारी प्रत्येक गोष्ट कोणत्या ना कोणत्या प्रकारे तुम्हाला मदत करेल, ही तुमची अपेक्षा असेल. परिणामी, तुमचा इतरांप्रति सकारात्मक मानसिक दृष्टिकोन विकसित होईल. त्यावर तेही सकारात्मक प्रतिसाद देतील. तुम्ही अधिक आनंदी आणि आशावादी व्हाल. इतर लोक तुमच्या बरोबर आणि तुमच्यासाठी काम करण्यास तयार होतील, तुमच्याकडून सामानाची खरेदी करायला किंवा विकायला तयार होतील आणि जास्त यशस्वी व्हायला मदत करतील. त्यामुळे सकारात्मक मानसिक दृष्टिकोन आयुष्याच्या प्रत्येक क्षेत्रात महान यशाचा साथीदार असतो.

पाचवं वर्तुळ किंवा जीवनस्तर म्हणजे तुमचं काम. तुमची बाहेरची कामं अखेरीस तुमच्या सर्वांत आतली जीवनमूल्यं, विश्वास आणि अपेक्षांचं बाह्य प्रतिबिंब असतील. त्यासाठी तुम्ही तुमच्या आयुष्यात आणि कामधंद्यात जे काही मिळवता, ते एखाद्या बाह्य तत्त्वाव्यतिरिक्त तुमच्या आत काय होत आहे, या गोष्टीमुळे जास्त निश्चित होईल.

जसं आत, तसं बाहेर

लोकांच्या परिस्थिती पाहून ते कसा विचार करतात हे तुम्ही कायमच सांगू शकता. आतून सकारात्मक, आशावादी, ध्येयकेंद्रित आणि भविष्यकेंद्रित असलेली व्यक्ती बहुतांश वेळी सुखी, यशस्वी आणि संपन्न आयुष्याचा आनंद घेते.

ॲरिस्टॉटलनं सांगितलं होतं, की माणसाच्या आयुष्याचं अंतिम ध्येय किंवा उद्देश आनंद मिळवणं हा आहे. तुम्ही तुमच्या आंतरिक जीवनमूल्यांच्या *सामंजस्यानं*

काम करता तेव्हा तुम्ही सर्वांत जास्त आनंदी असता. तुम्ही ज्याला चांगलं, योग्य आणि खरं मानता ते पूर्ण सामंजस्यानं जगल्यावर तुम्हाला तुमच्या जगात आणि स्वतःविषयी आनंदी तसंच सकारात्मकता जाणवू लागेल.

तुमची ध्येयं तुमच्या जीवनमूल्यांच्या सामंजस्यानुसार असायला हवीत आणि तुमची जीवनमूल्यं तुमच्या ध्येयांच्या सामंजस्यानुसार असली पाहिजेत. त्यासाठी तुमच्या जीवनमूल्यांना स्पष्टपणे ओळखणं हा बहुतेकदा उच्च उपलब्धीचा आणि परमोच्च कामगिरीचा सुरुवातीचा बिंदू असतो. जीवनमूल्यं स्पष्ट करण्यासाठी तुम्हाला तुमच्या आयुष्यात खरोखरच काय महत्त्वाचं आहे याचा चांगल्या रीतीनं विचार करण्याची आवश्यकता आहे. त्यानंतर तुम्हाला केवळ त्या जीवनमूल्यांच्या आसपास तुमचं संपूर्ण जीवन व्यवस्थित आखायचं आहे.

आंतरिक जीवनमूल्यांच्या विरोधात जगण्याच्या प्रयत्न हा तणाव, नकारात्मकता, दुःख, निराशावाद, राग आणि उद्वेगही निर्माण करू शकतो. महान आयुष्याच्या निर्मितीसाठी तुमची स्वतःप्रति असलेली जबाबदारी म्हणजे तुम्ही तुमच्या प्रत्येक कामात तुमच्या जीवनमूल्यांबाबत संपूर्णपणे स्पष्ट असलं पाहिजे.

तुम्हाला खरोखरच काय हवं आहे हे ओळखा

स्टीफन कवी यांनी एकदा सांगिलं होतं, ''यशाची शिडी चढताना ती योग्य इमारतीला टेकवलेली असेल याची खात्री करून घ्या''. आकर्षक वाटणारी ध्येयं साध्य करण्यासाठी लोक कठोर मेहनत करतात, पण ध्येय साध्य झाल्यावर त्यातून काहीही आनंद किंवा समाधान मिळालं नसल्याचं त्यांना जाणवतं. ते विचारतात, ''माझी मेहनत निरर्थक होती का?'' बाहेरच्या उपलब्धीचा तुमच्या आतल्या जीवनमूल्यांशी ताळमेळ नसतो तेव्हा असं होतं. त्यामुळे अशी गोष्ट तुमच्या बाबतीत होऊ देऊ नका.

सॉक्रेटीस यांनी सांगितलं होतं, ''तपासलं न गेलेलं आयुष्य जगण्यालायक नसतं''. ही गोष्ट तुमच्या जीवनमूल्यांप्रमाणेच जगण्याच्या प्रत्येक पैलूला लागू होते. तुम्ही 'पुढे जाण्याच्या' आधारावर तुमची जीवनमूल्यं आखता. तुम्ही फुटबॉल सामन्यात 'टाइम-आउट' घेतल्यासारखं घड्याळ थांबवता आणि विचारता, ''या क्षेत्रातील माझी जीवनमूल्यं काय आहेत?''

बायबलमध्ये मॅथ्यू १६.२६मध्ये लिहिलं आहे, ''जर माणसानं संपूर्ण जग जिंकलं पण आपला आत्मा गमवला, तर काय फायदा?'' आपल्या आतल्या विश्वासाच्या आणि जीवनमूल्यांच्या सामंजस्यानं जगत असलेले लोक जगात सर्वांत आनंदी आहेत. सर्वांत दुःखी लोक त्यांचे महत्त्वपूर्ण विश्वास आणि जीवनमूल्य यांच्यामध्ये सामंजस्य नसलेलं जीवन जगत आहेत.

तुमच्या अंतःप्रेरणांवर विश्वास ठेवा

आत्मविश्वास हा महानतेचा पाया आहे. हा पाया अंतःप्रेरणेचा (इंट्युशन) आवाज – तुमच्यातला 'मंद आवाज' – ऐकल्यावर मिळतो. लोकांच्या महानतेला तेव्हा सुरुवात होते, जेव्हा ते आपला आतला आवाज ऐकू लागतात आणि कोणतीतरी मोठी शक्ती प्रत्येक पावलावर त्यांना मार्गदर्शन करत आहे यावर विश्वास ठेवतात.

खऱ्या जीवनमूल्यांचा ताळमेळ घालून जगणं हा आत्मविश्वासाचा, आत्मसन्मानाचा आणि अभिमानाचा राजमार्ग आहे. माणसाची जवळपास प्रत्येक समस्या खरं तर जीवनमूल्यांनुसार जगून सोडवता येऊ शकते. जेव्हा तुम्हाला एखादा तणाव जाणवतो, तेव्हा तुम्ही तुमच्या आत डोकावून पहा आणि विचारा, ''या वेळी मी माझ्या सर्वांत आतल्या जीवनमूल्यांशी कशा प्रकारे तडजोड करत आहे?''

तुमच्या वर्तणुकीवर लक्ष ठेवा

तुमची खरोखरची जीवनमूल्यं काय आहेत हे कसं कळेल? उत्तर सोपं आहे. तुमची खरी जीवनमूल्यं नेहमीच तुमच्या कामातून दिसतात. विशेषतः तणावाखाली केलेल्या कामांमध्ये... जर कधी तुम्हाला या किंवा त्या व्यवहारात निवड करायला लावलं जातं, तेव्हा तुम्ही निवडलेलं काम नेहमी तुमच्या सर्वांत महत्त्वाच्या तत्कालीन जीवनमूल्याच्या दिशेनं असेल.

खरं तर जीवनमूल्यं श्रेणीमध्ये व्यवस्थित असतात. तुमच्याकडे जीवनमूल्यांची मालिका असते. त्यातील काही अत्यंत गहन आणि महत्त्वपूर्ण, तर काही दुर्बल आणि कमी महत्त्वाची असतात. तुम्ही खरोखर कोण आहात आणि काय इच्छिता, हे निश्चित करण्यासाठी एक महत्त्वाचा अभ्यास करू शकता. तो असा, की तुमच्या जीवनमूल्यांचा प्राथमिकतेच्या आधारे प्राधान्यक्रम निश्चित करा. तुमच्या जीवनमूल्यांचं तुलनात्मक महत्त्व तुम्हाला स्पष्ट कळल्यावर तुम्ही त्या अनुषंगानं तुमचं बाह्य जीवन व्यवस्थित करू शकता.

तुमची भूतकाळातील वर्तणूक पडताळा

खरी जीवनमूल्यं निश्चित करण्यात तुमच्या मदतीसाठी काही चांगल्या पद्धती आहेत. सर्वांत आधी, तुमच्या भूतकाळात डोकावू शकता. तुम्ही भूतकाळातील दबावाच्या काळात काय केलं होतं, तुम्हाला निवड करायला लावण्यात आल्यावर तुम्ही पैसे आणि वेळ यांतून कशाची निवड केली होती, या प्रश्नांच्या उत्तरांतून तुमची सर्वांत प्रबळ जीवनमूल्यं कोणती होती हे तुम्हाला कळेल.

डेल कार्नेगी यांनी लिहिलं आहे, *''एखाद्या व्यक्तीला महत्त्वाची सर्वांत जास्त जाणीव कोणत्या गोष्टीमुळे होते हे जर तुम्ही मला सांगितलं तर मी तुम्हाला तिचा जीवनासंबंधीचा संपूर्ण दृष्टिकोन सांगेन''*. कोणत्या गोष्टींमुळे तुम्हाला महत्त्वाची जाणीव होते? कोणत्या गोष्टींमुळे तुमचा आत्मसन्मान वाढतो? कोणती गोष्ट तुमचा आत्मसन्मान आणि अभिमान वाढवते? तुम्ही तुमच्या भूतकाळात असं काय मिळवलं आहे, ज्यामुळे तुम्हाला समाधानाचा सर्वांत सखोल अनुभव मिळाला? या प्रश्नांच्या उत्तरांतून तुम्हाला तुमच्या खऱ्या जीवनमूल्यांबाबत चांगला संकेत मिळेल.

तुमची मनापासूनची इच्छा निश्चित करा

आध्यात्मिक शिक्षक एम्मेट फॉक्स यांनी 'मनापासूनची इच्छा' शोधण्यातील महत्त्व याबाबत लिहिलं आहे – 'तुमची मनापासूनची इच्छा काय आहे? आयुष्यात अशी कोणती गोष्ट आहे जी अंतःकरणापासून तुम्हाला सर्वांत जास्त बनायला, मिळवायला किंवा करायला आवडेल?' जसं माझा एक मित्र म्हणतो, की तुम्ही कोणत्या गोष्टीसाठी प्रसिद्ध होऊ इच्छिता?

तुमच्या अनुपस्थितीमध्ये लोकांकडून तुमचं वर्णन कोणत्या शब्दांत झालेलं तुम्हाला आवडेल? तुमच्या अंत्यसंस्काराच्या वेळी एखाद्याच्या तोंडून तुमच्याविषयी काय बोललेलं तुम्हाला स्वतःला आवडेल? तुमच्या कुटुंबीयांच्या, मित्रांच्या आणि मुलांच्या मनात तुमच्या कोणत्या आठवणी राहाव्यात असं तुम्हाला वाटतं? तुम्हाला लोकांकडून तुमच्याविषयी कोणत्या गोष्टी ऐकायला आवडतील?

आज तुमची छबी कशी आहे? भविष्यात तुम्ही तुमची छबी कशी करू इच्छिता? तुमच्या मनाजोगी छबी करण्यासाठी तुम्ही आजपासूनच काय करू शकता?

तुमचा भूतकाळ तुमचं भविष्य नाही

मोठं होताना कित्येक लोकांना कठीण अनुभवांना सामोरं जावं लागलं होतं. ते कठीण काळात आपटले आणि चुकीच्या संगतीला लागले. त्यांचं वागणं बेकायदेशीर किंवा सामाजिकदृष्ट्या वाईट होतं. काहींना तर त्यांच्या अपराधासाठी तुरुंगातही जावं लागलं. पण, आयुष्यातील एका निश्चित वळणावर त्यांनी स्वतःला बदलण्याचा निर्णय घेतला. भविष्यात आपल्याला कसा माणूस व्हायचं आहे आणि आपली छबी कशी असावी याविषयी त्यांनी गांभीर्यानं विचार केला. ते ज्या जीवनमूल्यांनुसार जगत होते, त्यात बदल घडवून त्यांनी स्वतःचं आयुष्य बदलण्याचा निर्णय घेतला. या निर्णयावर अटळ राहून त्यांनी आपलं आयुष्य बदललं. हे जे इतरांना जमलं ते तुम्हीही करू शकता.

लक्षात ठेवा : **तुम्ही कुठून आला आहात यानं काहीच फरक पडत नाही, तुम्ही कुठे जाणार आहात यानं खरा फरक पडतो.**

प्रत्येक दृष्टीनं असामान्य असल्यावर तुम्ही इतरांबरोबर कसे वागाल? इतरांना भेटल्यानंतर किंवा बोलल्यानंतर तुमच्याविषयी त्यांच्या मनात काय प्रतिमा तयार व्हावी असं तुम्हाला वाटतं? कल्पना करा, की तुम्ही उत्कृष्ट व्यक्ती होऊ शकता, तुम्ही आज जे आहात त्यापेक्षा कसे आणि किती वेगळे होऊ शकता?

तुम्ही स्वतःला किती आवडता?

मानसशास्त्रात आत्मसन्मानाची पातळीच तुमच्या आनंदाची पातळी निश्चित करते. 'तुम्ही स्वतःला किती आवडता', ही आत्मसन्मानाची व्याख्या आहे. तुमचा आत्मसन्मान तुमच्या *स्व-प्रतिमेवर* अवलंबून असतो. तुम्ही स्वतःकडे कोणत्या दृष्टीनं पाहता आणि इतरांबरोबर दैनंदिन व्यवहारात स्वतःबद्दल काय विचार करता? तुमची स्वप्रतिमा तुमच्या स्व-आदर्शांनी तयार होते. तुमचा स्व-आदर्श तुमचे गुण, जीवनमूल्यं, ध्येय, आशा, स्वप्न आणि इच्छा यांनी मिळून तयार होतो.

मानसशास्त्रज्ञांनी शोधलं आहे, की तुमची वर्तणूक तुमच्यानुसार तुमच्या *आदर्श* वर्तणुकीशी जितकी जास्त जुळते, तितकेच जास्त तुम्ही स्वतःला आवडता, तितकाच जास्त सन्मान करता आणि तितकेच जास्त आनंदित होता.

दुसरीकडे, जेव्हा तुमच्या सर्वश्रेष्ठ वर्तणुकीच्या आदर्शाच्या विरुद्ध तुम्ही वागता तेव्हा तुमची स्व-प्रतिमा नकारात्मक होते. तुम्ही तुमच्या मनासारख्या सर्वोत्कृष्ट कामगिरीपेक्षा कमी दर्जाची कामगिरी करत असल्याचं तुम्हाला जाणवतं. परिणामी, तुमच्या आत्मसन्मानाची आणि आनंदाची पातळी कमी होते.

तुमची सर्वश्रेष्ठ कामगिरी करा

ज्या क्षणी तुम्ही तुमच्या सर्वोच्च आदर्शांच्या ताळमेळानं चालता-बोलता, वागता तेव्हा तुमची स्वप्रतिमा सुधारते. तुम्ही तुमच्या आणि तुमच्या जगाबाबतही जास्त आनंदी होता.

उदाहरणार्थ, तुमचं कधी कौतुक होतं किंवा एखाद्या कामगिरीसाठी तुम्हाला पुरस्कार मिळतो, तेव्हा तुमचा आत्मसन्मान वाढतो, कित्येकदा खूपच जास्त वाढतो. तुम्ही स्वतःवर खूश होता. तुमचं संपूर्ण आयुष्य सामंजस्यानं सुरू आहे, तुम्ही तुमच्या आदर्शांनुसार जगत आहात असं तुम्हाला जाणवू लागतं. तुम्ही स्वतःला यशस्वी आणि मूल्यवान मानता.

तुमचं ध्येय सुनियोजित पद्धतीनं अशा परिस्थिती निर्माण करणारं हवं, जे प्रत्येक कामातून तुमचा आत्मविश्वास वाढवेल. तुम्ही भविष्यात जसे होण्याचा विचार करत आहात, तशी असामान्य व्यक्ती तुम्ही झाला आहात, अशा प्रकारे तुम्ही जगलं पाहिजे.

तुमचा कशावर विश्वास आहे हे ओळखा

तुमचा *कामधंदा* आणि *करिअर* यांबाबत तुमची जीवनमूल्यं काय आहेत? अखंडता, मेहनत, अवलंबित्व, सहकार्य, सुरुवात, महत्त्वाकांक्षा आणि सामाजिकतेच्या जीवनमूल्यांवर तुम्ही विश्वास ठेवता? आपल्या कामात जीवनमूल्यांच्या पायावर काम करणारे लोक हे, ते काम न करणाऱ्या लोकांपेक्षा जास्त यशस्वी आणि सन्मानित होतात.

कुटुंबाच्या बाबतीत तुमची जीवनमूल्यं काय आहेत? तुम्ही बिनशर्त प्रेम, प्रोत्साहन, प्रेरणा, धैर्य, क्षमता, उदारता, स्नेह आणि काळजी यांच्या महत्त्वावर विश्वास ठेवता? जे लोक या आधारावर आपल्या आयुष्यातील महत्त्वाच्या लोकांबरोबर वर्तणूक ठेवतात, ते असं न करणाऱ्यांच्या तुलनेत जास्त सुखी असतात.

पैसा आणि *आर्थिक यश* या संदर्भात तुमची जीवनमूल्यं काय आहेत? तुम्ही इमानदारी, मेहनत, बचत, कमी खर्चिकता, शिक्षण, उत्कृष्ट कामगिरी, गुणवत्ता आणि एकाग्रता महत्त्वाची मानता? जे लोक या जीवनमूल्यांनुसार जगतात, ते असं न करणाऱ्या लोकांच्या तुलनेत जास्त आर्थिक यश मिळवतात आणि आपलं आर्थिक ध्येयही जास्त वेगानं प्राप्त करतात.

तुमचं आरोग्य कसं आहे? तुम्ही खाणं-पिणं, व्यायाम आणि आराम यांबाबत स्वयंशिस्त, स्वयंविजय आणि स्वयंनियंत्रण महत्त्वाचं मानता? तुम्ही आरोग्याचे आणि तंदुरुस्तीचे उच्च स्तर निश्चित केले आहेत? तुम्ही दररोज त्या स्तरांनुसार मेहनत करता? जे लोक या जीवनमूल्यांनुसार चालतात, ते असं न करणाऱ्या लोकांच्या तुलनेत दीर्घ आणि अधिक आरोग्यपूर्ण आयुष्य जगतात.

केवळ मनाजोग्या गोष्टींबाबतच विचार करा

नेहमी लक्षात ठेवा : तुम्ही ज्याविषयी जास्त विचार करता, तुम्ही तेच बनता. यशस्वी आणि सुखी लोक आपल्या जीवनमूल्यांबाबत विचार करतात. जीवनमूल्यांना दैनंदिन जीवनात प्रत्येक बाबतीत प्रत्यक्षात कसं आणता येईल, त्यावर काम कसं करता येईल याचा ते विचार करतात. त्याचा मोठा फायदा म्हणजे, तुम्ही तुमच्या जीवनमूल्यांनुसार जितकं जास्त जगाल, तितकेच जास्त सुखी, आरोग्यपूर्ण, सकारात्मक आणि ऊर्जावान व्हाल.

स्वतःशी प्रामाणिक रहा

अखंडता कदाचित सर्वांत महत्त्वाचं जीवनमूल्य आहे. एका अब्जाधीशानं एकदा मला सांगितलं होतं, "अखंडता (Integrity) जीवनमूल्यापेक्षा अधिक महत्त्वाची आहे. हे असं जीवनमूल्य आहे, जे बाकी साऱ्या जीवनमूल्यांची खात्री देतं".

त्यानं माझे डोळे उघडले. कल्पना करा, एखाद्या खास जीवनमूल्याच्या आधारे तुम्ही जगण्याचा संकल्प करता. पण त्यानंतर तुमच्या अखंडतेचा स्तरच तुम्ही तुमच्या संकल्पानुसार काम करता की नाही हे निश्चित करतो. तुम्ही तुमच्या हिशेबानं सर्वश्रेष्ठ जीवन जगण्यासाठी स्वतःला जितकी जास्त शिस्त लावता, तुमच्या व्यक्तिगत अखंडतेचा स्तर तितकाच उंचावतो. तुमच्या अखंडतेचा स्तर जितका जास्त उंच असतो, तुम्हाला तुमच्या प्रत्येक कामात तितकेच जास्त आनंदी आणि शक्तीशाली असल्याचं जाणवतं.

खरंच, महान लोकांच्या अखंडतेचा स्तर नेहमीच उंच असतो. ते त्यांचं जीवन तेव्हाही त्यांच्या सर्वोच्च जीवनमूल्यांनुसार जगतात जेव्हा त्यांच्याकडे कोणीही पाहत नसतं... दुसरीकडे, दुय्यम दर्जाचे स्त्री-पुरुष नेहमीच कोपऱ्यावर वळतात आणि त्यांच्या अखंडतेशी सातत्याने तडजोड करतात. विशेषतः त्यांच्याकडे कोणीही पाहत नसताना...

स्वतःप्रति तसंच इतरांप्रतिही प्रामाणिक रहा

आजच *सन्मानित* व्यक्ती होण्याचा निर्णय घ्या. नेहमी खरंच बोलण्याचा संकल्प करा. तुम्ही नेहमीच स्वतःप्रति आणि इतरांप्रतिही प्रामाणिक राहाल अशी शपथ घ्या. जीवनाच्या प्रत्येक क्षेत्रात तुमची जीवनमूल्यं ओळखा. ती लिहून काढा. मग त्या जीवनमूल्यांनुसार जगताना तुमची वर्तणूक कशी असेल याचा विचार करा. मग काहीही झालं तरी त्याबाबत कधीही तडजोड करू नका.

तुम्ही जेव्हा तुमच्या आयुष्याची आणि तुमच्या बरोबर घडणाऱ्या प्रत्येक गोष्टीची जबाबदारी स्वीकारता, तुमच्या आदर्श आयुष्याची सखोल प्रतिमा तयार करता आणि तुमची जीवनमूल्यं स्पष्ट करता तेव्हा तुम्ही तुमच्या आयुष्याच्या प्रत्येक क्षेत्रात स्पष्ट आणि निश्चित ध्येय मिळवण्यासाठी तयार होता. आता तुम्ही लॉन्चिंग पॅडवर येऊन पोहोचला आहात आणि आभाळात भरारी घेऊन ताऱ्यांपर्यंत पोहोचण्यासाठी संपूर्णपणे सज्ज आहात.

तुमची जीवनमूल्यं स्पष्ट करा

१. आजच तुमच्यासाठी सर्वांत महत्त्वाच्या तीन ते पाच जीवनमूल्यांची यादी करा. तुमचा नेमका विश्वास काय आहे आणि तुम्ही कोणत्या सिद्धान्तांवर अटळ राहता?

२. तुमच्या ओळखीपाळखीचे लोक या वेळी तुम्हाला कोणत्या गुणांसाठी आणि जीवनमूल्यांसाठी सर्वाधिक ओळखतात?

३. इतरांबरोबर तुमच्या संबंधांबाबत मार्गदर्शन करणारी सर्वांत महत्त्वाची जीवनमूल्यं कोणती आहेत?

४. पैसा, संपत्ती आणि आर्थिक यश यांबाबतीत तुमची जीवनमूल्यं काय आहेत? तुम्ही दररोज या जीवनमूल्यांबाबत काम करत आहात का?

५. आदर्श व्यक्तीच्या तुमच्या प्रतिमेचं वर्णन करा. जर तुम्हाला काहीही मर्यादा नसेल, तर तुम्हाला कसं व्हायला आवडेल?

६. तुमचे मित्र आणि कुटुंबीय तुमच्या अंत्यसंस्काराच्या वेळी तुम्हाला कशी श्रद्धांजली वाहतील? तुम्ही लोकांच्या मनात कोणत्या आठवणी सोडून जाऊ इच्छिता ते सांगा.

७. तुम्ही आजच तुमच्या वर्तणुकीत कोणता एक बदल करू शकता, जो तुमच्या जीवनमूल्यांशी ताळमेळ साधून जगण्यासाठी तुम्हाला मदत करेल?

५

तुमची खरी ध्येयं निश्चित करा

तुमची खरोखर इच्छा काय आहे याचा विचार करा. त्यामुळे फुलपाखरांचा पाठलाग करण्यापासून तुमची सुटका होईल आणि तुम्ही सोनं शोधण्याच्या मागे लागाल.

–विल्यम मोल्टन मार्सडेन

ध्येयनिश्चिती असो किंवा यश, माझा आवडता शब्द आहे : 'स्पष्टता'. तुम्ही कोण आहात, तुमच्या इच्छा काय आहेत आणि तुम्ही आयुष्यात काय साध्य करू इच्छिता, त्याविषयी तुमच्या स्पष्टतेच्या पातळीचा आणि ते साकार होण्याचा थेट संबंध असतो.

जसं इमारत बांधण्यापूर्वी आर्किटेक्ट त्या इमारतीची विस्तृत ब्ल्यू प्रिंट तयार करतो, तसंच यशस्वी स्त्री-पुरुष आपल्या आणि आपल्या खऱ्या इच्छांबाबत संपूर्ण स्पष्टता मिळवतात. एखादा कुत्रा शेजारून जाणाऱ्या कारच्या मागे धावतो, तसंच बहुतांश लोक विचार केल्याशिवाय, समजून घेतल्याशिवाय, केवळ आयुष्यात धावायला सुरुवात करतात. मग, आपल्या हाती गोष्टी का लागत नाहीत किंवा एखादी समाधानकारक बाब कायम का राखून ठेवता येत नाही, याबाबत ते गोंधळात पडतात.

हेन्री डेव्हिड थोरो यांनी एकदा लिहिलं होतं, ''तुम्ही हवेत महाल बांधला आहे का? चांगली गोष्ट आहे. तो तिथंच असायला हवा. आता कष्ट करून त्याखाली पायाही रचा''.

या प्रकरणात आपण तुमच्या स्वप्नांना आणि जीवनमूल्यांना स्पष्ट ध्येय आणि उद्देश यांच्यात घालणार आहोत, जेणेकरून तुम्ही दररोज त्यावर काम करू शकाल.

वैयक्तिक ध्येयं आखा

मी आधीही उल्लेख केला आहे, की अडचणी दूर करण्यासाठी आणि महान ध्येयं साध्य करण्यासाठी प्रबळ, ज्वलंत इच्छा असणं अनिवार्य आहे. जेव्हा तुमची ध्येयं

पूर्णतः वैयक्तिक असतील, तेव्हाच प्रबळ इच्छा निर्माण होतील. माणूस आपल्या इच्छेनं वैयक्तिक ध्येय निवडतो. दुसऱ्या कोणालातरी तुमच्याकडून काम करवून घ्यायचं आहे किंवा तुम्ही दुसऱ्या कोणालातरी खूश करण्यासाठी एखादी गोष्ट मिळवू इच्छित आहात या आधारावर ध्येयं निवडली जाऊ नयेत. ध्येयनिश्चितीची प्रक्रिया परिणामकारक होण्यासाठी तुम्ही अतिशय स्वार्थी झालं पाहिजे. तुम्हाला जे खरोखरच हवं आहे तेच तुम्ही निवडायला हवं.

याचा अर्थ असा नाही, की तुम्ही घरी किंवा ऑफिसात इतरांसाठी काम करू शकत नाही. आयुष्याचं ध्येय निश्चित करताना तुम्ही स्वतःपासून सुरुवात करता आणि पुढच्या दिशेनं काम करता, एवढाच त्याचा अर्थ आहे.

मोठा प्रश्न

मी आयुष्यात खरोखर काय करू इच्छितो? हा ध्येयनिश्चितीतील सर्वांत महत्त्वाचा प्रश्न आहे. तुम्ही जर आयुष्यात केवळ एक गोष्ट करू शकलात, बनू शकलात किंवा मिळवू शकलात, तर ती काय असेल? लक्षात ठेवा, तुम्ही पाहू शकत नसलेल्या टार्गेटवर तुम्ही निशाणा साधू शकत नाही. आगामी महिन्यांत आणि वर्षांमध्ये या प्रश्नावर तुम्हाला पुन्हा पुन्हा परतावं लागेल.

खरं ध्येय निश्चित करताना तुम्ही तुमची स्वप्नं, जीवनमूल्यं आणि आदर्श यांच्यापासून सुरुवात करता. सुरुवातीला ही ध्येयं वस्तुस्थितीच्या पलीकडे किंवा फँटसीसारखी वाटतील. पण, आता तुमचं काम त्या ध्येयांना मूर्त स्वरूपात आणण्याचं आहे. कागदावर स्वप्नातील घराची रूपरेषा आखण्यासारखं...

तुम्हाला खरोखर काय हवं आहे याचा निर्णय घ्या

तुमच्या सर्वसाधारण ध्येयांपासून सुरुवात करा आणि मग खास ध्येयांकडे वळा –

१. बिझनेस आणि करिअरमध्ये या क्षणी तुमची सर्वांत महत्त्वाची तीन ध्येयं कोणती आहेत?

२. या क्षणी तुमची सर्वांत महत्त्वाची आर्थिक ध्येयं कोणती आहेत?

३. कुटुंब, मित्रमंडळी किंवा आप्तेष्टांबाबत तुमची या क्षणी सर्वांत महत्त्वाची ध्येयं कोणती आहेत?

४. आरोग्य आणि तंदुरुस्तीबाबतीत तुमची या क्षणी सर्वांत महत्त्वाची तीन ध्येयं कोणती आहेत?

तुमच्या मुख्य चिंता ओळखा

याआधी दिलेल्या प्रश्नांची दुसरी बाजू ही आहे : **आयुष्यात या क्षणी माझ्या सर्वांत मोठ्या तीन चिंता कोणत्या आहेत?** रोजच्या आयुष्यात तुम्हाला कोणत्या गोष्टीचा त्रास होतो, चिंता वाटते? कोणती गोष्ट तुम्हाला उचकवते किंवा चिडायला भाग पाडते? कोणती गोष्ट तुमच्या आनंदावर सर्वांत मोठा दरोडा घालते? जसं माझा एक मित्र नेहमी म्हणतो, ''यामुळे कुठे दुखावता?''

तुमच्या सर्वांत मोठ्या अडचणी आणि चिंता ओळखल्यानंतर स्वतःला विचारा :

१. या अडचणींमध्ये प्रत्येकाचं आदर्श समाधान, उपाय काय आहे?
२. मी या अडचणी किंवा चिंता तत्काळ कशा संपवू शकतो?
३. प्रत्येक समस्या सोडवण्याचा सर्वांत वेगवान आणि सोपा मार्ग कोणता?

समस्या सोडवण्याची उत्तम पद्धत

११४२मध्ये ब्रिटिश तत्त्वज्ञ विल्यम ऑफ ऑकहॅम यांनी समस्या सोडवण्याची एक पद्धत शोधली. त्याला 'ऑकहॅम्स रेझर' असं म्हटलं जातं. उपाय शोधण्याची ही पद्धत काळाबरोबरच लोकप्रिय झाली आहे. ऑकहॅम यांचं म्हणणं होतं, ''कोणत्याही समस्येचा योग्य उपाय सर्वसाधारणपणे सरळ आणि सोपा असतो. त्यात सर्वांत कमी पावलं टाकावी लागतात''.

खूप लोक चुकून आपल्या ध्येयांना आणि समस्यांना गरजेपेक्षा जास्त गुंतागुंतीचं करून ठेवतात. पण, उपाय जितका गुंतागुंतीचा असेल, त्याची अंमलबजावणी करण्याची शक्यता तितकीच कमी असेल आणि परिणाम मिळवण्यात तितकाच जास्त वेळही लागेल. उपाय सरळ असणं आणि ध्येयापर्यंत लवकर पोहोचणं ही सर्वोत्तम पद्धत आहे.

तुमचं उत्पन्न दुप्पट करा

कित्येक लोक मला सांगतात, की त्यांना त्यांचं उत्पन्न दुप्पट करायचं आहे. ते सेल्सच्या क्षेत्रातील असल्यास मी विचारतो, ''तुमची उत्पन्न दुप्पट करण्याची सर्वांत वेगवान आणि साधी पद्धत कोणती आहे?'' त्यावर ते काही उपाय सांगू लागतात. त्यानंतर मला सर्वांत उपयुक्त वाटलेला उपाय त्यांना उत्तरादाखल सांगतो, ''तुम्ही तुमच्या क्वालिफाइड प्रॉस्पेक्ट्सबरोबर जितका वेळ घालवता, तो दुप्पट करा''.

विक्री वाढवण्याचा सर्वांत सोपा मार्ग हाच आहे, की अधिक चांगल्या प्रॉस्पेक्ट्सबरोबर आपण जास्त वेळ घालवणं. जरी तुम्ही तुमच्या क्षमता वाढवू

शकला नाहीत, तुमच्यात काहीही बदल झाला नाही, तरी प्रॉस्पेक्ट्सबरोबर समोरासमोर घालवलेल्या मिनिटांची संख्या दुप्पट केल्यास तुमचं विक्री-उत्पन्नही दुप्पट होऊ शकेल.

एका अभ्यासात १९२८ ते आजपर्यंतच्या आकडेवारीचं विश्लेषण करण्यात आलं. त्यानुसार सरासरी विक्री करणारी माणसं (सेल्स पीपल) दररोज त्यांच्या प्रॉस्पेक्ट्सबरोबर केवळ दीड तास घालवतात. सर्वांत जास्त उत्पन्न देणारी विक्री करणारी माणसं दोन ते तीन पट जास्त वेळ घालवतात. ते त्यांच्या संपूर्ण दिवसाचं नियोजन इतकं चांगल्या रीतीनं करतात, जेणेकरून त्यांना त्या लोकांबरोबर जास्त वेळ घालवता येईल, ते त्यांच्याकडून उत्पादनं किंवा सेवा विकत घेऊ शकतील आणि विकत घेतील. परिणाम स्पष्ट आहेत. ते प्रॉस्पेक्ट्सबरोबर जितका जास्त वेळ घालवतात, तितकेच विक्रीकलेत निपुण होत जातात. परिणामी, ते जास्त उत्पादनांची विक्री करतात आणि कमी वेळात जास्त कमाई करतात.

तुमची उत्पादकता दुप्पट करा

तुमच्या कामकाजाची बारकाईनं पडताळणी करा. तुम्हाला आढळून येईल, की तुमच्या कामाचा २० टक्के भाग ८० टक्के परिणाम देतो. आम्ही प्रगत प्रशिक्षण कार्यक्रमात आमच्या ग्राहकांना याच सर्वांत मौल्यवान २० टक्के कृती ओळखायला आणि दुप्पट करायला शिकवतो.

आम्ही त्यांना हे सांगत नाही, की त्यांनी डोकं लावून नव्यानं दिवसाचं नियोजन करावं किंवा जास्तीचं काम करावं. काम जरी कमी असलं, तरी त्याला महत्त्व द्यायला आम्ही त्यांना शिकवतो. या पद्धतीनं काम केल्यावर आमचे काही ग्राहक एका महिन्यातच त्यांची उत्पादकता आणि उत्पन्नही दुप्पट करतात. भलेही ते त्या पदावर कित्येक वर्षांपासून टाचा झिजवत असतील.

तुम्ही जिथं असाल तिथूनच तुमच्या ध्येयाकडे पोहोचण्याचा सर्वांत सरळ आणि सोपा रस्ता शोधा. कमीतकमी चालावं लागेल असा उपाय शोधा. सर्वांत मोठी गोष्ट म्हणजे काम करा. तात्कालिकतेची जाणीव विकसित करा. जसं कवी जॉन ग्रीनलीफ व्हिटियर यांनी म्हटलं होतं की, वाणीच्या आणि लेखणीच्या माध्यमातून बाहेर पडलेले सर्वांत दुःखद शब्द म्हणजे : 'हे घडू शकलं असतं'.

जादूची छडी फिरवा

तुमचं खरं ध्येय निश्चित करण्यासाठी 'जादूची छडी' या तंत्राचा उपयोग करा. कल्पना करा, की तुमच्याकडे जादूची छडी आहे. ती तुम्ही तुमच्या आयुष्याच्या प्रत्येक पैलूवर फिरवून तुमच्या इच्छा सत्यात उतरवू शकता का?

तुमच्या बिझनेसवर आणि करिअरवर जादूची छडी फिरवा. जर तुम्ही तुमच्या कामात-व्यवसायात तीन इच्छा साकार करू शकत असाल, तर त्या कोणत्या असतील? तुमच्या आर्थिक आयुष्यावर जादूची छडी फिरवा. तुमच्या तीन आर्थिक इच्छा साकार करू शकत असाल, तर त्या कोणत्या असतील?

तुमच्या कौटुंबिक जीवनावर आणि संबंधांवर जादूची छडी फिरवा. या क्षेत्रात तुमच्या तीन इच्छा पूर्ण होऊ शकत असल्यास त्या कोणत्या असतील? तुमचं कौटुंबिक जीवन प्रत्येक दृष्टीनं आदर्श होणार असेल तर ते कसं होईल?

तुमच्या आरोग्यावर आणि तंदुरुस्तीवर जादूची छडी फिरवा. तुमच्या शरीराच्या आणि आरोग्याच्या संदर्भात त्या इच्छा प्रत्यक्षात येऊ शकणार असल्यास त्या कोणत्या असतील? तुमचं आरोग्य आदर्श असतं, तर ते आजपासून किती आणि कसं वेगळं असतं?

तुमच्यातल्या योग्यतांवर जादूची छडी फिरवा. तुम्ही जर तीन मोठ्या योग्यता प्राप्त करू शकलात तर त्या कोणत्या असतील?

जादूच्या कांडीचं हे तंत्र अतिशय मजेशीर आहे आणि त्याबरोबर खूप ज्ञानवर्धकही आहे. जादूच्या कांडीची कल्पना केल्यामुळे त्या क्षेत्रातील तुमचं खरं ध्येय आपोआपच समोर येईल. आपल्याला काय करायचं आहे, आपण कुठे जात आहोत, हे माहीत नसलेल्या लोकांचाही तुम्ही या तंत्रानं फायदा करून देऊ शकता. हा प्रश्न विचारल्यानं खूप आश्चर्यकारक गोष्टी समोर येतात.

जगण्यासाठी सहा महिने

ध्येयनिश्चितीच्या या प्रश्नानंही तुमची खरी जीवनमूल्यं स्पष्ट होतात. कल्पना करा, की तुम्ही संपूर्ण वैद्यकीय चाचणीसाठी एखाद्या डॉक्टरकडे गेला आहात. काही दिवसांनंतर डॉक्टर तुम्हाला बोलावून सांगतात, ''माझ्याकडे तुमच्यासाठी चांगली बातमी आहे आणि वाईटही... चांगली बातमी म्हणजे पुढचे सहा महिने तुम्ही अतिशय चांगलं आणि ऊर्जावान आयुष्य जगाल. वाईट बातमी म्हणजे, सहा महिन्यांनी एका असाध्य आजारानं तुमचा मृत्यू होईल''.

जगण्यासाठी तुमच्याकडे केवळ सहाच महिने उरले आहेत, असं तुम्हाला आज कळलं, तर या पृथ्वीवरचे तुमचे अखेरचे सहा महिने तुम्ही कसे जगाल? तुम्ही हा वेळ कोणाबरोबर व्यतित कराल? तुम्ही कुठे जाल? कोणतं काम पूर्ण करायचा प्रयत्न कराल? कोणत्या गोष्टी जास्त कराल आणि कोणत्या गोष्टी कमी कराल?

हे प्रश्न विचारल्यावर तुमच्या डोक्यात सर्वांत आधी जे येतं, ते तुमच्या खऱ्या जीवनमूल्यांचं प्रतिबिंब असेल. त्यात जवळपास तुमच्या जीवनातील सर्वांत महत्त्वाच्या लोकांचा समावेश असेल. या स्थितीत खूप कमी लोक ''अरे, मी ऑफिसमध्ये जाऊन सगळ्या कामांचा फडशा पाडेन'', असं सांगतील.

तुमच्या स्वप्नांची यादी करा

तुम्हाला काहीही मर्यादा नाहीत अशी तुम्ही कल्पना कराल, तेव्हा तुमचं खरं ध्येय निश्चित करण्यासाठी स्वप्नांची यादी करा. स्वप्नांची यादी म्हणजे, तुम्हाला जे व्हायचं आहे, जे मिळवायचं आहे, करायचं आहे त्या प्रत्येक गोष्टीची यादी... मात्र त्याला कुठेही, कोणतीही मर्यादा असू नये.

चिकन सूप फॉर द सोल मालिकेचे सहलेखक मार्क व्हिक्टर हॅन्सन यांचा सल्ला आहे, की तुम्ही तुमच्या आयुष्यात साध्य करू इच्छित असलेल्या कमीतकमी शंभर ध्येयांची यादी कागदावर तयार करा. मग कल्पना करा, की ही ध्येयं साध्य करण्यासाठी आवश्यक वेळ, पैसा, मित्र, योग्यता आणि स्रोत तुमच्याकडे उपलब्ध आहेत. आता मोकळेपणानं स्वप्न पहा आणि फँटसीत रंगून जा. केवळ प्रत्येक मनाजोगी गोष्ट कोणतीही मर्यादा नसल्यासारखी लिहा.

त्यानंतर एक आश्चर्यकारक गोष्ट घडेल. शंभर स्वप्नांची यादी केल्यानंतर तीस दिवसांतच तुमच्या आयुष्यात उल्लेखनीय घटना घडतील. तुमची ध्येयं इतक्या वेगानं साध्य होण्यास सुरुवात होईल, ज्याची तुम्ही आज कल्पनाही करू शकत नाही. कमीतकमी शंभर ध्येयं लिहिणाऱ्या सर्वच लोकांच्या बाबतीत हे होतं. तुम्हीही हे अजमावून पाहिलं पाहिजे. त्याचे परिणाम पाहून तुम्ही निश्चितच आश्चर्यचकित व्हाल.

त्वरित लक्षाधीश व्हा!

कोणताही कर नसलेली दहा लाख डॉलर्सची लॉटरी जिंकलात तर तुम्ही तुमच्या आयुष्यात काय बदल कराल? हा प्रश्न तुम्हाला ध्येय निश्चित करण्यासाठी उपयुक्त ठरेल. तुम्ही तुमचं आयुष्य किती आणि कसं बदलाल? तुम्ही कोणत्या क्षेत्रात जाल आणि कशातून बाहेर पडाल? तुम्ही कोणती कामं जास्त आणि कोणती कमी कराल? तुम्ही पहिली गोष्ट काय कराल?

या प्रश्नाचा अर्थ आहे, की जर तुम्हाला निवडीची पूर्ण सवलत दिल्यास तुम्ही तुमचं आयुष्य कसं बदलाल? आपण बदलांना घाबरतो. या मूलभूत कारणामुळे आपण त्याच स्थितीत राहतो, ज्या आपल्यासाठी सर्वोत्तम नाहीत. पण, जेव्हा तुम्ही कल्पना करता की तुमच्या मनाजोगी कामं करण्यासाठी आणि तुमच्या मनासारखं आयुष्य जगण्यासाठी आवश्यक पैसा तुमच्याकडे आला आहे, तेव्हा खरी ध्येयं आपोआप तुमच्या समोर येतात.

उदाहरणार्थ, तुम्ही या क्षणी चुकीच्या नोकरीत कार्यरत असल्यास खूप पैसा मिळवूनही तुम्ही ती नोकरी सोडण्यासाठी ताबडतोब तयार व्हाल. पण, तुम्ही योग्य नोकरीत असल्यास खूप पैसा मिळवूनही तुमच्या करिअर निवडीवर अजिबातच

परिणाम होणार नाही. म्हणूनच स्वतःला विचारा की, उद्या मी दहा लाख डॉलर्सची करमुक्त लॉटरी जिंकलो तर मी काय काय करेन?

अपयशाची काहीही भीती नाही

खरी ध्येयं स्पष्ट करण्यासाठी मदत करणारा आणखी एक प्रश्न हा आहे : **तुम्हाला नेहमीच काय करायचं होतं, पण त्यासाठी प्रयत्न करण्याची भीती वाटते?** तुम्ही इतरांना त्यांच्या मनासारखं काम कौतुकास्पद रीतीनं करताना पाहता, तेव्हा तुम्हाला नेहमीच कोणतं काम करायचं होतं हे समजेल.

तुम्हाला स्वतःचा बिझनेस सुरू करायचा होता का? तुम्हाला कधी निवडणूक लढवायची होती का? तुम्हाला कधी नवीन करिअर घडवायचं होतं का? तुम्हाला नेहमीच करायची इच्छा होती आणि प्रयत्न करण्याची भीती वाटत होती, अशी कोणती गोष्ट होती का?

तुमच्या आवडीचं काम करा

तुमच्या आयुष्याची अल्पकालीन आणि दीर्घकालीन ध्येयं निश्चित करताना तुम्हाला **'मला माझ्या आयुष्यातील प्रत्येक क्षेत्रात कोणतं काम करण्यात सर्वांत जास्त मजा येते?'** हे सातत्यानं स्वतःला विचारावं लागेल. उदाहरणार्थ, तुम्ही दिवसभरात केवळ एक काम करू शकलात तर ते कोणतं असेल? तुम्ही मोफत कोणतंही काम किंवा पूर्ण वेळाचं काम करण्यास तयार असाल तर ते कोणतं असेल? कोणत्या कामामुळे किंवा जबाबदारीमुळे तुम्हाला सर्वांत जास्त आनंद आणि समाधान मिळतं?

मानसशास्त्रज्ञ अब्राहम मॅस्लो यांनी 'परमोच्च अनुभव' ही संकल्पना मांडली. परमोच्च अनुभवाचा अर्थ आहे, की व्यक्तीला सर्वांत जास्त आनंद, उत्साह आणि उल्लास देणारे क्षण किंवा काळ. आयुष्यात तुमचं ध्येय अधिकाधिक परमोच्च अनुभव घेण्याचंही आहे. असा अनुभव मिळवण्यासाठी तुम्हाला काय करावं लागेल? मागे वळून पाहिल्यावर भूतकाळातील परमोच्च अनुभव ओळखा. त्यानंतर, तुम्ही वर्तमानात आणि भविष्यात त्या अनुभवांची पुनरावृत्ती कशी करू शकता याचा अंदाज घ्या. आतापर्यंतच्या तुमच्या आयुष्यातील सर्वांत सुखद क्षण कोणते? तुम्ही भविष्यातही असे क्षण कसे मिळवू शकाल? *कोणतं काम करायला तुम्हाला आवडतं?*

बदल घडवा

तुम्हाला सामाजिक सहभागाची आणि योगदानाचीही ध्येयं ठेवावी लागतील. **तुम्ही तुमच्या जगात कोणत्या प्रकारचा फरक, बदल घडवू इच्छिता?** तुम्ही कोणत्या

संघटना, उद्देश, गरजा किंवा सामाजिक समस्यांवर काम करू इच्छिता? कोणतं परिवर्तन तुम्ही पाहू इच्छिता? कोणत्या दुर्दैवी लोकांना तुम्ही मदत करू इच्छिता?

तुम्ही आर्थिकदृष्ट्या खूप श्रीमंत असता तर कोणत्या चांगल्या कामांसाठी आर्थिक मदत दिली असती? सर्वांत महत्त्वाचं, तुम्ही तुमच्या जगात फरक आणण्यासाठी आजपासूनच काय करू शकता? प्रत्येक गोष्ट आदर्श होण्यासाठी भविष्यातील कुठल्याही तारखेची वाट पाहू नका. त्याऐवजी काहीही करून आजपासूनच सुरुवात करा.

स्पष्ट आर्थिक ध्येय बनवा

तुमचं आर्थिक जीवन हे ध्येयनिश्चितीचं फार महत्त्वाचं क्षेत्र आहे. तुमचं उत्पन्न आणि बचत आदर्शवत असल्यास तुम्ही कदाचित तुमची बहुतांश बिगरआर्थिक ध्येयं जास्त वेगानं आणि सहजपणे साध्य करू शकता.

आदर्श परिस्थितीमध्ये तुम्ही दर महिन्याला, दरवर्षी किती पैसे मिळवू इच्छिता? तुम्ही दर महिन्याला, दरवर्षी किती पैशांची बचत आणि गुंतवणूक करू इच्छिता? भविष्यात एखाद्या वेळी तुमची नेटवर्थ किती असावी असं तुम्हाला वाटतं? निवृत्तीच्या वेळेपर्यंत तुम्ही किती मालमत्ता निर्माण करू इच्छिता आणि कधीपर्यंत इच्छिता? बहुतांश लोक त्यांच्या आर्थिक ध्येयांबाबतीत द्विधा मनःस्थितीत असतात. पण जेव्हा तुम्ही ती सुस्पष्ट करता, तेव्हा ती साध्य करण्याचं सामर्थ्य नाट्यमय पद्धतीनं वाढतं.

स्पष्टता तुमच्या स्वप्नांना सत्यात उतरवते

जेव्हा तुमच्या मनाजोग्या गोष्टी एकदम स्पष्ट होतात, तेव्हा तुम्ही बहुतांश काळ तुमच्या ध्येयांबाबत विचार करू शकता. तुम्ही त्याबाबत जितका जास्त विचार करता, ती साकार होऊन तुमच्या आयुष्यात तितक्याच वेगानं येतात.

आयुष्याच्या प्रत्येक टप्प्यावर तुम्ही तुमच्या ध्येयांबाबत प्रश्न विचारण्याच्या प्रक्रियेतून तुमचे विचार स्पष्ट होत जातात. त्यामुळे तुम्ही जास्त एकाग्र होता. झिग झिग्लर म्हणतात, ''तुम्ही भटकणाऱ्या सर्वसामान्य माणसापासून अर्थपूर्ण अशा खास माणसात बदलता''

सर्वांत मोठी गोष्ट, तुम्ही त्या बिंदूवर पोहोचता जिथे तुम्ही तुमच्या आयुष्यातला प्रमुख उद्देश निश्चित करता. हीच फार मोठी उपलब्धी आणि असामान्य यशाचा स्प्रिंगबोर्ड आहे.

'तुमचं प्रमुख निश्चित ध्येय ठरवा' हे पुढच्या प्रकरणाचं शीर्षक आहे आणि ते साध्य करण्याची पद्धत पुढच्या प्रकरणात सांगितली आहे.

✵ तुमची खरी ध्येयं निश्चित करा

१. तुमच्या आयुष्यातील तीन सर्वांत महत्त्वाची ध्येयं लिहा.

२. या क्षणी तुमच्या सर्वांत मोठ्या तीन चिंता किंवा समस्या कोणत्या आहेत?

३. जर तुम्ही उद्या दहा लाख डॉलर्सची करमुक्त लॉटरी जिंकलात, तर तुम्ही तुमच्या आयुष्यात तातडीनं कोणते बदल कराल?

४. तुम्हाला कोणतं काम खरोखर मनापासून आवडतं? कोणत्या कामामुळे तुम्हाला मूल्य, महत्त्व आणि समाधान यांची सर्वांत जास्त जाणीव होते?

५. जादूची छडी फिरवून तुम्हाला मनाजोगी गोष्ट मिळवता येत असेल तर तुम्ही कोणत्या गोष्टीची इच्छा प्रकट कराल?

६. जर तुमच्याकडे जगण्यासाठी केवळ सहाच महिने शिल्लक असतील, तर तुम्ही काय काय कराल? तुम्ही तुमचा वेळ कोणकोणत्या क्षेत्रांसाठी द्याल?

७. कोणतीही मर्यादा नसल्यास तुम्ही तुमच्या आयुष्यात खरोखर काय करू इच्छिता?

६
तुमचं प्रमुख निश्चित ध्येय ठरवा

जिंकण्यासाठी प्रत्येक माणसात एक गुण असायला हवा. तो म्हणजे निश्चित ध्येय - आपल्याला काय हवं आहे याचं ज्ञान आणि ते मिळवण्याची ज्वलंत इच्छा.

–नेपोलियन हिल

तुम्ही ज्याबाबत जास्त वेळ विचार करता, तुम्ही तेच होता. म्हणून प्रमुख निश्चित ध्येय, उद्देश तुम्हाला प्रत्येक क्षणी एकाग्र करतो. पीटर ड्रकर यांनी म्हटल्यानुसार, ''जेव्हाही तुम्ही एखादं पूर्ण काम पाहता, तेव्हा त्यामागे मिशनवर काम करणारी एक एकाग्रचित्त व्यक्ती तुम्हाला आढळेल''.

तुम्ही तुमचं प्रमुख ध्येय आणि ते साकार करण्याच्या पद्धतीबाबत जितका जास्त विचार करता, तुमच्या जीवनात आकर्षणाच्या नियमाला तितकंच जास्त सक्रिय करता. तुम्ही लोक, संधी, विचार आणि संसाधनं यांना तुमच्याकडे आकर्षित करू लागता. त्या जोरावर तुम्ही तुमच्या ध्येयाकडे जास्त वेगानं जाऊ लागता आणि तुमचं ध्येय तुमच्याकडे जास्त वेगानं येऊ लागतं.

संवादाच्या नियमानुसार तुमचे अनुभव-जाणिवेच्या बाहेरचं क्षेत्र तुमच्या ध्येयाच्या आंतरिक क्षेत्राशी कायम संपर्क करतं आणि ताळमेळ राखतं. तुम्ही तुमच्या एखाद्या निश्चित ध्येयाबाबत विचार करता, बोलता आणि दर वेळी काम करता, तेव्हा तुमचं बाहेरचं क्षेत्र आरशाप्रमाणे त्याला प्रतिबिंबित करतं.

निश्चित ध्येय तुमच्या अवचेतन मनालाही तुमच्या बाजूनं सक्रिय करतं. तुम्ही जे विचार, योजना किंवा ध्येय तुमच्या जागरूक मनात स्पष्टपणे ठेवता, त्यामुळे तुमच्या अवचेतन मनात (आणि तुमच्या अतिचेतन मनात, ज्याबाबत आपण नंतर बोलणार आहोत) ताबडतोब प्रत्यक्ष बदल होऊ लागतील.

'रेटिक्युलर कॉर्टेक्स'ला सक्रिय ठेवणं

प्रत्येक माणसाच्या मेंदूत एक विशेष भाग असतो, त्याला 'रेटिक्युलर कार्टेक्स' असं म्हटलं जातं. मेंदूतला हा बोटाइतका लहान भाग आहे. एखाद्या ऑफिसमध्ये

टेलिफोन स्विचबोर्ड ज्या पद्धतीनं काम करतो, तसंच काम हा भागही करतो. जसं, सारे फोन कॉल्स आधी स्विचबोर्डवर येतात आणि नंतर योग्य व्यक्तीपर्यंत पोहोचवले जातात, तसंच तुमच्या इंद्रियांकडून येणारी सर्व माहिती रेटिक्युलर कॉर्टेक्सद्वारे मेंदूकडे किंवा तुमच्या मनातल्या योग्य भागापर्यंत पोहोचवली जाते.

रेटिक्युलर कॉर्टेक्समध्ये तुमचं *रेटिक्युलर उत्तेजन तंत्र* समाविष्ट असतं. जेव्हा तुम्ही तुमच्या रेटिक्युलर कॉर्टेक्सला ध्येयाचा संदेश पाठवता, तेव्हा ते तुमचं ध्येय साध्य करण्यासाठी मदत करणाऱ्या तुमच्या आजूबाजूच्या लोकांबद्दल, माहितीबद्दल आणि संधीबद्दल तुम्हाला ताबडतोब जागरूक आणि चौकस करू लागतं.

लाल स्पोर्ट्स कार

उदाहरणार्थ कल्पना करा, की तुम्हाला एक लाल स्पोर्ट्स कार हवी आहे. तुम्ही ती तुमचं ध्येय म्हणून नोंदवता. तुम्ही त्याबाबत विचार करू लागता आणि तिचं मानसिक स्तरावर चित्र पाहू लागता. ही प्रक्रिया तुमच्या रेटिक्युलर कॉर्टेक्सला संदेश पाठवते, की लाल स्पोर्ट्स कार आता तुमच्यासाठी महत्त्वाची आहे. लाल स्पोर्ट्स कारचं छायाचित्र तातडीनं तुमच्या मानसिक रडारच्या स्क्रीनवर पोहोचतं.

त्या क्षणानंतर तुम्ही जिथं कुठेही जाल, तिथं तुम्हाला लाल स्पोर्ट्स कारच दिसू लागतील. तुम्ही गाडी चालवतानाही तुम्हाला त्या दिसतील आणि वळताना दूरवरही तुम्हाला त्या दिसतील. तुम्ही त्यांना पार्किंगमध्ये उभ्या असलेल्या पाहाल आणि शोरूममध्येही... तुम्ही कुठेही गेलात, तरी तुमचं विश्व लाल स्पोर्ट्स कारनंच भरलेलं दिसेल.

जर तुम्ही एखादी मोटरसायकल खरेदी करायचा निर्णय घेतला, तर तुम्हाला प्रत्येक ठिकाणी मोटरसायकल दिसू लागतील. तुम्ही हवाई बेटांवर जायचा निर्णय घेतला, तर तुमचं लक्ष सुट्टी घालवण्यासाठीची पोस्टर्स, जाहिराती, माहितीपत्रकं आणि टीव्ही कार्यक्रम यांच्याकडे जाईल. तुम्ही तुमच्या रेटिक्युलर कॉर्टेक्सला पाठवलेलं ध्येय तुमच्या रेटिक्युलर उत्तेजन तंत्राला प्रेरित करतं आणि त्या ध्येयाला प्रत्यक्षात साकारण्यासाठीच्या सर्व शक्य उपायांच्या बाबतीत तुम्हाला जागृत करतं.

आर्थिक स्वातंत्र्य मिळवणं

तुम्ही आर्थिकदृष्ट्या स्वतंत्र होण्याचा निर्णय घेतलात, तर तुम्हाला अचानक तुमच्या अवतीभोवती सर्व प्रकारच्या संधी आणि शक्यता दिसू लागतील. त्या माध्यमातून तुम्ही तुमचं आर्थिक ध्येय साध्य करू शकाल. तुमची नजर वृत्तपत्रांतल्या या विषयाशी संबंधित असलेल्या लेखांवर जाईल. तुम्ही जिथं कुठं जाल, तिथं तुम्हाला या विषयावरची पुस्तकंही दिसू लागतील. तुम्हाला पोस्टाद्वारेही याबाबत माहिती मिळेल,

आग्रह केला जाईल. तुमचं आर्थिक ध्येय साध्य करण्यासाठी तुम्हाला मदत करू शकणाऱ्या त्या सर्व विचारांनी आणि माहितीनं घेरलं गेल्यासारखं तुम्हाला वाटेल.

दुसरीकडे, तुम्ही तुमच्या रेटिक्युलर कॉर्टेक्सला आणि अवचेतन मनाला स्पष्ट सूचना न दिल्यास जणू धुक्यात गाडी चालवल्यासारखं तुमचं आयुष्य चालत राहील. तुम्ही तुमच्या अवतीभोवती असलेल्या बहुतांश संधींबाबत आणि शक्यतांबाबत जागरूक नसाल. मोठ्या मुश्किलीनं तुम्ही त्या संधी, शक्यता पाहू शकाल.

असं म्हटलं गेलं आहे, की - ध्यान, लक्ष हेच आयुष्याचं गमक आहे. तुमचं लक्ष जिकडे असतं, तिकडे तुमचं आयुष्य जातं. एका प्रमुख निश्चित ध्येयामुळे तुम्ही तुमच्या ध्यानाचा स्तर उंचावता. ध्येय जास्त वेगानं साध्य करण्यासाठी तुम्हाला उपयुक्त ठरू शकणाऱ्या आजूबाजूच्या त्या प्रत्येक गोष्टीबाबत तुम्ही जास्त संवेदनशील होता.

तुमचं प्रमुख निश्चित ध्येय

प्रमुख निश्चित ध्येयाची व्याख्या म्हणजे, एक असं ध्येय, जे या क्षणी तुमच्यासाठी सर्वांत महत्त्वाचं आहे. सर्वसाधारणपणे हे ध्येय मूलभूत असतं. अन्य कित्येक ध्येयं साध्य करण्यासाठी हे मूलभूत ध्येय तुम्हाला मदत करतं. त्यामुळे मूलभूत ध्येयामध्ये पुढील गुण असायला हवेत.

१. जी गोष्ट तुम्हाला मनापासून हवी आहे, असं मूलभूत ध्येय असायला हवं. हे ध्येय साध्य करण्याची तुमची इच्छा इतकी खोल असायला हवी, की ते साध्य करण्याच्या विचारानंच तुम्ही रोमांचित आणि आनंदित व्हाल.
२. मूलभूत ध्येय विशेष आणि स्पष्ट असलं पाहिजे. हे ध्येय शब्दांत व्यक्त करता येण्यासारखं, स्पष्टपणे लिहिता येण्यासारखं असायला हवं. जेणेकरून एखाद्या लहान मुलालाही ते वाचून तुम्हाला काय हवं आहे, तुम्ही आतापर्यंत ते मिळवू शकलात किंवा नाही, हे नेमकेपणानं समजेल.
३. मूलभूत ध्येय मोजता येण्यासारखं आणि संख्यात्मक असायला हवं. ''मला खूप पैसा मिळवायचा आहे'', असं सांगण्यापेक्षा ''मी अमुक तारखेपर्यंत दरवर्षी एक लाख डॉलर्स मिळवू इच्छितो'', असं म्हणणं अधिक चांगलं ठरेल.
४. मूलभूत ध्येय विश्वासार्ह आणि शक्य असलं पाहिजे. तुमचं प्रमुख निश्चित ध्येय इतकं जास्त मोठं किंवा मूर्खपणाचं असू नये, की ते साध्य करणं अशक्य असेल.

५. प्रमुख निश्चित ध्येयापर्यंत पोहोचण्यात यशाची तार्किक शक्यता असायला हवी - सुरुवातीला कदाचित ५० टक्के. जर तुम्ही आधी कधी प्रमुख निश्चित ध्येयापर्यंत पोहोचू शकलेले नसाल, तर असं ध्येय निश्चित करा, ज्यात यशाची शक्यता ८०-९० टक्के असेल. ते ध्येय कमीतकमी सुरुवातीला तरी सोपं असावं, कालांतरानं तुम्ही यशाच्या त्यापेक्षा कमी शक्यतांनुसार मोठं ध्येय निश्चित करू शकता आणि त्यासाठी आवश्यक पावलं टाकण्यासाठी प्रेरित होऊ शकता. तेव्हा सुरुवातीला असं ध्येय निश्चित करा, जे विश्वासार्ह आणि शक्य असेल, ज्यात यशाची शक्यता जास्त असेल. जेणेकरून तुमच्यात सुरुवातीपासूनच *जिंकण्याचा* विश्वास निर्माण होईल.

६. तुमच्या प्रमुख निश्चित ध्येयाचं इतर ध्येयांशी *सामंजस्य* असायला हवं. जर तुम्ही एका बाजूला तुमच्या करिअरमध्ये आर्थिक यश मिळवू इच्छित असाल, पण दुसरीकडे जास्त वेळ गोल्फ खेळू इच्छित असाल, तर ही दोन्ही ध्येयं एकमेकांसाठी पूरक ठरू शकत नाहीत. तुमच्या प्रमुख ध्येयाचा इतर छोट्या ध्येयांशी आणि जीवनमूल्यांशी काहीतरी *ताळमेळ* असला पाहिजे.

तुमचे पाय नेहमी जमिनीवर ठेवा

माझ्या एका सेमिनारमध्ये एका महिलेनं मला सांगितलं, की तिनं तिचं प्रमुख निश्चित ध्येय ठरवलं आहे. तिचं ध्येय काय आहे, मी तिला विचारलं. ती म्हणाली, ''मी एका वर्षात मिलिअनेअर होणार आहे''.

उत्सुकतेनं मी विचारलं, की सध्या तिची नेटवर्थ किती आहे? तेव्हा कळलं, की ती गरीब होती. मी तिला विचारलं, की ती काय करते? त्यावर तिनं सांगितलं, की अक्षम असल्यामुळे तिला अलीकडेच नोकरीवरून काढून टाकण्यात आलं आहे. मग मी तिला विचारलं, की अशा परिस्थितीत ती एका वर्षात दहा लाख डॉलर्स मिळवणं किंवा मिलिअनेअर होण्याचं ध्येय का निश्चित करत आहे?

मी सांगितलेल्या गोष्टीचा तिनं पुनरुच्चार केला, की तुम्ही कोणतंही मनासारखं प्रमुख ध्येय निश्चित करू शकता. मात्र, ते अत्यंत स्पष्ट असायला हवं. तिला खात्री होती, की यशस्वी होण्यासाठीच्या सर्व गोष्टी तिच्याकडे आहेत. मी तिला समजावलं, की तिची सध्याची परिस्थिती पाहता तिचं हे ध्येय अवास्तव आणि अशक्य वाटत आहे, हे ध्येय साध्य करण्यासारखं नाही. त्यानंतर ती हताश झाली. अशा प्रकारचं ध्येय तिला काम करण्यासाठी प्रेरितच करू शकत नाही, जे तिला भावी आर्थिक यश मिळवण्यासाठी करायला हवं. तिची प्रेरणा वाढण्याऐवजी कमी होईल.

स्वतःशी प्रामाणिक रहा

एका सेमिनारमध्ये एका माणसानं त्याचं प्रमुख निश्चित ध्येय 'विश्वशांती स्थापन करणं' आहे असं मला सांगितलं. मी त्याला समजावलं, की जोपर्यंत तो एखाद्या अतिशय सामर्थ्यशाली देशाचा पंतप्रधान किंवा राष्ट्रपती होत नाही, तोपर्यंत त्याला विश्वशांतीवर विशेष काही करता येणार नाही. हे विराट ध्येय त्याला साध्य करता येण्यासारखं, रोज काम करू शकेल असं वैयक्तिक ध्येय ठरवण्यापासून अडवेल. हे ऐकून तो चिडला आणि बाहेर निघून गेला. त्याच्या कल्पनेला माझ्याकडून प्रोत्साहन न मिळाल्यानं तो नाराज झाला.

या दोन बाबतींत लोक ध्येयनिश्चितीचा वापर स्वतःच्या *विरोधात* करत होते. साध्य करता येणार नाही, असं ध्येय ठरवून ते स्वतःला अपयशासाठी तयार करत होते. परिणामी, ते लवकर हताश होतील आणि प्रयत्न करणंच सोडून देतील.

ध्येय ठरवण्यास सुरुवात करताना हा मोठा धोका आहे आणि त्यापासून तुम्ही दूर राहायला हवं. ही एक काळोखी गल्ली आहे, जी उत्साह आणि रोमांच देण्याऐवजी निराशा आणि निरुत्साहाकडे घेऊन जाते.

स्वतःला उद्ध्वस्त करू नका

तारुण्यात मी ही चूक केली होती. मी सुरुवातीला ध्येय निश्चित करताना उत्पन्नाचं खूप मोठं ध्येय ठरवलं. मी निर्णय घेतला, की तोपर्यंतच्या माझ्या सर्वाधिक उत्पन्नाच्या दहा पट जास्त उत्पन्न मी मिळवेन. तर काही महिने गेले, पण काहीही प्रगती झाली नाही. त्यानंतर मला जाणीव झाली, की माझं ध्येय मला काहीच मदत करत नाहीये. कारण, मी त्याच्या जवळपासही पोहोचू शकलो नव्हतो. मला प्रेरित करण्याची शक्तीच त्यात नव्हती हे त्या वेळी मला स्पष्ट झालं. मला तर ते साध्य करायचं होतं, पण हे शक्य असल्याची पक्की खात्री माझ्या मनात नव्हती. ते शक्य होण्यावर माझा *विश्वास* नसल्यानं माझ्या अवचेतन मनानं ते स्वीकारलं नाही आणि माझ्या रेटिक्युलर कॉर्टेक्सनं त्यावर काम केलं नाही. तुमच्या बरोबर असं होऊ देऊ नका.

मोठा प्रश्न

तुमचं प्रमुख निश्चित ध्येय ठरवण्यासाठीचा सर्वांत महत्त्वाचा प्रश्न : **तुम्ही कोणत्या एका गोष्टीचं स्वप्न पाहण्याची हिंमत करू शकाल? फक्त तुम्ही अशस्वी होणार नाही हे तुम्हाला माहीत असायला हवं.**

जर तुम्हाला कोणतंही एक ध्येय, मग ते छोटं असो किंवा मोठं, अल्पकालीन असो किंवा दीर्घकालीन, यशस्वीरीत्या पूर्ण करण्याची पूर्ण खात्री दिल्यास ते ध्येय कोणतं असेल? तुम्ही जर या प्रश्नाचं उत्तर लिहू शकलात तर कदाचित तुम्ही ते

साध्यही करू शकाल. त्यानंतर तुम्हाला केवळ एक प्रश्न विचारावा लागेल : कसं? एकमात्र वास्तविक मर्यादा ही आहे, की तुम्हाला ते किती मनापासून मिळवायचं आहे आणि त्यासाठी किती दीर्घ काळ काम करण्याची तुमची तयारी आहे.

नोबेल पुरस्कार विजेता

माझ्या एका सेमिनारमध्ये रसायनशास्त्राच्या एका प्रसिद्ध विद्यापीठातील प्राध्यापकही सहभागी झाला होता. त्यांनी दोन वर्षांपूर्वी अन्य दोन शास्त्रज्ञांसह रसायनशास्त्रासाठीचा नोबेल पुरस्कार मिळवला होता. त्यांनी मला सांगितलं, की त्यांनी वयाच्या विसाव्या वर्षी त्यांचं विद्यापीठातलं करिअर सुरू केलं. त्या वेळी त्यांनी रसायनशास्त्राच्या क्षेत्रात मोठं योगदान देण्याचा निर्णय घेतला होता. हेच त्यांचं प्रमुख निश्चित ध्येय होतं. २५ वर्षांपेक्षा जास्त काळ त्यांनी त्यांच्या ध्येयावर लक्ष केंद्रित केलं आणि अखेरीस ते यशस्वी झाले.

त्यांनी मला सांगितलं, ''माझं ध्येय सुरुवातीपासूनच स्पष्ट होतं. मी रसायनशास्त्रात इतकं महत्त्वाचं योगदान देईन, की मी नोबेल पुरस्कार जिंकेन. याबाबतीत मला काहीच शंका नव्हती. नोबेल पुरस्कार मिळाल्यावर मला आनंद झाला, पण आश्चर्य वाटलं नाही''.

किंमत मोजायला तयार रहा

प्रत्येक व्यक्तीला मिलिअनेअर किंवा मल्टिमिलिअनेअर व्हायची इच्छा असते. पण एकमेव प्रश्न हा आहे, की तुम्ही ते आर्थिक ध्येय साध्य करण्यासाठी आवश्यक प्रत्येक गोष्ट करायला तयार आहात की नाही? आणि इतकी वर्षं कष्ट करू इच्छिता की नाही? जर तुम्हाला काहीही करून ते साध्य करायचं असेल तर तुम्हाला कोणतीही गोष्ट रोखू शकत नाही.

दहा ध्येयांचा अभ्यास

इथं तुमच्यासाठी एक अभ्यास आहे. एका कागदावर अशा दहा ध्येयांची यादी करा, जी तुम्ही नजीकच्या भविष्यात साध्य करू इच्छित आहात. ती ध्येयं तुम्ही वर्तमानकाळात लिहा. असं समजा की, तुम्ही ती आधीच साध्य केली आहेत. उदाहरणार्थ असं लिहा, ''माझं वजन अमुक अमुक पौंड आहे''. किंवा ''मी अमुक अमुक डॉलर्स वर्षाला मिळवतो''.

दहा ध्येयांची यादी पूर्ण झाल्यावर त्याकडे पाहत स्वतःला हा प्रश्न विचारा - 'या यादीत असं कोणतं ध्येय आहे, जे तत्काळ साध्य केल्यामुळे माझ्या आयुष्यावर सर्वांत जास्त सकारात्मक परिणाम होईल?'

जवळपास प्रत्येक बाबतीत तेच ध्येय तुमचं प्रमुख निश्चित ध्येय असतं. हे तेच ध्येय आहे, जे तुमच्या आयुष्यावर सर्वांत जास्त परिणाम करू शकतं आणि बाकी ध्येयांना साध्य करण्यातही तुम्हाला मदत करू शकतं.

तुम्ही जे कोणतं ध्येय तुमचं प्रमुख निश्चित ध्येय म्हणून निवडाल, ते एका वेगळ्या कागदावर लिहा. ते साध्य करण्यासाठी तुम्ही काय काय करू शकता? डोक्यात येणारी प्रत्येक गोष्ट कागदावर लिहू काढा. मग तुमच्या यादीबाबत कमीतकमी एक गोष्ट करा – ती ध्येयं तीन बाय पाचच्या आखीव कागदावर लिहून सदैव तुमच्या बरोबर ठेवा आणि नियमित आढावा घेत रहा. या ध्येयांच्या बाबतीत सकाळ, दुपार, रात्र, सदैव विचार करा. ती साध्य करण्याच्या पद्धतींचा सातत्यानं शोध घेत रहा. त्यासाठी तुम्हाला एक प्रश्न विचारावा लागेल : 'कसं?'

ध्येयाचाच विचार करत रहा

प्रमुख निश्चित ध्येय निवडण्याचा आणि त्यावर एकाग्रतेनं लक्ष केंद्रित करण्याचा निर्णय तुमचं आयुष्य इतकं बदलेल, की दुसरा कोणताही निर्णय बदलू शकणार नाही. त्या आधारे तुम्ही तुमच्या मार्गातील तमाम अडचणी आणि समस्या पार करून जाल. तुमचं प्रमुख निश्चित ध्येय कोणतंही असलं, तरी ते लिहून काढा आणि आजच त्यावर काम सुरू करा.

तुमचं प्रमुख निश्चित ध्येय ठरवा

१. तुम्ही अयशस्वी होऊ शकणार नाही याची खात्री दिल्यास, अशी कोणती गोष्ट आहे जिचं स्वप्न पाहण्याची हिंमत तुम्ही करू शकता?
२. येणाऱ्या काही महिन्यांत किंवा वर्षांमध्ये तुम्हाला साध्य करायच्या असलेल्या दहा ध्येयांची सूची करा. ही सूची वर्तमानकाळात करा. तुमच्या आयुष्यावर सर्वांत जास्त सकारात्मक परिणाम करणारं ध्येय निवडा.
३. तुम्ही या ध्येयाच्या दिशेनं होणारी प्रगती मोजणार आहात हे निश्चित करा. ती लिहून काढा.
४. तुमच्या ध्येयाच्या दिशेनं पुढे नेणाऱ्या प्रत्येक शक्य कामाची यादी करा. त्यातील किमान एक काम तातडीनं पूर्ण करा.
५. ध्येय साध्य करण्यासाठी तुम्हाला अतिरिक्त कष्ट, वेळ आणि समर्पण म्हणून किती किंमत मोजावी लागेल हे निश्चित करा आणि ती मोजण्याच्या मागे लागा.

७
तुमच्या विश्वासाचं विश्लेषण करा

माणूस आणि त्याच्या इच्छा यांत केवळ एक गोष्ट उभी असते- त्या इच्छा पूर्ण करण्यासाठी प्रयत्न करण्याची इच्छा आणि त्या गोष्टी मिळवणं शक्य आहे, हा विश्वास.

-रिचर्ड एम. डेवॉस

विश्वासाचा नियम कदाचित सर्वांत महत्त्वाचा मानसिक नियम आहे. हा नियम सांगतो की **तुम्ही ज्या गोष्टीवर दृढ विश्वास ठेवता ती तुमची वास्तविकता बनते.** तुम्ही पाहिलेल्या गोष्टींवर विश्वास ठेवत नाही, खरं तर तुम्ही तुमच्या विश्वासाच्या अनुरूप पाहत असता. तुम्ही जगाकडे तुमचा विश्वास, दृष्टिकोन, पूर्वग्रह आणि आधीपासूनच निश्चित केलेल्या धारणांच्या चश्म्यातून पाहता. तुम्ही जे असल्याचा विचार करता, ते तुम्ही नाहीत. खरं तर तुम्ही जो विचार करता, तेच तुम्ही आहात.

प्रोव्हर्ब २३.७मध्ये सांगितलं गेलं आहे, ''*जसा माणूस मनात विचार करतो तसाच तो असतो*''. याचा अर्थ असा, की तुमच्या बाबतीत तुमच्यातील विश्वासावर आधारित असलेलीच कामं तुम्ही करता.

मॅथ्यू ९.२९मध्ये येशू ख्रिस्त सांगतात, ''तुमच्या आस्थेअनुसार तुम्हाला दिलं जाईल''. म्हणजे, तुमचा प्रबळ विश्वास प्रत्यक्षात साकार होईल. तुमच्या बरोबर काय घडणार आहे हे त्यानेच निश्चित होईल.

हार्वर्डचे डॉ. विल्यम जेम्स यांनी १९०५मध्ये सांगितलं होतं, ''*विश्वास वास्तविक तथ्य निर्माण करतो*''. त्यांनी पुढे म्हटलं होतं, ''माणूस आपला दृष्टिकोन बदलून आपल्या आयुष्याच्या बाह्य पैलूंना बदलू शकतो हा माझ्या पिढीचा सर्वांत क्रांतिकारक शोध होता''.

विचार बदला, आयुष्य बदला

आपल्या आणि आपल्या शक्यतांच्या बाबतीतील धारणा बदलण्यामुळे आयुष्य सुधारतं. वैयक्तिक विकासासाठी तुम्ही काय करू शकता आणि तुमच्यासाठी काय शक्य आहे, याबाबतच्या धारणा बदलाव्या लागतील. तुम्हाला तुमचं उत्पन्न दुप्पट

करायचं आहे का? नक्कीच इच्छा असणारच! मूलभूत प्रश्न हा आहे की, हे शक्य आहे असं तुम्हाला वाटतं का? तुम्हाला तुमचं उत्पन्न तिप्पट करायची इच्छा आहे का? हे शक्य आहे असं तुम्हाला वाटतं का?

तुमच्या शंकेची पातळी कोणतीही असली तरी मला एक प्रश्न विचारण्याची मुभा द्या. पहिल्या नोकरीत मिळालेल्या पहिल्या वेतनानंतर आजपर्यंत तुमचं उत्पन्न दुप्पट किंवा तिप्पट झालं नाही का? तुम्ही जेव्हा कमवायला सुरुवात केली होती, तेव्हाच्या तुलनेत आता तुम्ही खूप जास्त कमवत नाही का? अशा प्रकारे, तुम्ही स्वतःच तुमचं उत्पन्न दुप्पट किंवा तिप्पट करणं शक्य आहे हे सिद्ध करू शकत नाही का? तुम्ही जे आधी केलं आहे, ते तुम्ही पुन्हा, कदाचित पुन्हा पुन्हा करू शकता. फक्त ते कसं करायचं हे शिकून घ्या. हे शक्य आहे यावर तुम्हाला विश्वास ठेवावा लागेल.

नेपोलियन हिल यांनी सांगितलं होतं, ''माणसाचा मेंदू जो विचार करू शकतो आणि विश्वास ठेवू शकतो, तो ते मिळवूही शकतो''.

तुमच्या यशाचा मास्टर प्रोग्रॅम

स्वयं-संकल्पना (सेल्फ कन्सेप्ट) हा शोध मानवी क्षमतेच्या क्षेत्रात विसाव्या शतकातला कदाचित सर्वांत क्रांतिकारक शोध होता. तुम्ही तुमच्या आयुष्यात जे काही करता किंवा मिळवता ते तुमचा प्रत्येक विचार, भावना किंवा तुमची स्वयं-संकल्पना यांच्या द्वारे नियंत्रित आणि निर्धारित असतं. **तुमची स्वयं-संकल्पना तुमच्या कामगिरीच्या आणि प्रभावाच्या स्तराच्या आधी येते आणि त्यांचं भविष्य वर्तवते.** तुमची स्वयं-संकल्पना तुमच्या मानसिक संगणकाचा मास्टर प्रोग्रॅम आहे. ही मुलभूत ऑपरेटिंग सिस्टिम आहे. तुम्ही बाहेरच्या जगात जे काही मिळवता, ते तुमच्या स्वयं-संकल्पनेचाच परिणाम आहे.

मानसशास्त्रज्ञांनी हे शोधलं आहे, की तुमची स्वयं-संकल्पना तुमच्या स्वतःच्या आणि जगाच्या बाबतीत असलेल्या त्या सर्व विश्वासांचा, दृष्टिकोनांचा, भावनांचा आणि मतांचा मिलाप असते. त्यामुळे तुम्ही नेहमीच तुमच्या स्वयं-संकल्पनेअनुसारच काम करता, मग ते सकारात्मक असो किंवा नकारात्मक.

कचरा आत, कचरा बाहेर

स्वयं-संकल्पनेबाबत आणखी एका रोचक शोधाकडे लक्ष द्या. भलेही तुमची स्वयं-संकल्पना तुमच्या किंवा जगाबाबतच्या *चुकीच्या विश्वासांवर* आधारित असेल, मात्र, हाच चुकीचा विश्वास खरा ठरतो. मग तुम्ही त्याला अनुरूपच विचार कराल, अनुभवाल आणि काम कराल.

अशा प्रकारे, स्वतःच्या बाबतीत तुमच्या धारणा बऱ्याच अंशी व्यक्तिसापेक्ष (सब्जेक्टिव्ह) असतात. त्यांचा पाया वस्तुस्थितीवर आधारित नसतो. तो विश्वास तुम्ही आयुष्यभर आत्मसात केलेल्या माहितीचा आणि ज्या पद्धतीनं तुम्ही त्या माहितीवर प्रक्रिया केली त्याचा परिणाम आहे. तुमचं बालपण, तुमचे मित्र आणि सहकारी, तुमचं लक्ष आणि शिक्षण, तुमचे सकारात्मक आणि नकारात्मक असे दोन्हीही अनुभव आणि अन्य हजारो गोष्टी तुमच्या विश्वासाला आकार देतात.

स्वतःला *मर्यादित करणारे* विश्वास सर्वांत वाईट असतात. जर तुम्हाला वाटत असेल, की तुमची काही मर्यादा आहे, मग ते खरं असो वा नसो, तुमच्यासाठी ते खरं ठरतं. जर तुम्ही यावर विश्वास ठेवलात, तर तुम्ही या प्रकारे काम कराल, जसं तुमच्यात त्या क्षेत्रातील संबंधित योग्यता किंवा प्रतिभा कमी असेल. स्वतःला मर्यादित करणारे विश्वास आणि स्वतःवर घालून घेतलेल्या मर्यादांतून वर उठणं हेच तुमच्या आणि तुमच्या संपूर्ण शक्यतेला साकार करण्यात उभी असलेली सर्वांत मोठी अडचण असते.

तज्ज्ञांकडे दुर्लक्ष करा

अल्बर्ट आइन्स्टाइन यांना शिक्षणात अक्षम ठरवून बालपणीच शाळेतून घरी पाठवण्यात आलं होतं. 'तुमचा मुलगा शिकू शकत नाही', असं त्यांच्या आईवडिलांना सांगण्यात आलं होतं. हे मान्य करण्यास आईवडिलांनी नकार दिला आणि त्यांनी अशी व्यवस्था केली, की अखेरीस आइन्स्टाइन यांना उत्कृष्ट शिक्षण मिळालं.

डॉ. अल्बर्ट श्वेट्झर यांनाही शाळेत हीच अडचण आली होती. खरं तर शाळेने त्यांच्या आईवडिलांना प्रोत्साहन दिलं, की त्याला एखाद्या चांभाराकडे प्रशिक्षणासाठी (अॅप्रेंटिस) पाठवावं, जेणेकरून मोठं झाल्यावर त्याच्याकडे किमान एकतरी सुरक्षित काम असू शकेल. आइन्स्टाइन आणि श्वेट्झर या दोघांनीही त्यांच्या वयाच्या विसाव्या वर्षाच्या आधीच डॉक्टरेट संपादन केली आणि विसाव्या शतकाच्या इतिहासात आपल्या पाऊलखुणा उमटवल्या.

शिकण्यातील अयोग्यतांवर फॉर्च्युन संशोधन पत्रिकेत एक लेख प्रसिद्ध झाला होता. व्यावसायिकांवर केंद्रित असणाऱ्या या लेखाचा निष्कर्ष होता, की फॉर्च्युन-500 कॉर्पोरेशन्सचे बहुतांश प्रेसिडेंट आणि सीनिअर एक्झिक्युटिव्ह यांना शाळेत खास प्रतिभावंत किंवा सक्षम मानलं जात नव्हतं. पण मेहनतीच्या जोरावर त्यांनी आपल्या उद्योगांत मोठं यश मिळवलं.

थॉमस एडिसन यांना शाळेतून काढून टाकण्यात आलं होतं. शिक्षकांनी त्यांच्या आईवडिलांना स्पष्ट सांगितलं होतं, की त्यांना काही शिकवण्याचा प्रयत्न करणं म्हणजे वेळ वाया घालवणं आहे. कारण ते काहीही शिकू शकत नाहीत आणि ते

अजिबातच स्मार्ट नाहीत. कालांतराने एडिसन आधुनिक जगाचे सर्वांत महान शास्त्रज्ञ झाले. अशा प्रकारच्या हजारो कहाण्या पुन्हा पुन्हा सांगितल्या गेल्या आहेत.

स्वतःला मर्यादित करणारा विश्वास कित्येकदा केवळ एका अनुभवावर किंवा टिप्पणीवर आधारित असतो. त्यामुळे तुम्ही वर्षानुवर्षं थांबून राहता ही दुःखद गोष्ट आहे. बहुतांश लोक ज्या क्षेत्रात स्वतःला अयोग्य मानतात, कालांतराने त्यांनी त्याच क्षेत्रात फार उच्च कामगिरी केली. हे पाहून इतर लोक हैराण झालेच, पण त्यांना स्वतःलाही आश्चर्य वाटलं. कदाचित तुमच्या बाबतीतही असं झालं असेल. तुम्हाला अचानक जाणीव होते, की त्या क्षेत्रात स्वतःला मर्यादित करण्याचा विचार खरं तर वस्तुस्थितीवर आधारित नव्हता.

तुम्ही तुमच्या शक्यतांपेक्षा अधिक चांगले आहात

लेखक *लुईस हे* यांच्या म्हणण्यानुसार आपल्या आयुष्यात बहुतांश समस्यांचं मूळ 'मी फार चांगला नाही' या भावनेमध्ये आहे. '''हीनते'च्या भावना या पाश्चात्त्य व्यक्तीचा नैसर्गिक वारसा आहेत. त्या भावनांची सुरुवात बालपणापासून होते आणि बहुतांश आयुष्यभर त्या कायम राहतात'', असं डॉ. आल्फ्रेड एडलर यांनी म्हटलं आहे.

बहुतांश चुकीच्या असलेल्या आपल्या नकारात्मक विश्वासांमुळे कित्येक लोक *अकारणच* आपली बुद्धी, प्रतिभा, क्षमता, सर्जनशीलता किंवा योग्यता यांना मर्यादित मानतात. जवळपास प्रत्येक बाबतीत हे विश्वास खोटे असतात.

खरं तर तुमच्यात इतकी क्षमता आहे, की तुम्ही तिचा पुरेपूर वापर या आयुष्यात तरी करू शकत नाही. कोणीही तुमच्यापेक्षा अधिक चांगलं, किंवा स्मार्ट नाही. लोक वेगवेगळ्या वेळी वेगवेगळ्या क्षेत्रांत जास्त स्मार्ट किंवा अधिक चांगले असतात.

तुम्हीही जीनियस होऊ शकता

बहुबुद्धिमत्ता (Multiple Intelligences) संकल्पनेचे प्रवर्तक हार्वर्ड विद्यापीठातील डॉ. हार्वर्ड गार्डनर यांच्या म्हणण्यानुसार, तुमच्यात कमीतकमी दहा वेगवेगळ्या प्रकारची बुद्धिमत्ता असते. त्यांतील कोणत्याही एकात तुम्ही जीनियस असू शकता.

दुर्दैवानं, शाळा-महाविद्यालयांमध्ये केवळ भाषिक आणि गणितीय या दोनच बुद्धिमत्तांचं मूल्यमापन केलं जातं आणि त्यांवरच लक्ष दिलं जातं. पण अन्य बुद्धिमत्तांही असतात. त्यात *व्हिझिओ स्पेशल बुद्धी* (कला, डिझाइन), *उद्यमी बुद्धी* (व्यवसाय उभारणी), *शारीरिक* किंवा *कायनेस्थेटिक बुद्धी* (क्रीडा), *सांगीतिक बुद्धी* (वाद्य वाजवणे किंवा संगीत रचना करणे), *सामाजिक बुद्धी* (इतरांबरोबर मिळून-मिसळून राहणे), *इंट्रापर्सनल बुद्धी* (स्वतःला खोलवर समजून घेणं), *सहज*

बुद्धी (Intutive Intelligence/योग्य गोष्टी करण्याची किंवा सांगण्याची योग्यता), *कलात्मक बुद्धी* (कलाकृती बनवणं) किंवा *अमूर्त बुद्धी* (भौतिकी, विज्ञान) यांचा समावेश होतो. तुम्ही यांपैकी कशातही जीनियस असू शकता.

एका सिटी स्कूलच्या फलकावर लिहिलं होतं, ''परमेश्वर निरूपयोगी सामान बनवत नाही''. प्रत्येक माणसात कोणत्या ना कोणत्या क्षेत्रात उत्कृष्ट होण्याची क्षमता असते. या वेळी तुमच्यातील किमान एक आणि कदाचित वेगवेगळ्या बुद्धिमत्तांमध्ये जीनियस ठरण्याची किंवा असामान्य पातळीवर काम करण्याची तुमची योग्यता आहे. ही बुद्धी कोणती आहे हे माहीत करून घेणं एवढंच तुमचं काम आहे.

स्वतःप्रति तुमची जबाबदारी एवढीच आहे, की तुम्ही स्वतःला मर्यादित करणारे हे विश्वास सोडून देऊन असामान्य पद्धतीनं सक्षम आणि गुणी व्यक्ती असल्याचं स्वतःला माना. तुम्हाला महान होण्यासाठी तयार करण्यात आलं आहे आणि यशासाठी घडवण्यात आलं आहे. तुमच्यात अशा क्षमता आणि योग्यता आहेत, ज्यांचा आजपर्यंत वापर झालेला नाही. या क्षणीदेखील तुम्ही तुमच्यासाठी निश्चित केलेलं ध्येय साध्य करण्यासाठी आवश्यक असलेली प्रत्येक योग्यता तुमच्यात आहे. केवळ ते साध्य करण्यासाठी तुम्हाला पुरेसा वेळ, पुरेशी कठोर मेहनत घ्यावी लागेल.

तुमच्या धारणा जन्मजात नसतात, त्या शिकाव्या लागतात

चांगली बातमी ही आहे, की *सर्व धारणा शिकाव्या लागतात.* त्यामुळे त्या सोडूनही देता येतात. विशेषतः त्यापासून तुम्हाला मदत होत नसेल तेव्हा... जेव्हा तुम्ही जगात येता, तेव्हा तुमच्याकडे कोणत्याही धारणा नसतात किंवा विश्वास नसतो. ना स्वतःविषयी, ना धर्माविषयी, ना आपल्या राजकीय पक्षाविषयी, ना अन्य लोकांच्या बाबतीत, ना जगाच्या बाबतीत... आज तुम्हाला खूप गोष्टी 'माहीत' आहेत. पण विनोदवीर जॉश बिलिंग्ज यांनी लिहिल्याप्रमाणे, ''माणसाला जे माहीत असतं, त्यानं तो दुखावला जात नाही. जे त्याच्यासाठी सत्य नाही ते माहीत झाल्यावर तो दुखावला जातो''.

तुम्ही स्वतःविषयी ज्या गोष्टी *सत्य मानता,* त्यांतील कित्येक सत्य, खऱ्या नसतातच. याच गोष्टी तुम्हाला मर्यादित करतात. तुमच्यातल्या शक्यतांचं कुलूप उघडण्याचा सुरुवातीचा बिंदू म्हणजे, तुम्हाला मर्यादित करणाऱ्या धारणा ओळखणं आणि 'जर हे किंचितही खरं नसेल तर?' असं स्वतःला विचारण्याचा आहे.

तुम्ही ज्या क्षेत्राबाबत स्वतःला फारसं योग्य मानत नाही, अशा एखाद्या क्षेत्राबाबत तुमच्याकडे असामान्य योग्यता असू शकते. उदाहरणार्थ, विक्री, उद्योजकता, लोकसंवाद किंवा अर्थार्जन यांसारखं?

स्वतःविषयी वेगळा विचार करा

मी जगभरातल्या लाखो लोकांना हे सिद्धान्त शिकवले आहेत. स्वतःला मर्यादित करणाऱ्या धारणांबाबत कधी ऐकलंही नव्हतं अशा अनेक लोकांच्या पत्रांनी, ईमेल्सनी माझा फाइल ड्रॉवर भरला आहे. पण, याविषयी कळल्यावर त्यांनी स्वतःबद्दलचा त्यांचा दृष्टिकोन संपूर्णतः बदलला. ते आयुष्यातील प्रमुख क्षेत्रांमध्ये स्वतःला पूर्वीपेक्षा जास्त समर्थ आणि योग्य मानू लागले.

त्यांचं आयुष्य आणि परिणाम यांत लगेचच बदल झाला. त्यांचं उत्पन्न दुप्पट, तिप्पट, चौपट झालं. कित्येक तर मिलिअनेअर, मल्टिमिलिअनेअर झाले. ते कंपनीत, खालच्या स्तरापासून ते शीर्षस्थ स्तरापर्यंत पोहोचले. ते त्यांच्या सेल्स टीमच्या सर्वांत वाईट सेल्समनपासून सर्वांत जास्त उत्पन्न मिळवणारे सेल्समन झाले.

आपल्या आणि आपल्या व्यक्तिगत क्षमतांबाबतच्या धारणा बदलल्यानंतर त्यांनी या नव्या योग्यता शिकून घेतल्या आणि नवी आव्हानं स्वीकारली. त्यांनी अधिक मोठी ध्येयं निश्चित केली आणि ती साध्य करण्याच्या मागे लागले. आपल्या धारणांवर प्रश्न उपस्थित करून आणि आपल्या मर्यादा न मानता त्यांनी आपल्या आयुष्याचा आणि करिअरचा लगाम संपूर्णपणे स्वतःच्या हाती घेऊन आपली स्वप्न साकार केली. अगणित लोकांनी जे केलं आहे, ते तुम्हीही करू शकता.

मनाजोग्या धारणा निवडा

कल्पना करा, की 'धारणांचं दुकान' आहे. बऱ्याच अंशी एखाद्या संगणक सॉफ्टवेअरसारखं... जिथं तुम्ही कोणतीही धारणा खरेदी करू शकता आणि तुमच्या अवचेतन मनात तिचं प्रोग्रॅमिंग करू शकता. जर तुम्ही कोणतीही धारणा निवडू शकता, तर कोणती धारणा तुम्हाला सर्वांत जास्त मदत करेल?

माझा सल्ला असा आहे, की तुम्ही ही धारणा निवडावी : '**माझ्या आयुष्यात महान यश मिळणं निश्चित आहे.**'

महान यश मिळणं निश्चित असल्याची तुमची *धारणा* असल्यास तुम्ही असे चालाल, बोलाल आणि काम कराल, जसं आयुष्यात तुमच्या बरोबर होणारी प्रत्येक घटना तुम्हाला यशस्वी करण्याच्या मोठ्या योजनेचा भाग आहे. प्रत्येक क्षेत्रातील शीर्षस्थ लोकांची हीच धारणा असते.

चांगल्याचा शोध घ्या

यशस्वी लोक कोणत्याही स्थितीमध्ये चांगल्याच्या शोधात असतात. त्यांना माहीत असतं, की चांगलं अस्तित्वात असतं. त्यांना कितीही धक्के बसले, कितीही अडचणी

आल्या, तरी ते त्यांच्या बाबतीत घडणाऱ्या प्रत्येक घटनेत काही ना काही चांगलं शोधण्याची धडपड करतात. प्रत्येक अडचण ही त्यांना यशाकडे घेऊन जाणाऱ्या महान योजनेचा भाग आहे असा त्यांचा *विश्वास* असतो.

तुमच्या धारणा सकारात्मक असल्यास तुम्ही प्रत्येक अडचणीतून किंवा आव्हानातून मौल्यवान धडा शोधू शकाल. मात्र, असे काही धडे आहेत जे तुम्हाला यश मिळवण्याच्या आणि ते कायम राखण्याच्या मार्गावर शिकावे लागतील यावर तुम्हाला विश्वास ठेवावा लागेल. त्यासाठीच तुम्ही प्रत्येक अडचणीला शिकण्याचा अनुभव मानता. नेपोलियन हिल यांनी लिहिलं होतं, ''प्रत्येक अडचण किंवा अडचणीत त्याच्या समान किंवा त्यापेक्षा जास्त मोठ्या लाभाचं बीज असतं''.

अशा दृष्टिकोनासह तुम्ही तुमच्या सोबत घडणाऱ्या प्रत्येक गोष्टीतून फायदा मिळवता आणि तुमचं प्रमुख निश्चित ध्येय साध्य करण्याच्या दिशेनं वेगानं पुढे जाता.

काम करण्याची भावना जागृत करा

मनोविज्ञान आणि तत्त्वमीमांसा (मेटाफिजिक्स) यात उलटपणाचा (reversibility) नियम सांगतो, 'काम करण्याची भावना जागृत करण्याचा उपाय आहे, काम करून भावना जागृत करणं'.

याचा अर्थ असा आहे, की तुमच्या इच्छेअनुसार सुरुवातीला कदाचित तुम्हाला महान यशाची जाणीव होणार नाही. यशस्वी उपलब्धीच्या जुन्या रेकॉर्ड्समध्ये असलेला तो आत्मविश्वास तुम्हाला मिळणार नाही. तुम्हाला नेहमी तुमच्यातील योग्यतांवर शंका असेल आणि अपयशाची भीती वाटेल. 'तुम्ही पुरेसे चांगले नाही आणि कमीतकमी त्या क्षणी तरी नाही', असं तुम्हाला वाटेल.

पण, जर तुम्ही 'जसं' सिद्धान्तानुसार काम करता, जसं तुम्ही आधीपासूनच ती व्यक्ती, माणूस झाला आहात, जो तुम्हाला व्हायचा होता, त्याच्याकडे सगळे मनाजोगे गुण आणि प्रतिभा आहेत; तर तुमचं कामच तुमच्यासह निर्माण होणाऱ्या भावनांना जागृत करतं. खरं तर उलटपणाच्या नियमानुसार काम करूनच तुम्ही तुमच्या मनाजोग्या भावना जागृत करता.

जर तुम्ही तुमच्या उद्योग-व्यवसायात सर्वांत वरच्या स्थानावरील व्यक्ती होऊ इच्छित असाल, तर सर्वांत वरच्या स्थानावरील व्यक्तीसारखा पेहराव करा. स्वतःला सर्वांत वरच्या स्थानावरील व्यक्तींसारखं बनवा. स्वतःला त्यांच्यासारख्या कामाच्या सवयी लावा. तुमच्या क्षेत्रातल्या सर्वांत यशस्वी लोकांना तुमचे आदर्श माना. शक्य झाल्यास, वेगानं पुढे जाण्यासाठी काय करायला हवं याबाबत त्यांचा सल्ला घ्या. ते तुम्हाला जो सल्ला देतील, तो तातडीनं अमलात आणा. काम करा.

सर्वांत वरच्या पदावरील व्यक्तीसारखं चालणं, बोलणं, पेहराव करणं आणि वागणं हे सुरू करताच तुम्हाला लवकरच स्वतःला सर्वांत वरच्या पदावर असल्यासारखं वाटू लागतं. सर्वांत वरच्या पदावरची व्यक्ती जसं वागते, तसंच तुम्ही इतरांशी वागू लागता. सर्वांत वरच्या पदावरची व्यक्ती जसं काम करते, तसंच तुम्हीही करू लागता. त्यामुळे सर्वांत वरच्या पदावरील व्यक्तींना जे परिणाम मिळतात, तेच तुम्हालाही मिळतील. लवकरच तुम्ही स्वतःही सर्वांत वरच्या पदावर पोहोचाल. ''एखाद्या गोष्टीचं इतकं नाटक करा, जोपर्यंत त्याची सवय होत नाही'', असं म्हणणं घासून गुळगुळीत झाल्यासारखं वाटू शकतं, पण ते खरं आहे.

यशस्वी विक्री व्यवस्थापकाचं रहस्य

माझा एक मित्र अत्यंत यशस्वी विक्री व्यवस्थापक आहे. तो अतिशय सावधगिरीनं मुलाखत घेऊन एक नवीन विक्री प्रतिनिधी (सेल्समन) निवडायचा. त्याला कॅडिलक डीलरशिपमध्ये घेऊन जायचा आणि आपल्या जुन्या कारच्या बदल्यात एक नवीन कॅडिलक विकत घेण्यावर भर द्यायचा. तो विक्री प्रतिनिधी सर्वसाधारणपणे त्याच्या या विचाराला विरोध करायचा. तो कॅडिलकची मोठी किंमत आणि भरभक्कम मासिक हप्ता पाहून घाबरून जायचा. पण विक्री व्यवस्थापक या गोष्टीवर भर द्यायचा, की कॅडिलक विकत घेतल्याशिवाय काम होणार नाही.

यानंतर काय होत असेल असं तुम्हाला वाटतं? विक्री प्रतिनिधी घरी जायचा आणि त्याची पत्नी त्यानं नवीन विकत घेतलेली कॅडिलक पाहायची, तिला जवळपास हृदयविकाराचा झटका येता-येता राहायचा. पत्नीला खूश करण्यासाठी तो तिला नव्या कारमधून फिरायला घेऊन जायचा. त्यांना कॅडिलकमधून फिरताना शेजारी पाहायचे आणि वाटेत त्यांच्याकडे पाहून हात दाखवत जायचे. तो आपली नवी कॅडिलक आपल्या घरासमोरच्या जागेत उभी करायचा. लोक येऊन त्याचं कौतुक करायचे. हळूहळू, नकळत, अवचेतन मनाच्या स्तरावर त्याचा स्वतःबाबत आणि आपल्या उत्पन्नाच्या क्षमतेबाबत दृष्टिकोन बदलू लागायचा.

काही दिवसांतच तो स्वतःकडे कॅडिलकचा मालक म्हणून पाहू लागायचा. तो स्वतःकडे आपल्या क्षेत्रात खूप पैसा मिळवणारा म्हणून पाहायचा. तो स्वतःला आपल्या उद्योगातील सर्वांत वरच्या पदावरील एक मानू लागायचा. प्रत्येक वेळी, जवळपास न चुकता, या संस्थेतले विक्री प्रतिनिधी विक्रीतले सुपर स्टार व्हायचे. त्यांच्या विक्री प्रदर्शनाला प्रचंड गर्दी व्हायची आणि त्यांनी आयुष्यात कधीही कमावले नव्हते इतके जास्त पैसे मिळवायचे. लवकरच त्यांच्या कॅडिलकच्या मासिक हप्त्यांची चिंता संपून जायची. कारण त्यांचं उत्पन्नच खूप वाढायचं.

मानसिक समतोल राखा

आध्यात्मिक गुरू एम्मेट फॉक्स यांनी एकदा म्हटलं होतं, ''आयुष्यात तुमचं मुख्य काम तुमच्या आतमध्ये त्या गोष्टीचा मानसिक समतोल राखणं आहे, ज्या गोष्टीला तुम्ही बाहेरच्या जगात साकार करू इच्छिता आणि आनंद घेऊ इच्छिता''.

बाहेरच्या जगात तुम्ही जे मोठं यश मिळवू इच्छिता, त्या मोठ्या यशाच्या अनुरूप धारणा तुमच्यामध्ये तयार होण्यावर तुम्ही लक्ष केंद्रित केलं पाहिजे. तुम्ही हे कसं करू शकता? स्वतःला मर्यादित करणाऱ्या धारणांना आव्हान देऊन, त्यांना नाकारून आणि मग जणूकाही त्यांचं अस्तित्वच नाही अशा प्रकारे काम करून...

तुम्ही तुमच्या क्षेत्रात तुमचं ज्ञान आणि योग्यता वाढवून नव्या धारणांच्या विकासाला बळ देता. तेव्हा तुम्ही त्या बिंदूवर पोहोचता, जिथं तुम्ही कोणत्याही आव्हानाला किंवा गरजेला तोंड देण्यासाठी स्वतःला सक्षम मानू लागता. तुम्ही प्रत्येक क्षेत्रात जास्त मोठी आणि रोमांचक ध्येयं आखून नव्या, सकारात्मक धारणांच्या विकासाची गती वाढवता. शेवटी तुम्हाला जसं व्हायचं आहे, त्या क्षणी तुम्ही तसे झालेले असल्यासारखे सातत्यानं काम करता.

तुमचं ध्येय म्हणजे, तुमच्याकडून केलेल्या किंवा सांगितल्या गेलेल्या प्रत्येक गोष्टीत *मानसिक* समतोल राखून, यशासाठी तुमच्या अवचेतन मनाद्वारे अवचेतन मनाचं पुन्हा प्रोग्रॅमिंग करणं आहे.

तुमच्या नव्या आत्मप्रतिमेला अनुरूप वागा

तुम्ही नव्या विश्वासांच्या अनुरूप काम करून ते विकसित करता. तुम्ही अशा प्रकारे काम करता, जसं तुम्हाला पहिल्यापासूनच विश्वास होता की तुमच्यात त्या क्षमता आणि योग्यता आहेत. तुम्ही एखाद्याबरोबर सकारात्मक, आशावादी आणि सुखी व्यक्तीसारखं वागता. तुम्ही अयशस्वी होऊच शकत नसल्यासारखं काम करता. **तुम्हाला यशाची गॅरंटी मिळाली आहे आणि केवळ तुम्हालाच त्याबाबत माहिती असल्यासारखे तुम्ही काम करता.**

तुम्हाला जाणीव होते, की तुम्ही प्रत्येक कामातून आणि गोष्टीतून तुमच्या चारित्र्याचा आणि व्यक्तिमत्त्वाचा सातत्यानं विकास घडवत आहात, त्याला आकार देत आहात आणि नियंत्रित करत आहात.

तुम्ही ज्याचा विचार करता, तेच तुम्ही होता. म्हणून तुमच्या मनासारखे आदर्श असतील आणि दीर्घकालीन भावी अंदाजाशी ताळमेळ असेल असंच तुम्ही बोलायला आणि करायला पाहिजे. तुम्ही त्याच गुणांबाबत आणि वर्तणुकीबाबत विचार करायला तसंच बोलायला हवं जी तुम्हाला तुमच्या आदर्श स्वरूपाच्या दिशेने आणि जी ध्येयं साध्य करायची आहेत त्यांकडे घेऊन जातील.

निर्णय घ्या

तुम्हाला मागे खेचणाऱ्या, मर्यादित करणाऱ्या धारणांना आव्हान देण्याचा आणि नाकारण्याचा निर्णय आजच घ्या. स्वतःमध्ये डोकावून पहा आणि तुम्हाला तुमच्या योग्यतांबाबत किंवा गुणांबाबत शंका वाटत असेल त्या क्षेत्रांवर प्रश्न उपस्थित करा. तुमच्यात काही नकारात्मक धारणा दिसत आहे का, हे तुम्ही तुमच्या मित्रांना आणि कुटुंबातल्या सदस्यांना विचारू शकता.

सर्वसाधारणपणे इतर लोकांना तुम्हाला मर्यादित करणाऱ्या धारणांबाबत माहीत असतं, पण ते तुम्हाला माहीत नसतं. या नकारात्मक धारणांना ओळखल्यावर स्वतःला विचारा, की याउलट काय खरं असू शकतं?

तुम्ही जिथं सध्या स्वतःवर शंका घेत आहात, त्या क्षेत्रात असामान्य यश मिळवण्याची तुमच्यात क्षमता असेल तर? जर बालपणापासूनच एखाद्या खास क्षेत्रात तुमचं प्रोग्रॅमिंग जीनियससारखं केलं गेलं असेल तर? उदाहरणार्थ, आयुष्यात तुम्ही जितका पैसा मिळवू इच्छिता, तो पैसा मिळवण्याची आणि जमवण्याची योग्यता तुमच्यात या क्षणी असेल तर? पैसे मिळवण्याबाबतीत तुमच्यात 'परीस स्पर्श' (मिडास टच) असेल तर?

तुम्ही या विचारांवर पूर्ण विश्वास ठेवलात आणि त्यांना खरं मानलंत, तर तुम्ही आज जे करत आहात त्यापेक्षा काय काय वेगळं कराल?

तुमच्या शब्दांत आणि कामात ताळमेळ राखा

तुमच्या धारणा नेहमीच तुमच्या शब्दांतून आणि कामांतून प्रकट होतात. त्यामुळे तुम्ही इथून पुढे जे काही बोलाल, कराल ते तुमच्या मनातील धारणांना अनुरूप असेल आणि तुम्ही मिळवू इच्छित असलेल्या त्या मनाजोग्या व्यक्तिमत्त्वाशीही अनुरूप असेल हे सुनिश्चित करा. काळानुरूप तुम्हाला मर्यादित करणाऱ्या धारणांच्या जागी तुम्ही आयुष्य वाढवणाऱ्या धारणा ठेवू लागाल. काळानुसार तुम्ही यशाचं प्रोग्रॅमिंग करू शकाल. हे जेव्हा होईल, तेव्हा तुमचं बाह्य जीवन इतकं आमूलाग्र बदलून जाईल, की तुमच्या आजूबाजूचे लोक आणि तुम्ही स्वतःच आश्चर्यचकित व्हाल.

✵ तुमच्या विश्वासाचं विश्लेषण करा

१. ‘अशा प्रकारे काम करा जसं!’ जर तुम्ही तुमच्या क्षेत्रात सर्वांत योग्य आणि सन्मानित व्यक्तींपैकी एक असता, तर सध्यापेक्षा कशा प्रकारे वेगळा विचार केला असता, काम केलं असतं आणि अनुभवलं असतं?

२. कल्पना करा, की पैशाच्या बाबतीत तुमच्यात ‘परीस स्पर्श’ आहे. जर तुम्ही अतिशय योग्य मनी मॅनेजर असता, तर तुमच्या आर्थिक स्थितीचं व्यवस्थापन कसं केलं असतं?

३. तुम्हाला मागे खेचणाऱ्या, मर्यादित करणाऱ्या धारणा ओळखा. त्या जर चुकीच्या असतील, तर तुम्ही कसं काम कराल?

४. तुम्हाला मनापासून आवडणारी एक धारणा निवडा. तुम्ही ती तुमच्या बाबतीत या क्षणी खरी मानता आणि त्यावर विश्वास ठेवता, असं नाटक वठवा.

५. या क्षणी तुमच्या समोरच्या सर्वांत कठीण स्थितीवर लक्ष द्या. त्यात कोणते मौल्यवान धडे लपलेले असू शकतात, जे भविष्यात अधिक चांगलं होण्यासाठी तुम्हाला मदत करू शकतात?

८

सुरुवातीपासून सुरुवात करा

तुम्ही आज जिथं आहात आणि भविष्यात ज्या ध्येयापर्यंत पोहोचण्याचा तुमचा निर्धार आहे, त्यादरम्यान एक दरी आहे. आणि त्यावर पूल बांधणं ही तुमच्यासाठी अडचण आहे.

–अर्ल नाइटिंगेल

कल्पना करा, की तुम्ही एखाद्या देशात मोठ्या प्रवासासाठी जाणार आहात. त्यासाठी तुम्हाला सर्वांत आधी तुमचं ध्येय निवडावं लागेल. मग तुम्हाला नकाशा घेऊन तिथं पोहोचण्याची सर्वांत चांगली पद्धत शोधावी लागेल. दररोज प्रवास सुरू करण्यापूर्वी तुम्ही कुठे आहात आणि संध्याकाळपर्यंत कुठे जायचं आहे हे नकाशात पाहाल. आयुष्यही बऱ्याच अंशी असंच असतं.

एकदा तुम्ही तुमची जीवनमूल्यं, भविष्यदृष्टी, हेतू आणि ध्येय निश्चित केल्यावर तुमच्या पहिल्या बिंदूचं विश्लेषण करणं हे तुमचं पुढचं पाऊल असतं. आयुष्याच्या प्रत्येक महत्त्वाच्या क्षेत्रात आज तुम्ही नेमके कुठे आहात आणि काय करत आहात, विशेषतः तुमच्या ध्येयाच्या संदर्भात?

वस्तुस्थितीच्या सिद्धान्ताचा अभ्यास करा

कित्येक वर्षं जनरल इलेक्ट्रिकचे मुख्य कार्यकारी अधिकारी म्हणून काम केलेल्या जॅक वेल्च यांनी सांगितलं आहे, की नेतृत्वाचा सर्वांत महत्त्वाचा गुण 'वस्तुस्थितीचा सिद्धान्त' (रिॲलिटी प्रिन्सिपल) आहे. त्यांनी त्याची व्याख्या अशी केली होती, 'जगाला त्याच्या खऱ्या रूपात पाहण्याची क्षमता, तशी नाही आहे, जसं तुम्हाला ते पाहायचं आहे'. ते एखाद्या ध्येयाची किंवा समस्येबाबत बैठकीची सुरुवात 'वस्तुस्थिती काय आहे?' या प्रश्नानं करत.

या गुणाला पीटर ड्रकर यांनी 'बौद्धिक प्रामाणिकपणा' म्हटलं आहे. एखादी समस्या सोडवण्यापूर्वी किंवा कोणताही निर्णय घेण्यापूर्वी वस्तुस्थिती जशी आहे तशी पाहणं. अब्राहम मॅस्लो यांनी लिहिलं आहे, की आत्म-वस्तुस्थितीकरण करणाऱ्या

व्यक्तीचा पहिला गुण स्वतःबाबतीत पूर्ण प्रामाणिकता आणि निष्पक्ष असण्याची योग्यता हा असतो.

तुम्ही जर तुमचं सर्वश्रेष्ठ स्वरूप आणि स्वतःसाठी खरोखरच शक्य असलेली प्रत्येक गोष्ट मिळवू इच्छित असाल, तर तुम्हाला तुमच्या आणि तुमच्या रवानगीच्या बिंदूबाबत निष्ठुरतेनं प्रामाणिक व्हावं लागेल. तुम्हाला बसून सविस्तरपणे तुमचं विश्लेषण करावं लागेल आणि प्रत्येक क्षेत्रात आज तुम्ही नेमके कुठे आहात याचा निर्णय घ्यावा लागेल.

सुरुवातीपासून सुरुवात करा

उदाहरणार्थ, जर तुम्ही तुमचं वजन घटवण्याचा निर्णय घेतला आहे तर तुमचं पहिलं पाऊल स्वतःचं वजन तपासणं हा असेल. त्यानंतर सातत्यानं तुमच्या ध्येयाच्या दिशेनं तुम्ही प्रगती करत आहात की नाही यासाठी तुमचा वजनस्तर ठरेल.

तुम्ही व्यक्तिगत व्यायाम सुरू करण्याचा निर्णय घेतला असल्यास आजच्या दिवशी तुम्ही किती व्यायाम करत आहात ह्याचं तुम्हाला पहिलं पाऊल ठरवावं लागेल. तुम्ही दररोज किंवा दर आठवड्याला किती मिनिटं आणि किती उत्साहानं व्यायाम करत आहात? तुम्ही कोणत्या प्रकारचा व्यायाम करत आहात? तुमचं उत्तर काहीही असलं, तरी याबाबतीत तुम्ही जास्तीतजास्त नेमकं असणं महत्त्वाचं आहे. मग त्या उत्तराला सुरुवातीचा बिंदू मानून त्या आधारे भविष्यातील व्यायामाचं नियोजन करा.

तुमचं दर तासाचं उत्पन्न निश्चित करा

तुम्हाला जर जास्त पैसे मिळवायचे असतील, तर तुमचं पहिलं पाऊल काय असेल? तुम्ही या क्षणी किती पैसे कमवत आहात हे नेमकं ठरवा. तुम्ही मागच्या वर्षी किंवा त्याआधीच्या वर्षी किती पैसे मिळवले होते? तुम्ही या वर्षी किती कमवाल? तुम्ही दर महिन्याला किती कमवत आहात? सर्वांत चांगला स्तर म्हणजे, आजच्या दिवशी तुम्ही दर तासाला किती कमवत आहात?

तुम्ही दर तासाचं उत्पन्न अशा प्रकारे काढू शकता - तुमच्या वर्षाच्या उत्पन्नाला २०००ने भागा, कारण तुम्ही दरवर्षी जवळपास २००० तास काम करता. त्यापेक्षा चांगलं म्हणजे, तुम्ही तुमच्या मासिक उत्पन्नाला १७२ ने भागा. कारण दर महिन्याला तुम्ही सरासरी तितकेच तास काम करता.

माझ्या सेमिनार्सचे कित्येक सदस्य त्यांच्या तासाचा साप्ताहिक दर काढतात आणि त्याची तुलना आधीच्या आठवड्याशी करून पाहतात. मग ते त्यांचं सध्याचं

उत्पन्न वाढण्यासाठी त्यांच्या दर तासाचं मूल्य वाढवण्याचा संकल्प करतात. तुम्हीही तेच केलं पाहिजे.

वेळेचं काटेकोर व्यवस्थापन करून किंवा आर्थिक पावलांनी कामगिरी अधिक चांगली होते

उत्पन्न किंवा अन्य क्षेत्रासंबंधी तुमची मोजणी जितकी काटेकोर आणि नेमकी असते, तुम्ही त्या क्षेत्रात तितक्याच चांगल्या पद्धतीनं आणि वेगानं सुधारणा करू शकता. उदाहरणार्थ, बहुतांश लोक मासिक आणि वार्षिक वेतनाच्या संदर्भातच विचार करतात. त्याचं विश्लेषण करणं आणि ते वाढवणं कठीण असते. त्याउलट, यशस्वी लोक दर तासाच्या आपल्या उत्पन्नाचा विचार करतात. त्यामुळे दर मिनिटाला कामगिरी सुधारणं शक्य होतं.

कारण, तुम्ही तुमच्या व्यक्तिगत सेवा कॉर्पोरेशनचे अध्यक्ष आहात. त्यामुळे तुम्ही स्वतःलाच वेतन देत आहात असं मानलं पाहिजे. कल्पना करा, की तुम्ही स्वतःला तासाच्या हिशेबानं पैसे देत आहात. त्यामुळे अन्य कोणा कर्मचाऱ्याकडून ज्या उत्तम कामगिरीची तुम्ही अपेक्षा करता, त्याच उत्तम कामगिरीची अपेक्षा स्वतःकडून करा. तुम्हाला ठरलेल्या दरानुसार पैसे मिळत नसल्यास ती प्रत्येक गोष्ट करण्यास नकार द्या.

तुमची सध्याची 'नेटवर्थ'

तुम्ही दीर्घकालीन आर्थिक ध्येय निश्चित केलं, तर तुमचं पहिलं पाऊल म्हणजे, आज आर्थिक संदर्भात तुमची नेटवर्थ किती आहे हे नेमकेपणानं निश्चित करणं आहे. एका वर्षात मिलिअनेअर होण्याचं तुमचं ध्येय असेल, तर आज तुमची किती संपत्ती आहे हे तुम्ही नेमकेपणानं मोजायला हवं.

बहुतांश लोक ही मोजणी करताना चुका किंवा बेइमानी करतात. संपत्तीतून कर्जाची रक्कम कमी केल्यावर जी रक्कम उरते, ती तुमची खरी नेटवर्थ असते. याचा अर्थ असा, की तुम्ही तुमच्या मालकीची प्रत्येक गोष्ट बाजारभावानं विका आणि मग तुमचं सगळं कर्ज फेडलं तर तुमच्याकडे किती संपत्ती राहील हे पहा.

कित्येक लोक त्यांच्या वैयक्तिक संपत्तीचं मूल्य काहीसं जास्तच ठरवतात. ते विचार करतात, की कपडे, फर्निचर आणि इलेक्ट्रॉनिक उपकरणांचं मूल्य त्यांनी ज्या किमतीला ते विकत घेतलं होतं, तितकंच आहे. पण या वस्तूंचं खरंखुरं मूल्य त्यांच्या जुन्या किमतीच्या जेमतेम १० ते २० टक्के असतं.

दीर्घकालीन आर्थिक नियोजन करा

नेमकं आर्थिक नियोजन करण्यासाठी आजच तुमची नेटवर्थ काढा आणि मग तुमच्या दीर्घकालीन आर्थिक ध्येयातून ही रक्कम वजा करा. तुम्ही जितक्या वर्षांत तुमचं आर्थिक ध्येय साध्य करू इच्छिता, तितक्या वर्षांनी उर्वरित रकमेला भागा. अशा प्रकारेच तुम्हाला समजेल की आर्थिक स्वातंत्र्य मिळवण्यासाठी तुम्हाला दरवर्षी किती बचत करावी लागेल, गुंतवणूक करावी लागेल आणि संग्रह करावा लागेल.

आज तुम्ही जिथं आहात, तिथून मनाजोग्या ठिकाणी पोहोचण्यासाठी तुम्ही पुरेसा वेळ ठेवला आहे का? तुमचं ध्येय यथार्थवादी आहे का? नसल्यास पूर्ण प्रामाणिकपणाचा परिचय द्या, तुमची गणना आणि कल्पना या दोन्हीही पुन्हा तपासा.

शून्य आधारित विचाराचा अभ्यास करा

दीर्घकालीन भविष्याचं नियोजन करताना तुम्ही एक महत्त्वाचा अभ्यास करू शकता. त्याला 'शून्य आधारित विचार' असं म्हटलं जातं. शून्य आधारित विचारात तुम्ही हा प्रश्न विचारता – 'आज मी जे करत आहे, माझ्या सध्याच्या ज्ञानाच्या आधारे अशी कोणती गोष्ट आहे का जी मी पुन्हा सुरू करणार नाही?'

तुम्ही कोणीही असलात आणि काहीही करत असलात, तरी तुमच्या आयुष्यात अशा काही कृती आणि संबंध निश्चितच असतील, जे सध्याच्या ज्ञानाच्या आधारावर तुम्हाला पुन्हा सुरू करावेसे वाटणार नाहीत.

तुम्ही भूतकाळात घेतलेल्या निर्णयांपासून स्वतःला रोखलं, तर आयुष्यात प्रगती करणं अशक्य ठरणार नसलं तरी अडचणी निश्चितच येतील. तुम्ही आज करणार नाही अशी कोणती गोष्ट जर तुमच्या आयुष्यात असेल, तर तुमचा पुढचा प्रश्न हा असायला हवा – 'तुम्ही ते कसं आणि किती लवकर सोडू शकता?'

तुमच्या आयुष्याच्या प्रत्येक क्षेत्राचं मूल्यांकन करा

व्यावसायिक आणि व्यक्तिगत अशा दोन्हीही क्षेत्रांमध्ये लोकांप्रति शून्य आधारित विचार लागू करा. असा कोणता *संबंध* आहे जो तुम्ही तुमच्या सध्याच्या ज्ञानाच्या आधारे पुन्हा घडवणार नाही? अशी कोण व्यक्ती आहे, जिच्या बरोबर किंवा जिच्यासाठी तुम्ही आज काम करत आहात, पण पुन्हा तिच्या बरोबर काम करू इच्छिणार नाही? या प्रश्नांची उत्तरं देताना संपूर्णपणे प्रामाणिक रहा.

तुमच्या आयुष्यातील कामाच्या आणि करिअरच्या प्रत्येक पैलूची पडताळणी करा. तुम्ही आज अशी नोकरी करत आहात का, जी तुम्ही सध्याच्या ज्ञानाच्या

आधारे पुन्हां करू इच्छिणार नाही? तुमच्या बिझनेसचा किंवा कामाचा असा कोणता पैलू आहे, जो तुम्ही पुन्हा करू इच्छित नाही? तुमचा असा कोणता बिझनेस किंवा कृती, प्रक्रिया, उत्पादन, सेवा किंवा खर्च आहे, जो तुम्ही तुमच्या सध्याच्या ज्ञानाच्या आधारे पुन्हा करणार नाही, पण तुम्हाला ती संधी मिळाली तर?

लोक आणि कामानंतर तुमच्या गुंतवणुकीवर लक्ष द्या. वेळ, संपत्ती आणि भावनांची अशी काही गुंतवणूक आहे का, जी तुम्ही तुमच्या सध्याच्या ज्ञानाच्या आधारे आज करणार नाही? त्याचं उत्तर 'हो' असल्यास तुम्ही त्यातून बाहेर कसे पडाल आणि किती लवकर?

आवश्यक बदलांसाठी तयार रहा

माझा एक चांगला मित्र आहे, तो हायस्कूल आणि विद्यापीठात गोल्फ खेळाडू होता. लग्नापूर्वी तो आठवड्यात कित्येकदा गोल्फ खेळायचा. त्याचं पूर्ण आयुष्यच गोल्फवर केंद्रित होतं. इतकं, की हिवाळ्यात गोल्फ कोर्सवर बर्फ न साचणाऱ्या दक्षिण भागात तो जायचा.

कालांतराने त्याने एक बिझनेस सुरू केला, लग्न झाल, मुल झाली. पण, आताही तो आठवड्यात कित्येकदा गोल्फ खेळण्याच्या जाळ्यात अडकलेला होता. अखेरीस गोल्फला खूप वेळ दिल्यामुळे त्याच्या बिझनेसवर, वैवाहिक आयुष्यावर आणि मुलांबरोबरच्या त्याच्या संबंधांवर परिणाम होऊ लागला.

खूप ताण वाढवल्यावर त्याने आपल्या एकूणच कार्यक्रमाबाबत शून्य आधारित विचाराचा उपयोग केला. त्या वेळी त्याला जाणीव झाली की आयुष्यातली बाकीची आणि आता महत्त्वाची असलेली ध्येयं साध्य करण्यासाठी सध्याच्या ज्ञानाच्या आधारावर त्याला गोल्फ खेळणं खूप कमी करावं लागेल. गोल्फचा वेळ कमी करून त्याने काही आठवड्यांतच आयुष्याचा समतोल परत मिळवला. हा सिद्धान्त तुमच्या बाबतीतही लागू होऊ शकतो? कोणती कालमर्यादित कामं तुम्ही कमी करू शकता किंवा संपवू शकता?

परिस्थिती नेहमीच बदलत राहते

तुम्ही जो काही निर्णय घेता, त्यातील ७० टक्के निर्णय काळानुसार चुकीचे सिद्ध होतील. कदाचित, जुन्या परिस्थितीमध्ये तुमचा निर्णय किंवा संकल्प योग्य असेल, पण आता परिस्थिती बदलली आहे आणि पुन्हा ते 'शून्यापासून सुरू' करण्याची वेळ आली आहे, असं असू शकेल.

सर्वसाधारपणे शून्य आधारित विचारपद्धत कधी लागू करायची हे तुम्हाला समजू शकतं. ती तणावाची परिस्थिती असते. जेव्हा अशी काही गोष्ट असते, जी

तुम्ही तुमच्या वर्तमान ज्ञानाच्या आधारे पुन्हा सुरू करू इच्छित नसाल, तर तुम्ही सतत तणाव, चिडचिडेपणा आणि राग अनुभवाल.

कित्येकदा लोक एखादा व्यावसायिक किंवा व्यक्तिगत संबंध यशस्वी करण्याच्या प्रयत्नांत खूप जास्त वेळ घालवतात. पण जर तुम्ही शून्य आधारित विचारपद्धत वापरली तर बहुतांश बाबतींत ते संबंध संपूर्णपणे संपवावेत हाच योग्य उपाय असतो. एकमेव खरा प्रश्न असा आहे, की तुमच्यात जुन्या चुका मान्य करण्याची आणि परिस्थिती सुधारण्यासाठी पावलं टाकण्याची हिंमत आहे का?

तुम्हाला कोणत्या गोष्टीनं अडवलंय?

तुम्ही एखादी विशिष्ट रक्कम कमवू इच्छित असल्यास 'मी या क्षणी ती रक्कम का कमवत नाहीये', हा प्रश्न स्वतःला विचारा. तुम्हाला कोणत्या गोष्टीनं अडवलंय? कोणत्या कारणामुळे तुम्ही या क्षणी तुम्ही तुम्हाला हवं तितकं कमावत नाही? पुन्हा एकदा स्वतःशी पूर्ण प्रामाणिक रहा.

स्वतःच्या चहुदिशांना नजर फिरवून असे लोक ओळखा, जे तितका पैसा कमवत आहेत, जितका तुम्हाला कमवायची इच्छा आहे. ते तुमच्यापेक्षा वेगळ्या पद्धतीनं काम करत आहेत का? आतापर्यंत तुम्ही विकसित करू शकला नाहीत अशा कोणत्या योग्यता आणि कौशल्यं त्यांनी विकसित केली आहेत? तुम्हाला कोणत्या योग्यता आणि कौशल्यं मिळवण्याची गरज आहे, जेणेकरून तुम्हीही त्यांच्याइतका पैसा कमावू शकाल? तुम्हाला जर नेमकं माहीत नसेल, तर त्यांना विचारा. माहिती घ्या. हे इतकं महत्त्वाचं आहे की केवळ अंदाज किंवा योगायोग समजून ती गोष्ट सोडून देता येणार नाही.

तुमच्या योग्यतांचा आणि कौशल्यांचा स्तर निश्चित करा

आपल्या योग्यतांची यादी करा. सर्वांत आधी आपल्या कामाची प्रमुख परिणामक्षेत्रं (Key Results Areas) ओळखा. तुम्हाला तुमच्या नोकरीत संपूर्णपणे, नेहमीच उत्कृष्ट पद्धतीनं पूर्ण करायचंच आहे असं हे काम आहे. ते कोणतं काम आहे?

प्रत्येक नोकरीत क्वचितच पाच–सातपेक्षा जास्त प्रमुख परिणामक्षेत्रं असतील. ही कामं फार महत्त्वाची असतात. तुम्हाला त्यातील प्रत्येकात उत्कृष्ट व्हायचंच आहे, जेणेकरून तुम्हाला वेतन मिळत असलेली ती नोकरी चांगल्या रीतीनं करू शकाल. तुम्ही जितका पैसा मिळवण्यासाठी सक्षम आहात, तितका पैसा तुम्हाला मिळवायचा असल्यास तुम्हाला या प्रमुख परिणामक्षेत्रातील प्रत्येकात माहीर व्हावंच लागेल.

इथं एक महत्त्वाचा शोध असा आहे – तुमची सर्वांत कमजोर प्रमुख योग्यताच ती उंची निश्चित करते, ज्या उंचीवर तुम्ही स्वतःच्या बाकीच्या योग्यतांचा वापर करू शकता आणि तीच तुमचं उत्पन्नही निश्चित करते. असं होऊ शकतं, की तुम्ही त्या कमजोर प्रमुख योग्यतेशिवाय बाकी सर्वांमध्ये उत्कृष्ट आहात, पण, ती योग्यता तुम्हाला नेहमीच मागे रोखून ठेवेल.

नोकरीत किंवा कामाच्या कोणत्या क्षेत्रात, कोणत्या योग्यतेमध्ये तुम्ही सर्वश्रेष्ठ आहात? कोणती एक खास योग्यता किंवा अनेक योग्यता करिअरमध्ये तुमच्या सध्याच्या यशासाठी कारणीभूत आहेत? तुम्ही इतरांपेक्षा अधिक चांगलं करू शकता, अशी कोणती गोष्ट आहे?

तुमची सर्वांत कमजोर क्षेत्रं ओळखा

एकदा तुम्ही या प्रश्नांची उत्तरं द्या आणि आरशात स्वतःला पाहून विचारा, 'माझी सर्वांत कमजोर क्षेत्रं कोणती आहेत?' तुमच्या अन्य योग्यतांचा वापर करण्यात अडचण निर्माण करणारं आणि तुम्ही सर्वांत वाईट पद्धतीनं करत असलेलं काम कोणतं? कोणत्या कामात इतर लोक तुमच्यापेक्षा अधिक चांगले आहेत? विशेषतः तुमच्यात कोणत्या प्रमुख योग्यता कमी आहेत, ज्या तुमच्या यशासाठी अनिवार्य आहेत? त्या कोणत्याही असल्यातरी तुम्हाला नेमकेपणाने आणि प्रामाणिकपणाने त्या ओळखण्याची आणि मग प्रत्येक क्षेत्रात अप्रतिम योजना आखण्याची आवश्यकता आहे. (आपण नंतरच्या एका प्रकरणात याबाबत सविस्तर बोलणार आहोत.)

पुन्हा सुरुवात करण्याची कल्पना करा

एखादं महान ध्येय मिळवण्याचा प्रवास सुरू करताना तुम्ही कधीही तुमचं करिअर पुन्हा सुरू करू शकता याची कल्पना करा. कधीही भूतकाळातील एखाद्या खास निर्णयामुळे स्वतःला कुलूपबंद करू नका किंवा जाळ्यात फसवून ठेवू नका. भविष्यावर लक्ष केंद्रित करा.

आज कित्येक लोक आपलं शिक्षण, बिझनेस, उद्योग आणि वर्षानुवर्षांचा अनुभव असलेलं क्षेत्र सोडून संपूर्णपणे नवीन आणि वेगळ्याच गोष्टीला सुरुवात करतात. आपण ज्या दिशेने जात आहोत, तिथं आपलं भविष्य मर्यादित आहे हे ते प्रामाणिकपणे ओळखतात. त्यामुळे जिथं शक्यता जास्त मोठ्या असतात अशी गोष्ट करण्याचा ते संकल्प करतात. तुम्हीही असं केलं पाहिजे.

आपलं आणि आपल्या आयुष्याचं मूलभूत मूल्यांकन करताना तुम्ही तथ्यांना सामोरं गेलं पाहिजे, तोंड दिलं पाहिजे, मग ती कशीही असोत. जसं आयटीटीचे हेरॉल्ड जेनीन यांनी एकदा म्हटलं होतं, "पुरावे खोटं बोलत नाहीत". स्पष्ट,

दिसणारे, मनासारखे किंवा आकर्षक पुरावे यांपेक्षा वस्तुस्थितीची माहिती करून घेण्याचा प्रयत्न करा. चांगला निर्णय घेण्यासाठी तुम्हाला खरे पुरावे आवश्यक असतात.

स्वतःला पुन्हा गुंतवून घेण्यासाठी तयार रहा

तुमची सध्याची कंपनी, उद्योग आणि नोकरी यांकडे लक्षपूर्वक पहा. आपल्या प्रतिस्पर्धांच्या तुलनेत स्वतःची बाजारात काय स्थिती आहे हे लक्षपूर्वक तपासा. स्वतःला पुन्हा गुंतवून घेण्यासाठी मागे जाऊन विचार करा, की सध्याच्या ज्ञानाच्या आधारावर आता तुम्ही तुमचं करिअर पुन्हा कुठे सुरू कराल?

स्वतःची नोकरी किंवा उद्योग एका रात्रीत गायब झाला आहे, अशी कल्पना करा. तुमच्या करिअरबाबत तुम्हाला संपूर्णपणे नव्याने निवड करायची आहे अशी कल्पना करा. जर तुमच्या योग्यतांच्या आणि कौशल्यांच्या अनोख्या समन्वयाबरोबर तुम्ही आजपासूनच पुन्हा सुरुवात केली, तर तुमच्या आजच्या कामापेक्षा वेगळं काय करण्याची तुम्ही निवड कराल?

तुमची सर्वांत मौल्यवान संपत्ती

उत्पन्नाची योग्यता ही तुमची सर्वांत मौल्यवान आर्थिक संपत्ती आहे. उत्पन्नाची योग्यता याचा अर्थ आहे, योग्यता आणि कौशल्य बाजारात विकण्याची योग्यता. खरं म्हणजे, तुमचं घर, कार, बँक खातं आणि फर्निचर सगळं काही जाऊ शकतं आणि तुमच्याकडे अंगावरील कपड्यांशिवाय बाकी काहीही उरणार नाही. पण, जोपर्यंत तुमच्या उत्पन्नाची योग्यता कायम आहे तोपर्यंत तुम्ही रस्ता ओलांडू शकता आणि जवळपास लगेचच पुन्हा एकदा चांगलं आयुष्य निर्माण करण्यास सुरुवात करू शकता.

तुमच्या उत्पन्नाची योगता तुमच्यासाठी खूप किमती आहे. ही एक तर *वाढती* किंवा *घटती* संपत्ती असू शकते. जर तुम्ही त्यात सतत गुंतवणूक करत राहिलात आणि वाढवत राहिलात, तर तुमच्या उत्पन्नाच्या योग्यतेत वाढ होऊ शकते. दुसरीकडे, जर तुम्ही तिला दुय्यम मानलंत किंवा भूतकाळातल्या कामांच्या आधारावर अहंकारी झालात, तर ती कमी होऊ शकते.

स्रोतांचं भांडार

स्वतःला 'स्रोतांचं भांडार' माना, जे खूप गोष्टी करण्यासाठी सक्षम आहे. तुमच्याकडे बऱ्याचशा योग्यता, कौशल्य, ज्ञान, गुण, शिक्षण आणि अनुभव आहेत. तुम्ही खूप

चांगल्या पद्धतीनं करू शकता किंवा शिकू शकता अशी खूप सारी कामं आणि नोकऱ्या आहेत. तुम्ही तुमच्या करिअरची सध्याची दशा आणि दिशा यांबाबत खूश नसाल, तर कधीही स्वतःला एखाद्या खास कार्ययोजनेच्या कुलुपात बंद करून घेऊ नका.

मानसिकदृष्ट्या पुन्हा सुरुवात करण्याची कल्पना करा, जणू तुम्ही तुमचं करिअर नव्यानं सुरू करत आहात. यादरम्यान स्वतःमध्ये खोलवर डोकावून पहा. कोणत्या चांगल्या सवयी तुम्हाला मदत करत आहेत आणि तुमच्या ध्येयाच्या दिशेनं घेऊन जात आहेत? कोणत्या वाईट सवयींनी तुम्हाला मागे अडवून ठेवलं आहे? तुमच्या चारित्र्यातले आणि व्यक्तिमत्त्वातले कोणते सर्वांत चांगले गुण आहेत? तुमचे सर्वांत कमजोर गुण कोणते आहेत? तुम्हाला कोणत्या नव्या सवयी आणि गुण विकसित करण्याची गरज आहे, जेणेकरून तुम्ही तुमच्या जास्तीतजास्त क्षमता वृद्धिंगत करू शकाल आणि त्याबाबत तुमची काय योजना आहे? तुम्हाला कोणत्या वाईट सवयी सोडण्याची आणि त्याजागी नव्या सवयी जोडण्याची गरज आहे?

चांगल्यापासून महानतेपर्यंत जा

जिम कॉलिन्स यांनी त्यांच्या *गुड टू ग्रेट* या बेस्ट सेलिंग पुस्तकात म्हटलं आहे, की तुम्हाला पुढे जाण्यापासून रोखणाऱ्या अडचणींना ओळखून त्यांना दूर करायची तुमची इच्छा असेल तर तुम्ही मनात स्वतःविषयी आणि आपल्या व्यवसायाविषयी 'निर्मम, निष्ठुर प्रश्न' विचारायला पाहिजेत.

संपूर्ण उत्साहानं आपल्या ध्येयांचा पाठलाग करण्यासाठी तुम्हाला कोणते निर्मम प्रश्न विचारावे लागतील?

जेव्हा मी एखाद्या कंपनीसाठी रणनीती आखतो, तेव्हा आम्ही चार प्रश्नांनी आमचं सत्र सुरू करतो. सर्वांत आधी आम्ही विचारतो, की आम्ही या क्षणी कुठे आहोत? आम्ही कंपनीची सर्व आकडेवारी आणि माहिती एकत्र करतो, जेणेकरून सुरुवातीच्या बिंदूचं विशेषतः सेल्स, मार्केट पोझिशन आणि नफा यांबाबतचं एकदम स्पष्ट चित्र आमच्या समोर यावं.

दुसरा प्रश्न आम्ही विचारतो, आम्ही भविष्यात आदर्श म्हणून कुठे असायला हवं? आम्ही भावी दिशाबद्धतेचं आदर्शीकरण आणि अभ्यास करतो. आगामी वर्षांत आम्ही कंपनीला जसं हवं तसं बनवू, अशी कल्पना करतो. प्रत्येक दृष्टीनं यशस्वी झाल्यावर कंपनी कशी दिसेल याचं आम्ही एक आदर्श स्वप्न पाहतो.

तिसरा प्रश्न आम्ही विचारतो, की आज आम्ही जिथं आहोत, तिथं कसे पोहोचलो? आम्ही कोणती योग्य कामं केली? आम्ही कोणती वेगळी कामं करणार

आहोत? आतापर्यंत आमचं सर्वांत मोठं यश कोणतं आहे आणि ते का मिळालं? आम्ही कोणत्या गोष्टींमध्ये अयशस्वी ठरलो आणि कोणत्या कारणांनी? जॉर्ज संतायन यांनी लिहिल्यानुसार, ''जे लोक भूतकाळ लक्षात ठेवू शकत नाहीत, ते त्याची पुनरावृत्ती करण्यास शापित असतात''.

आम्ही जो चौथा प्रश्न विचारतो, तो नेहमीच हा असतो - आम्ही आमच्या सध्याच्या स्थितीतून आमच्या मनाजोग्या ध्येयाप्रत पोहोचण्यासाठी या क्षणी काय करू शकतो? आमच्या अनुभवाच्या आधारे आम्हाला कोणती कामं जास्त करायला हवीत आणि कोणती कमी? आम्ही आज करत नसलेली कोणती कामं सुरू करायला हवीत? आम्हाला कोणती कामं संपूर्णपणे सोडून द्यायला हवीत?

स्वतःची रणनीती ठरवा

चांगली बातमी अशी, की जर आपण पहिल्या तीन प्रश्नांची नेमकी उत्तरं देऊ शकलो, तर रणनीती किंवा ब्ल्यूप्रिंट जास्त सहजपणे तयार होते. जर योजना तयार करण्यापूर्वी आपण कुठे आहोत किंवा आपण तिथं कसे पोहोचलो हे स्पष्ट न केल्यास मोठी अडचण निर्माण होते.

एक जुनी म्हण आहे, 'चांगली सुरुवात म्हणजे अर्धं काम होणं'. डॉक्टर सांगतात, 'नेमकं निदान म्हणजे अर्धा उपचार'. आपल्या ध्येयाच्या दिशेनं प्रवास सुरू करण्यापूर्वी आपल्या स्थितीच्या प्रत्येक पैलूचं प्रामाणिकपणे मूल्यांकन केल्यामुळे तुमचा काही महिन्यांचा, वर्षांचा वेळ वाचेल. कित्येक बाबतींत तर हे तुम्हाला विवश करेल, की तुम्ही श्रेष्ठ विश्लेषणाच्या आणि ज्ञानाच्या तेजानं तुमच्या ध्येयाचंच पुनःमूल्यांकन करावं. त्यामुळे तुमची ध्येयं वेगानं साध्य होऊ लागतील, मात्र केवळ तुम्ही कामाला सुरुवात केली पाहिजे.

✵ सुरुवातीपासून सुरुवात करा

१. तुमच्या प्रमुख ध्येयांबाबत तुमची वर्तमान स्थितीची वस्तुस्थिती तपासा. तुम्ही या क्षणी कुठे आहात आणि कुठे पोहोचू इच्छिता?

२. आपल्या आयुष्याच्या प्रत्येक क्षेत्रात शून्य आधारित विचाराचा सिद्धान्त लागू करा. आत तुम्ही असं काय करत आहात, जे तुम्ही सध्याच्या ज्ञानाच्या आधारावर पुन्हा करू इच्छिणार नाही?

३. आपल्या आयुष्याचं पूर्ण आर्थिक विश्लेषण करा. तुम्ही आज किती कमवत आहात आणि तुमची नेटवर्थ किती आहे? या क्षेत्रात तुमची ध्येयं काय आहेत?

४. आपलं आणि आपल्या कामासंबंधी योग्यतांचं पूर्ण विश्लेषण करा. तुम्ही कुठे चांगले आहात? कुठे सुधारण्याची गरज आहे?

५. तुम्ही दर तासाला किती कमवता आणि ते कमावण्यासाठी काय करता हे निश्चित करा. आगामी महिन्यांमध्ये प्रत्येक तासाचं उत्पन्न वाढवण्यासाठी तुम्हाला काय करायला हवं?

६. कल्पना करा, की तुमचं भविष्य प्रत्येक बाबतीत आदर्श झालं आहे. ते स्वप्न साकार करण्यासाठी तुम्हाला काय होण्याची, बनण्याची किंवा करण्याची आवश्यकता आहे?

९
तुमची प्रगती मोजा

विचारपूर्वक आणि कोणतीही घाई न करता पुढे जाणाऱ्या माणसासाठी कोणताही मार्ग फार लांब नाही. स्वतःला धैर्यानं तयार करणाऱ्या व्यक्तीसाठी कोणताही सन्मान दूर नाही.
–जीन डे ला ब्रूयर

तुमच्यात अविश्वसनीय मानसिक शक्ती आहेत. त्यांचा संपूर्णपणे वापर करण्यात तुम्ही सवयीनं अयशस्वी होता. तुमच्या आयुष्यातील सुनियोजित ध्येयं निश्चित करून आणि ती साध्य करण्याची सखोल योजना आखून तुम्ही यशस्वी होऊ शकता, वर्षानुवर्षांची कठोर मेहनत टाळू शकता. ध्येय निश्चित करण्यामुळे तुम्ही बहुतांश लोकांच्या तुलनेत तुमच्या विचारशक्तीचा खूप जास्त वापर करण्यासाठी सक्षम होता.

तुमचं जागृत मन तुमच्या जीवनाचं 'मुख्यालय' आहे. त्याची भूमिका तुमच्या भोवतालातील माहिती हाताळणं आहे. ती ओळखणं, तिचं विश्लेषण करणं, इतर माहितीशी तिची तुलना करून मग कोणतं काम करायचं याचा निर्णय घेणं हे आहे.

पण, तुमच्या अवचेतन मनात महान शक्ती दडल्या आहेत. या शक्ती तुम्हाला पूर्वीपेक्षा खूप जास्त काही साध्य करण्यासाठी सक्षम करू शकतात. तुमची ९० टक्क्यांपेक्षाही जास्त शक्ती 'पृष्ठभागाखाली' दडलेली आहे. तुम्ही तुमच्या ध्येयांच्या दिशेनं पुढे जाण्याची प्रेरणा मिळवण्यासाठी या शक्तींचा पुरेपूर वापर करण्याचं शिक्षण घेणं अनिवार्य आहे.

ध्येयांचं प्रोग्रॅमिंग करा

स्पष्ट ध्येयं, विशिष्ट कामं, विचारपूर्वक पावलं टाकणं आणि निश्चित कालमर्यादा यांच्या बरोबर तुमचं अवचेतन मन खूप चांगल्या प्रकारे काम करते. तुम्ही तुमच्या अवचेतन मनातील संगणकामध्ये या गोष्टींचं किती जास्त प्रोग्रॅमिंग करता, त्यानुसार ते चांगलं काम करेल आणि तुम्ही कमी वेळात जास्त गोष्टी मिळवू शकाल.

तुम्ही ध्येय निश्चित करताना वेळ आणि त्या दिशेनं जाताना त्याचे असे स्तर करणं अनिवार्य आहे, की त्याद्वारे तुम्ही दररोज, दर तासाला तुमच्या प्रगतीचं मूल्यांकन करू शकाल. हे स्तर जितके जास्त स्पष्ट आणि नेमके असतील, कालमर्यादेत ध्येय साध्य करण्याची शक्यता तितकीच जास्त असेल.

काम वेळेत पूर्ण करण्यासाठी आणि ध्येय साध्य करण्यासाठी एक कालमर्यादा असेल अशा प्रकारच्या एका 'विवशता तंत्रा'ची तुमच्या अवचेतन मनाला गरज असते. विवशतेच्या तंत्राशिवाय तुमच्यासाठी टाळाटाळ करणं, विलंब करणं सोपं होतं आणि तुम्ही महत्त्वाची कामं टाळत राहता. ही कामं तुम्ही क्वचितच पूर्ण करू शकता.

सर्वश्रेष्ठ कामगिरीच्या तीन किल्ल्या

ध्येय साध्य करण्यासाठी सर्वश्रेष्ठ किंवा सर्वोत्तम कामगिरीच्या तीन किल्ल्या आहेत – *संकल्प, पूर्णता आणि समाप्ती.*

तुम्ही जेव्हा एखादं खास ध्येय साध्य करण्याचा दृढ संकल्प करता आणि बाकी सारे बहाणे दूर ठेवता, तेव्हा ही कृती तुमच्या अवचेतन मनाचा एक्सिलरेटर दाबण्यासारखी असते. त्यामुळे तुम्ही जास्त सर्जनशील, संकल्पवान आणि एकाग्र व्हाल. स्पष्ट, अतूट संकल्पांसाठी आणि विपरीत परिस्थिती असूनही एक इंचही मागे न हटणारे स्त्री–पुरुष महान ठरले आहेत.

पूर्णता हे सर्वोत्कृष्ट कामगिरीचं दुसरं तत्त्व आहे. एखादं काम ९५ टक्के करणं आणि १०० टक्के करणं यांत खूप फरक असतो. खरं तर सर्वसाधारणपणे लोक ९० ते ९५ टक्क्यांपर्यंत खूप कष्ट करतात आणि सैल पडतात. काम करायला विलंब लावतात. तुम्हाला या प्रलोभनाशी झुंजावं लागेल. तुम्हाला स्वतःला सातत्यानं उत्तेजित करावं लागेल, शिस्त लावावी लागेल आणि या स्वाभाविक वृत्तीला विरोध करून काम पूर्ण करण्यापर्यंत घेऊन जावं लागेल.

निसर्गाचं चमत्कारिक औषध

तुम्ही जेव्हा कोणतंही काम पूर्ण करता, तेव्हा तुमचा मेंदू थोड्या प्रमाणात एंडॉर्फिन रक्तात पोहोचवतो. हे नैसर्गिक मॉर्फिन स्फूर्तीची, शांततेची आणि आनंदाची भावना निर्माण करते. तुमच्या सर्जनशीलतेला प्रेरित करते, तुमचं व्यक्तिमत्त्व उजळवते. हे निसर्गाचं चमत्कारिक औषध (wonder drug) आहे. तुम्ही जितकं जास्त महत्त्वपूर्ण काम पूर्ण करता, तुमचा मेंदू तितक्याच जास्त प्रमाणात एंडॉर्फिन्स मुक्त करतो. एका अर्थानं ते यशाचा आणि उपलब्धीचा पुरस्कार आहे. वेळेबरोबरच तुम्हाला या 'एंडॉर्फिन रश'पासून मिळणाऱ्या सुखद भावनांचं सकारात्मक व्यसन लागू शकतं.

तुम्ही एखादं *छोटं* काम पूर्ण केल्यावर तुम्हाला आनंद होतो. तुम्ही मोठं काम पूर्ण केल्यावर तुम्हाला जास्त आनंद होतो. मोठं काम पूर्ण करण्याच्या मार्गात तुम्ही अनेक टप्पे पार पाडता तेव्हा प्रत्येक वेळी तुम्हाला एंडॉर्फिन प्रवाहाचे लाभ मिळतात. तुम्ही एखादं महत्त्वाचं काम पूर्ण करण्यासाठी सातत्यानं काम करता तेव्हा तुम्हाला सातत्यानं आनंद आणि उल्हास वाटतो.

विजयी भावना जागृत करणं

प्रत्येक व्यक्तीला विजेत्याची भावना अनुभवायची असते. *विजेता* असल्याची भावना जाणवण्यासाठी जिंकण्याची आवश्यकता असते. एखादं काम १०० टक्के पूर्ण केल्यावरच मनात विजेता असल्याची भावना येते. पुन्हा पुन्हा काम पूर्ण केल्यावर अखेरीस काम पूर्ण करण्याची सवय होऊन जाते. काम पूर्ण करण्याची सवय लागल्यावर तुमचं आयुष्य अशा प्रकारे सुधारू लागेल, की तुम्ही त्या वेळेची कल्पनाही करू शकत नाही.

मानसशास्त्रात याच्या विरुद्धही नेहमीच खरं असतं. 'अपूर्ण काम' तणावाचा आणि चिंतेचा फार मोठा स्रोत असतं. खरं तर आज लोकांच्या बहुतांश दुःखाचं कारणही हेच आहे, की ते महत्त्वाचं काम पूर्ण करण्यासाठी किंवा जबाबदारी निभावण्यासाठी स्वतःला शिस्त लावू शकलेले नाहीत.

टाळाटाळीचं दुखणं

तुम्हाला कधी अशी महत्त्वाची असाइनमेंट मिळाली असेल, जी तुम्ही बाजूला ठेवली असेल, तर तुम्हाला माझ्या म्हणण्याचा अर्थ समजेल. एखादी असाइनमेंट सुरू करण्यासाठी तुम्ही जितकी वाट पाहता आणि डेडलाइन जसजशी जवळ येते, तितकाच तुम्हाला त्याचा ताण येऊ लागतो. त्यामुळे तुमची रात्रीची झोप उडू शकते आणि तुमच्या व्यक्तिमत्त्वावर वाईट परिणाम होऊ शकतो. पण, जेव्हा तुम्ही ते काम शेवटच्या वेळेस पूर्ण करता, तेव्हा तुम्हाला दिलासा वाटतो. तुम्ही मनाजोगता आनंद अनुभवता.

याचा अर्थ असाही काढता येईल, की निसर्ग तुम्हाला त्या सकारात्मक गोष्टीसाठी पुरस्कार देतो, जी तुम्ही आयुष्याच्या विस्तारासाठी करता. पण, दुसरीकडे जेव्हा तुम्ही तुमच्या महत्त्वाच्या ध्येयांकडे आणि परिणामांकडे घेऊन जाणारं काम करण्यात अयशस्वी होता, तेव्हा निसर्ग तुम्हाला तणावाच्या आणि असमाधानाच्या रूपात दंडही करतो.

संतुलित स्कोअर कार्ड

आधुनिक व्यवस्थापनात 'संतुलित स्कोअर कार्ड' ही संकल्पना लोकप्रिय आहे. या स्कोअर कार्ड्सच्या माध्यमातून कंपनीच्या प्रत्येक स्तरातील प्रत्येक व्यक्तीला प्रोत्साहित केलं जातं. जेणेकरून ती व्यक्ती यशाचा संकेत देणारी प्रमुख पावलं ओळखू शकेल आणि मग त्या प्रमुख क्षेत्रातील प्रत्येकात स्वतःला दररोज आणि दर आठवड्याला गुण देईल.

इथं एक बिंदू महत्त्वाचा आहे. स्कोअर माहीत करून घेणं आणि त्यावर जवळून लक्ष ठेवण्यामुळेच त्या क्षेत्रातील तुमची कामगिरी उत्तम होईल. उदाहरणार्थ, एखाद्या मीटिंगपूर्वी कोणी तुम्हाला सांगितलं, की त्या मीटिंगमध्ये तुम्ही प्रत्येक गोष्ट किती चांगल्या प्रकारे ऐकता यावर तुमचं मूल्यांकन केलं जाईल, तर काहीच क्षणांत तुमची ऐकण्याची क्षमता नाट्यमय पद्धतीनं अधिक चांगली होईल. तुम्ही मीटिंगमध्ये जास्त सावधगिरीनं आणि अधिक लक्षपूर्वक ऐकाल, कारण मूल्यांकन याच आधारावर होणार आहे हे तुम्हाला माहीत आहे.

अशाच प्रकारे, तुम्ही जेव्हा कोणतंही ध्येय, महत्त्वाचं पाऊल किंवा कृती निवडता आणि तुमच्या दैनंदिन आयुष्यात त्यावर लक्ष ठेवता, त्या क्षेत्रातली तुमची कामगिरी सुधारते.

स्तर निश्चित करण्यामुळे तुमच्या करिअरमध्ये तुम्हाला खूप मदत होऊ शकते. प्रत्येक प्रमुख कामासाठी स्कोअर कार्ड, स्तर आणि कालमर्यादा निश्चित करा. अशा प्रकारे, तुम्ही तुमच्या अवचेतन मनात विवशता तंत्र सक्रिय करता. मग हे विवशता तंत्र अवचेतन मनाच्या स्तरावर तुम्हाला प्रेरित करून पुढे ढकलेल, जेणेकरून तुम्ही लवकर सुरुवात करावी, कठोर मेहनत करावी, उशिरापर्यंत थांबावं आणि काम पूर्ण करावं.

लूप बंद करणं

संकल्प आणि पूर्णतेनंतर तिसरी किल्ली 'समाप्ती'ची. हा 'खुला लूप' आणि 'बंद लूप' यांच्यातील फरक आहे. तुम्ही व्यक्तिगत किंवा व्यावसायिक आयुष्यात कोणताही विषय समाप्तीपर्यंत नेणं अनिवार्य आहे. जेणेकरून तुम्हाला आनंदाच्या आणि नियंत्रणात असल्याच्या भावनेचा अनुभव येईल.

जर समाप्ती झाली नाही, म्हणजे उद्योग-व्यवसाय किंवा कोणतंही काम अपूर्ण राहिल्यास तो तणावाचा, असमाधानाचा आणि व्यावसायिक अपयशाचा प्रमुख स्रोत ठरतो. त्याकडे खूप शारीरिक आणि भावनात्मक ऊर्जा खेचली जाते.

प्रमुख योग्यता

कदाचित, कामकाजाच्या जगातील सर्वांत महत्त्वाची योग्यता आहे 'विश्वासार्हता'. तुम्ही तुमचं काम झटपट, चांगल्या प्रकारे आणि वेळेत पूर्ण करता, ही प्रतिमा निर्माण झाल्याशिवाय कोणतीही गोष्ट तुम्हाला इतके पैसे देऊ शकणार नाही, किंवा इतक्या वेगानं बदल घडवू शकणार नाही.

तुमचं ध्येय कोणतंही असलं, तरी तुमचं ध्येय पूर्ण करण्यासाठी पूरक ठरणाऱ्या कामांची यादी करा. त्यातील प्रत्येक कामाची कालमर्यादा निश्चित करा. मग त्या कालमर्यादेअनुसार काम पूर्ण करण्यासाठी दररोज आणि दर तासाला काम करा. दररोज आपली प्रगती तपासा. गरजअेनुसार तुमचा वेग वाढवा किंवा कमी करा. पण, तुम्ही जे पाहू शकत नाही त्याला बाण मारण्याचा प्रयत्न करू नका. तुमची कालमर्यादा आणि स्तर जितके स्पष्ट असतील तितकंच तुम्ही साध्य करू शकाल, तितक्याच जास्त वेगानं काम करू शकाल.

कालमर्यादेशिवाय ध्येय किंवा निर्णय केवळ निरर्थक आहे. त्यामागे कोणतीही ऊर्जा नसते. हे म्हणजे दारू नसलेल्या बंदुकीच्या गोळीसारखं आहे. जोपर्यंत तुम्ही कालमर्यादा निश्चित करत नाही आणि त्यासाठी समर्पित होत नाही, तोपर्यंत तुम्ही तुमच्या आयुष्यात आणि कामकाजात केवळ 'बंदुकीची रिकामी गोळी' झाडत आहात.

कित्येक वेळा लोक विचारतात, ''समजा, मी एक कालमर्यादा निश्चित केली आहे, पण त्या कालमर्यादेत ध्येय साध्य करू शकलो नाही, तर मी काय करू?''

उत्तर सरळ आहे. दुसरी कालमर्यादा निश्चित करा आणि आवश्यकता वाटल्यास तिसरीही... काम कधीपर्यंत पूर्ण होईल यासाठी कालमर्यादा हा 'सर्वोत्कृष्ट अंदाज' आहे. तुम्ही जितकी जास्त कालमर्यादा निश्चित कराल आणि त्या दिशेनं काम करू लागाल, तेव्हा ते काम पूर्ण करण्यासाठी किती वेळ लागेल याचा तुम्हाला नेमका अंदाज येत जाईल. त्यामुळे तुम्ही तुमचं ध्येय साध्य करण्यात आणि वेळेत काम पूर्ण करण्यात तितकेच चांगले होत जाल.

हत्तीला खाणं

''हत्तीला कसं खाल्लं जाऊ शकतं?'' हा प्रश्न तुम्ही नक्कीच ऐकला असेल.

उत्तर आहे, ''एका वेळी एक घास''.

ही उपमा एखादं मोठं ध्येय साध्य करण्यासाठीही लागू पडते. तुम्ही ते ध्येय कसं साध्य करता? तुम्ही ते एका वेळी 'एक पाऊल, एक काम, एक पायरी' या तंत्राने मिळवू शकता.

तुमच्या दीर्घकालीन ध्येयांना वर्ष, महिना, आठवडा आणि अगदी प्रत्येक तास अशा छोट्या छोट्या ध्येयांमध्ये विभागा. तुमचं दीर्घकालीन ध्येय आर्थिक स्वातंत्र्य मिळवण्याचं असल्यास त्याचे छोटे छोटे भाग करण्यासाठी दुसऱ्या दिवशी प्रत्येक तासाचा उपयोग तुम्ही कसा कराल याकडे लक्ष द्या, जेणेकरून दीर्घकालीन आर्थिक स्वातंत्र्य मिळवणं तुमच्यासाठी जास्त शक्य होईल.

तुम्हाला तुमचं उत्पन्न वाढवायचं असल्यास ते सोपं आहे. 'मूल्य वाढवणं' हा उत्पन्न वाढवण्याचा परिणाम असतो हे तुम्हाला माहीत आहे. तुमच्या प्रत्येक कामावर बारकाईनं लक्ष द्या आणि आपलं मूल्य कसं वाढवता येईल हे स्वतःला विचारा, जेणेकरून तुम्ही जितकं आज कमवत आहात, तुमचं मूल्य त्यापेक्षा जास्त वाढू शकेल.

स्वतःची सर्वांत महत्त्वाची कामं ओळखा

तुमच्या बॉसला विचारा, ''बाकी गोष्टींपेक्षा जास्त मौल्यवान असलेलं कोणतं काम मी करत आहे?'' उत्तर काहीही असलं, तरी ते काम जास्तीतजास्त करण्याच्या पद्धती शोधा आणि ते अधिक चांगल्या प्रकारे करा.

तुम्ही तुमची कामं छोट्या छोट्या तुकड्यांमध्ये विभागली, कालमर्यादा ठरवली की मग दररोज एका वेळी कामाचा एक तुकडा, भाग पूर्ण केला तर तुम्ही कितीतरी जास्त मिळवू शकाल आणि हे नक्कीच आश्चर्यकारक ठरेल. तुम्ही एक जुनी म्हण ऐकली असेल, 'एका मैलाचं अंतर निश्चित करणं कठीण आहे, पण इंच न् इंच हे पार करणं सोपं आहे.'

सातत्यपूर्ण आणि अमर्याद सुधारणा

तुम्ही तुमचं उत्पन्न वाढवू इच्छित असल्यास दररोज तुमच्या सर्वांत महत्त्वाच्या कामांमध्ये अधिक चांगले होण्याच्या पद्धती शोधा. दररोज एक तास तुमच्या क्षेत्राशी संबंधित साहित्य वाचा. ऑफिसला जाता-येता ऑडिओ टेप ऐका. शक्य झाल्यास अतिरिक्त कोर्स करा. त्यामुळे तुमच्या करिअरला वेग मिळेल. तुम्ही दररोज स्वतःला सुधारण्यासाठी एक-दोन तासांची गुंतवणूक केल्यास त्याचे निष्कर्ष मिळवण्याच्या तुमच्या योग्यतेवर फार मोठा परिणाम होऊ शकतो.

सुदृढ आणि तंदुरुस्त व्हा

तुम्हाला वजन कमी करायचं असल्यास पाच शब्दांचा सोपा फॉर्म्युला आहे – 'कमी खाणं आणि जास्त व्यायाम.'

तुम्ही स्वतःला थोडं कमी खाण्याची शिस्त लावून घेतल्यास, पौष्टिक आहार घेतल्यास आणि त्याबरोबर पुरेसा व्यायाम केल्यास तुम्ही दररोज एक औंस वजन कमी करण्याच्या लयीत येऊ शकता. आज तुमचं वजन कितीही असलं, तरी तुम्ही दररोज एक औंस कमी करू शकलात, तर महिन्याला दोन पौंड कमी करू शकता. दर महिन्याला दोन पौंड या हिशेबानं एका वर्षात तुमचं वजन चोवीस पौंड कमी होईल. काही काळातच तुम्ही तुमच्या शरीराला आणि भुकेला नवीन सवयी लावून घेऊ शकता, जेणेकरून तुमचं वजन कमी होत राहील आणि आयुष्यभर आदर्श वजन टिकून राहील.

चवल्यापावल्या वाचवा, रुपये स्वतःची काळजी घेतील

तुम्हाला श्रीमंत व्हायचं असल्यास खर्चाची पडताळणी करा. दररोज तीन किंवा पाच किंवा दहा डॉलर वाचवण्याचं ध्येय निश्चित करा. ते पैसे एका बचत खात्यात स्वतंत्र ठेवा आणि त्याला अजिबात हात लावू नका. रक्कम वाढत जाईल, तशी तिची गुंतवणूक एखाद्या चांगल्या म्यूच्युअल फंडात करा. दैनंदिन, साप्ताहिक, मासिक बचतीची आणि गुंतवणुकीची सवय लावून घ्या आणि ती आयुष्यभर कायम ठेवा.

काही काळातच तुम्ही तुमच्या चालू खर्चापेक्षा कमी खर्चातही आरामात आयुष्य जगाल. तुमचं उत्पन्न वाढल्यावर बचतीची रक्कमही वाढवा. काही आठवड्यांत, महिन्यांत किंवा वर्षांत तुम्ही कर्जमुक्त व्हाल आणि तुमच्याकडे खूप पैसे असतील. तेच तुमच्यासाठी काम करतील. काही वर्षांनी तुम्ही आर्थिकदृष्ट्या स्वतंत्र व्हाल.

ज्ञानी बना

तुम्ही दररोज संध्याकाळी टीव्ही पाहण्यापेक्षा पंधरा मिनिटं वाचन केल्यास दरवर्षी पंधरा पुस्तकं वाचून होतील. तुम्ही दररोज पंधरा मिनिटं इंग्रजी साहित्यातील महान कादंबऱ्या वाचल्यास सात वर्षांत तुम्ही उत्तम अशी शंभर पुस्तकं वाचलेली असतील. तुम्ही तुमच्या पिढीतील सर्वांत चांगल्या शिकलेल्या आणि ज्ञानी माणसांपैकी एक व्हाल. हे काम तुम्ही दररोज संध्याकाळी वाचनासाठी केवळ पंधरा मिनिटं देऊन करू शकता.

उत्पन्न वाढवा

तुम्ही विक्रीच्या क्षेत्रात असाल आणि तुमचं उत्पन्न वाढवू इच्छित असाल तर तुम्ही दररोज, दर आठवड्याला, दर महिन्याला किती कॉल्स करता, किती प्रेझेंटेशन्स

देता, किती प्रस्ताव मांडता आणि किती विक्री करता यांकडे लक्ष द्या. मग तुमचे कॉल्स, प्रेझेन्टेशन्स आणि प्रस्तावांची दररोजची संख्या वाढवण्याचं ध्येय ठरवा. दर आठवड्याला आणि दर महिन्याला तुमच्या विक्रीची संख्या वाढवण्याचं ध्येय निश्चित करा. तुमच्या स्तरावर दररोज स्वतःची पडताळणी करा.

तुम्ही ते मोजू शकत असाल, तर तुम्ही त्याचं व्यवस्थापनही करू शकता

आयुष्याच्या प्रत्येक क्षेत्रातील तुमच्या कृतीचं लक्षपूर्वक विश्लेषण करा आणि मग एक विशिष्ट संख्या निवडा, जी त्या क्षेत्रात तुमच्या यशाचा स्तर सर्वांत जास्त निश्चित करू शकेल. मग दिवसभर तुमचं सगळं लक्ष त्या खास संख्येवर केंद्रित करा. एकाग्रचित्त झाल्यानं तुम्ही त्या क्षेत्रात जाणीवपूर्वक आणि नकळतपणेही खूप चांगलं काम करू लागाल.

तुम्हाला सुदृढ व्हायचं असल्यास तुम्हाला कोणत्या गोष्टींकडे लक्ष द्यावं लागेल? दर आठवड्याला व्यायामाच्या मिनिटांवर आणि दररोज खाल्ल्या गेलेल्या कॅलरींवर... तुम्हाला आर्थिकदृष्ट्या यशस्वी व्हायचं असल्यास तुम्हाला तुमच्या दर तासाच्या कमाईकडे लक्ष द्यावं लागेल. मग तुम्ही दर महिन्याला केलेल्या बचतीच्या रकमेवरही काम करू शकता. तुम्हाला विक्रीमध्ये यशस्वी व्हायचं असल्यास तुम्ही दररोज केलेले कॉल्स किंवा दर महिन्याला विक्रीची संख्या किंवा प्रमाण यांवर लक्ष केंद्रित करू शकता. तुम्हाला तुमच्या संबंधांमध्ये यशस्वी व्हायचं असल्यास तुम्ही दररोज आणि दर आठवड्याला आयुष्यातील महत्त्वाच्या माणसांबरोबर जी मिनिटं व्यतित करता, त्यावर लक्ष द्यावं लागेल.

'जे मोजता येतं, तेच केलं जाऊ शकतं', ही म्हण तुम्ही ऐकली असेल. आणखी एक म्हण आहे, 'तुम्ही जर मोजू शकत नसाल, तर तुम्ही त्याचं व्यवस्थापनही करू शकत नाही'. तुम्ही साध्य करण्यासाठी ध्येय निश्चित केलं असल्यास त्या ध्येयासंबंधी विशिष्ट स्तर निश्चित करणं, नेमकं दस्तऐवजीकरण करणं आणि दररोज आपल्या कामगिरीचं मूल्यांकन करण्याच्या योग्यतेमुळे तुम्ही तुमचं ध्येय ठरवलेल्या वेळेत किंवा त्यापूर्वी मिळवू शकाल हे निश्चित होईल.

तुमची प्रगती मोजा

१. तुम्ही तुमच्या जीवनातील प्रत्येक क्षेत्रातील तुमच्या प्रगतीचं आणि यशाचं मूल्यांकन करू शकाल असा एक स्तर निश्चित करा. दररोज त्याकडे लक्ष द्या.

२. तुमच्या उत्पन्नावर परिणाम करणारा तुमच्या कामाचा सर्वांत महत्त्वाचा भाग निश्चित करा आणि मग त्या क्षेत्रातील तुमच्या दैनंदिन कामगिरीचं मूल्यांकन करा.

३. दैनंदिन, साप्ताहिक, मासिक बचत आणि गुंतवणुकीसाठी किमान, निश्चित रक्कम ठरवा आणि मग त्यासाठी स्वतःला शिस्त लावा.

४. प्रत्येक मोठ्या ध्येयाची मोजता येण्यासारख्या, नियंत्रित करता येईल अशा भागात विभागणी करा आणि मग प्रत्येक भागाला निश्चित कालमर्यादेत साध्य करण्यावर लक्ष केंद्रित करा.

५. तुम्ही प्रत्येक ध्येयासाठीचे प्रमाण, पायरी, स्कोअर कार्ड, उद्दिष्ट आणि कालमर्यादा निश्चित करेल असा एक खेळ तयार करा. त्या संख्यांवर आणि तारखांवर लक्ष केंद्रित करा. मग ध्येयंच स्वतःची काळजी स्वतः घेतील.

६. दररोज एखाद्या मोठ्या ध्येयाचा किमान एक खास भाग साध्य करण्याचा संकल्प करा आणि त्यात एक दिवसही चुकू नका.

१०
मार्गातील अडचणी दूर करा

यशाची गोडी असलेल्या व्यक्तीला अपयशाकडे अशा प्रकारे पाहायला शिकावं लागतं की तो शिखरावर पोहोचण्याच्या प्रक्रियेचा निरोगी आणि अपरिहार्य भाग आहे.

–जॉयस ब्रदर्स

तुमच्या मते, लोक पराभव मान्य करण्यापूर्वी आपली नवी ध्येयं किती वेळा मिळवण्याचा प्रयत्न करतात? तुम्हाला काय वाटतं? खरं तर एक टक्क्यापेक्षाही कमी. बहुतांश लोक तर पहिला प्रयत्न करण्यापूर्वीच पराभव मान्य करतात. ते यासाठी पराभव मान्य करतात, कारण ते एखादं नवं काम करण्याचा निर्णय घेतात आणि लगेचच वेगवेगळ्या बाधा, अडचणी, समस्या, आव्हानं समोर प्रकट होतात.

वस्तुस्थिती ही आहे की यशस्वी लोक अयशस्वी लोकांपेक्षा जास्त वेळा अपयशी असतात. यशस्वी लोक जास्त वेळा प्रयत्न करून पाहतात, पडतात, उठतात आणि पुन्हा प्रयत्न करतात. पुन्हा पुन्हा प्रयत्न करतात. यशस्वी होईपर्यंत प्रयत्न करतात. दुसरीकडे अयशस्वी लोक फार कमी वेळा प्रयत्न करतात, कमी गोष्टी करून पाहतात, लगेचच सोडून देतात आणि ते सुरुवातीला जे करत होते, तिथंच जाऊन पोहोचतात.

यशापूर्वी नेहमीच तात्पुरतं अपयश येतं

ध्येय साध्य करण्यापूर्वी तुम्ही कित्येकदा अपयशी होणार आहात याची खूणगाठ बांधा. तुम्हाला जे कायमस्वरुपी यश मिळवायचं आहे, त्याच यशाचं अपयश आणि तात्पुरता पराभव हे अनिवार्य रूप माना. जसं हेन्री फोर्ड यांनी एकदा म्हटलं होतं, ''अपयश जास्त समजूतदारपणे पुन्हा सुरुवात करण्याची संधी आहे''.

ध्येय निश्चित केल्यानंतर स्वतःला विचारा की, मी या क्षणी तिथं का नाही? कोणती गोष्ट किंवा व्यक्ती मला मागे खेचत आहे? मी आतापर्यंत ते ध्येय का साध्य केलं नाही?

तुम्ही स्वतः आणि ध्येय यांच्या दरम्यान असलेल्या सर्व अडचणी ओळखा. तुमच्या दृष्टिकोनानुसार तुमचा मार्ग अडवत असलेली किंवा तुमचा वेग कमी करत असलेली किंवा पुढे जाण्यात अडचणी निर्माण करत असलेली ती प्रत्येक गोष्ट लिहून काढा.

उपायांसंदर्भात विचार करा

'तुम्ही जास्त वेळ ज्याचा विचार करता तेच होता' हे लक्षात ठेवा. अडचणी आणि समस्यांबाबतीत यशस्वी लोक एका खास पद्धतीनं विचार करतात. त्याला 'उपायकेंद्रित पद्धत' असं म्हणतात.

यशस्वी लोक बहुतांश वेळ उपायांबाबत विचार करतात. अयशस्वी लोक बहुतांश वेळ अडचणी आणि समस्यांबाबत विचार करतात. उपायकेंद्रित लोक नेहमीच त्यांच्या मार्गातील अडचणी वरून, बाजूनं आणि खालून पार करण्याच्या वाटा शोधत राहतात. समस्याकेंद्रित लोक नेहमीच आपल्या समस्यांबाबत असं बोलत राहतात, की त्यासाठी कोणती व्यक्ती किंवा वस्तू जबाबदार आहे, ते किती दुःखी किंवा नाराज आहेत आणि हे किती दुर्दैवी आहे. दुसरीकडे उपाय केंद्रित लोक ''आपण हे कसं सोडवू शकतो?'' हा प्रश्न विचारतात. मग ते समस्या सोडवण्यासाठी आवश्यक ती पावलं टाकतात.

तुम्हाला जी गोष्ट मिळवायची आहे त्यात आणि तुमच्यात कोणती ना कोणती अडचण किंवा बाधा नक्कीच असेल. त्यासाठी कित्येकदा यशाची व्याख्या, 'समस्या सोडवण्याची योग्यता' अशी केली जाते. 'नेतृत्व' हे समस्या सोडवण्याची योग्यता आहे. ते प्रभावी आहे. आपण आणि ध्येय यांत उभी ठाकलेली समस्या सोडवण्याची क्षमता विकसित केलेल्या स्त्री-पुरुषांनीच महत्त्वपूर्ण गोष्टी साध्य केल्या आहेत.

समस्या सोडवणं एक क्षमता आहे

सायकल चालवणं किंवा टायपिंग करणं याप्रमाणेच सुदैवानं, समस्या सोडवणं ही एक क्षमता आहे. इतर क्षमतांप्रमाणेच ही क्षमताही शिकता येते. तुम्ही उपायांवर जितकं जास्त लक्ष केंद्रित कराल, तुमच्या डोक्यात तितकेच जास्त आणि अधिक चांगले उपाय येतील. तुम्ही समस्या सोडवण्यात जितके चांगले होत जाल, पुढची प्रत्येक समस्या तितक्याच वेगानं सोडवू लागाल. जेव्हा तुम्ही समस्या अधिक चांगल्या प्रकारे आणि वेगाने सोडवाल, तेव्हा तुम्ही जास्त मोठ्या समस्याही सोडवू लागाल. शेवटी तुम्ही महत्त्वपूर्ण आर्थिक समस्याही सोडवू लागाल, ज्यांचा तुमच्यावर आणि इतरांवर खूप परिणाम होऊ शकतो. जग अशाच प्रकारे काम करतं.

खरं तर तुमच्यात तुमच्या ध्येयाच्या मार्गातील प्रत्येक अडचण पार करण्याची किंवा समस्या सोडवण्याची क्षमता आहे. त्यासाठी केवळ तुमचं ध्येय साध्य करण्याची उत्कटता तुमच्यात असायला हवी. या क्षणी तुमच्यात ती सगळी बुद्धिमत्ता आणि क्षमता आहे, ज्याची गरज तुम्हाला तुमच्या मार्गातील प्रत्येक अडचण दूर करण्यासाठी लागेल.

अडचणींचा सिद्धान्त

गेल्या काही दशकांमध्ये एक महत्त्वपूर्ण क्रांतिकारक संकल्पना विकसित झाली आहे. तिचं वर्णन एलियाहू गोल्डरॅट यांनी त्यांच्या द *गोल* या पुस्तकात 'अडचणींचा सिद्धान्त' (Theory Of Constraints) या रूपात केलं आहे. या सिद्धान्तानुसार तुम्हाला जी गोष्ट साध्य करायची आहे, ती गोष्ट आणि तुम्ही यात कोणती ना कोणती अडचण किंवा थांबवणारं तत्त्व अस्तित्वात असतं. आणि हेच तत्त्व तुम्ही तुमच्या लक्ष्यापर्यंत किती वेगानं पोहोचाल हे ठरवतं.

उदाहरणार्थ, तुम्ही द्रुतगती महामार्गावर गाडी चालवत आहात आणि ट्रॅफिक कन्स्ट्रक्शन सर्व कार्सना एकाच लेनमध्ये आणत आहे. अशा वेळी तो बिंदूच ती अडचण आहे, जी ठरवते की तुम्ही किती वेगानं तुमच्या मुक्कामी पोहोचाल. तुम्ही या अडचणीतून जितक्या वेगानं पुढे जाता, बऱ्याच अंशी तुमच्या पुढील प्रवासाची गती ठरेल.

कोणतंही प्रमुख ध्येय साध्य करण्यात कोणती ना कोणती अडचण किंवा बाधा असते, जी तुम्हाला पार करायची असते. ती अडचण किंवा बाधा नेमकेपणानं ओळखणं आणि मग तुमची ऊर्जा ती अडचण दूर करण्यावर केंद्रित करणं हे तुमचं काम आहे. या अडचणीला दूर करण्याच्या किंवा तुम्हाला रोखणाऱ्या घटकाशी दोन हात करण्याच्या योग्यतेशिवाय दुसरं काहीही तुम्हाला तितक्या वेगानं पुढे घेऊन जाऊ शकणार नाही.

आतली विरुद्ध बाहेरची अडचण

८०-२०चा नियम तुमच्या आणि ध्येयाच्या दरम्यान असलेल्या अडचणींनाही लागू पडतो. हा नियम सांगतो, की तुमच्या ८० टक्के अडचणी तुमच्या आत असतात. तर केवळ २० टक्के अडचणीच तुमच्या बाहेर म्हणजे अन्य लोकांशी आणि परिस्थितीशी निगडित असतात. हेच वेगळ्या पद्धतीनं सांगायचं झाल्यास सर्वसाधारणपणे तुम्हीच तुमची प्रमुख अडचण आहात, ज्यामुळे लक्ष्य साध्य करण्याची गती निश्चित होते.

बहुतांश लोकांना हे स्वीकारणं अवघड जातं. पण यशस्वी लोकांना कोण योग्य आहे यापेक्षा काय योग्य आहे याची जास्त काळजी असते. स्वतःच्या अहंकाराचं रक्षण करण्यापेक्षा यशस्वी लोक परिस्थितीच्या वस्तुस्थितीची आणि समस्या सोडवण्यासाठी ते काय करू शकतात याचीही काळजी करतात.

स्वतःच्या आत पहा

''मला मागे रोखून ठेवतंय असं माझ्यात काय आहे'', हे स्वतःला विचारा. हृदयात खोलवर डोकावून पहा आणि स्वतःचं व्यक्तिमत्त्व, स्वभाव, पात्रता, कौशल्य, सवयी, शिक्षण किंवा अनुभव यासंबंधी मुख्य अडचणी ओळखा. त्या कदाचित तुम्हाला तुम्ही निर्धारित केलेलं ध्येय साध्य करण्यापासून अडवत आहेत. निर्मम प्रश्न विचारा. स्वतःशी पूर्णपणे प्रामाणिक रहा.

तुम्ही आणि ध्येय यादरम्यानच्या मूलभूत बाधा सर्वसाधारणपणे मानसिक असतात. त्यांचं स्वरूप मूलतः मानसशास्त्रीय आणि भावनात्मक असतं. त्या तुमच्या आजूबाजूच्या परिस्थितीत नसून तुमच्यातच असतात. जर तुम्हाला तुमच्यासाठी शक्य असलेली प्रत्येक गोष्ट मिळवायची असेल, तर याच मानसिक अडचणींपासून सुरुवात करा.

यशाच्या मार्गातील दोन प्रमुख अडचणी

भीती आणि शंका या यशाच्या आणि उपलब्धीच्या मार्गातील दोन प्रमुख अडचणी आहेत. सर्वांत आधी तर अपयश, गरिबी, नुकसान, शरम किंवा नाकारलं जाण्याची भीती असते, जी बहुतांश लोकांना प्रयत्न करण्यापासूनही रोखते. त्यामुळे नवं ध्येय साध्य करण्याचा लोकांचा प्रयत्न सरासरी एकापेक्षाही कमी असतो. ध्येयाबाबत विचार करताना ही भीती त्यांच्यावर वरचढ होते. ज्याप्रमाणे थोडीशी आग लागल्यावर पाण्याची बादली ओतताच ती शमते, तसंच ही भीती त्यांची इच्छा संपूर्णपणे शमवून टाकते.

दुसरी मानसिक अडचण आहे, स्वतःवर शंका घेण्याची. स्वतःवर शंका घेणं हे भीतीच्या खूप जवळ आहे. आपल्याला आपल्या योग्यतांवर विश्वास असण्याऐवजी शंका असतात. आपण आपली तुलना दुसऱ्यांबरोबर करून विचार करतो, की इतर लोक आपल्यापेक्षा जास्त चांगले, स्मार्ट आणि कार्यकुशल आहेत. ''मी पुरेसा चांगला नाही'', असा आपण विचार करतो. आपण आपल्या मनासारखं मोठं ध्येय साध्य करण्याच्या आव्हानासमोर स्वतःला अक्षम आणि हीन वाटू लागतो.

नकारात्मक भावना सोडताही येतात

दुर्दैवानं, शंका आणि भीती यांबाबतीत काही चांगली गोष्ट असेल, तर ती म्हणजे या दोन्ही शिकलेल्या भावना आहेत. तुम्ही कधी एखादं नकारात्मक बालक पाहिलं आहे का? मूल जेव्हा या जगात येतं, तेव्हा त्याच्यात कोणतीही भीती किंवा शंका नसते. मूल भीती आणि शंका शिकतं आणि प्रत्येक शिकलेली गोष्ट अभ्यासाने आणि पुनरावृत्तीने सोडता येते.

आत्मविश्वास आणि साहस हे शंका आणि भीतीचे मूळ उपचार आहेत. तुमच्या साहसाचा आणि आत्मविश्वासाचा स्तर जितका उंच असेल, भीती आणि शंका यांचा स्तर तितकाच कमी असेल. त्यामुळे या नकारात्मक भावना तुमच्या कामगिरीवर आणि वर्तणुकीवर तितकाच कमी परिणाम करतील.

साहसाच्या आणि आत्मविश्वासाच्या किल्ल्या

ज्ञान आणि कुशलतेसह साहस आणि आत्मविश्वास वाढतो. बहुतांश भीती आणि शंका अज्ञानाच्या आणि अक्षमतेच्या भावनेतून निर्माण होतात. तुम्ही तुमचं ध्येय साध्य करण्याच्या मार्गात आवश्यक असणाऱ्या गोष्टी जितक्या जास्त शिकता, तुम्हाला तितकीच कमी भीती वाटते. साहसाची आणि आत्मविश्वासाची भावना तितकीच जास्त निर्माण होते.

तुम्ही जेव्हा पहिल्यांदा कार चालवायला शिकला होतात, ते आठवा. तुम्ही कदाचित खूप दडपणाखाली होतात, घाबरत होतात. तुमच्याकडून खूप चुका झाल्या होत्या. कदाचित, तुम्ही चुकीच्या पद्धतीनं कार चालवत होतात आणि स्वतःबरोबरच इतरांसाठीही धोका निर्माण करत होतात. पण, कालांतराने तुम्ही कार चालवण्याचं ज्ञान आणि कौशल्य प्राप्त केलंत. तुम्ही अधिक चांगले होत गेलात आणि तुमचा आत्मविश्वास वाढत गेला.

आज तुम्ही आरामात कार चालवता आणि कोणत्याही भीती किंवा चिंतेशिवाय देशही ओलांडता. तुम्ही कार चालवण्यात इतके निपुण झाला आहात, की याबाबतीत काहीही विचार न करता तुम्ही ते काम करू शकता. हाच सिद्धान्त त्या योग्यतेवरही लागू होतो, जी तुम्हाला ध्येय साध्य करण्यासाठी शिकायची आहे.

शक्तिशाली विरुद्ध शक्तिहीन

पेनसेल्व्हिनिया युनिव्हर्सिटीचे डॉ. मार्टिन सेलिगमॅन यांनी २५ वर्षांपेक्षा जास्त काळ एका प्रवृत्तीचा अभ्यास करून त्या प्रवृत्तीला 'शिकलेली असहायता' (Learned Helplessness) असं नाव दिलं. सेलिगमॅन यांनी हजारो लोकांशी संवाद साधून

आणि अभ्यास करून निष्कर्ष काढला, की ८० टक्क्यांपेक्षा जास्त लोक कोणत्या ना कोणत्या शिकलेल्या असहायतेचे बळी असतात आणि कधीकधी तर बऱ्याच मोठ्या प्रमाणातही...

शिकलेल्या असहायतेमुळे पीडित असलेल्या लोकांना वाटतं, की ते आपलं ध्येय साध्य करण्यासाठी किंवा आयुष्य चांगलं करण्यासाठी अक्षम आहेत. शिकलेल्या असहायतेचं सर्वसाधारण स्पष्टीकरण 'मी करू शकत नाही' या शब्दांत निश्चित केलं आहे. अशा लोकांना जेव्हा एखादी संधी, शक्यता किंवा नवीन ध्येय दिलं जातं, तेव्हा ते तत्काळ 'मी नाही करू शकणार' अशी प्रतिक्रिया देतात. मग ते ध्येय किंवा संधी त्यांच्यासाठी का शक्य नाही, याबाबतची अनेक कारणं देऊ लागतात.

''मी माझ्या करिअरमध्ये पुढे जाऊ शकत नाही. मला चांगली नोकरी मिळू शकत नाही. मी अभ्यासासाठी वेळ काढू शकत नाही. मी पैसे वाचवू शकत नाही. मी वजन कमी करू शकत नाही. मी स्वतःचा व्यवसाय करू शकत नाही. दुसरं उत्पन्न मिळण्यासाठी मी व्यवसाय सुरू करू शकत नाही. मी माझे संबंध बदलू शकत नाही किंवा अधिक चांगले करू शकत नाही. मी माझ्या वेळेवर नियंत्रण ठेवू शकत नाही.''

काम कोणतंही असलं, तरी त्यांच्याकडे नेहमी स्वतःला थांबवणारं कोणतं ना कोणतं कारण असतं. जे कारण तातडीनं त्यांच्या शक्यतांना ब्रेक लावतं. त्यामुळे नवं ध्येय निश्चित करण्याचा प्रयत्न किंवा इच्छा संपून जाते आणि कोणत्याही प्रकारे परिस्थितींना बदलण्याची अनुमती मिळत नाही. हेन्री फोर्ड यांनी एक प्रसिद्ध वाक्य सांगितलं होतं, ''तुम्ही कोणतंही काम करू शकता असा तुम्हाला विश्वास असेल किंवा तुम्ही कोणतंही काम करू शकत नाही असा तुम्हाला विश्वास असेल, तर दोन्हीही बाबतींत तुम्ही योग्य आहात''.

असहायता सोडून देणं

शिकलेली असहायता सर्वसाधारणपणे बालपणीची विनाशकारी टीका, मोठं होताना आलेले नकारात्मक अनुभव आणि प्रौढ जीवनातील अपयशाचा परिणाम असते. स्वतःला स्वस्तात विकण्याच्या या स्वाभाविक प्रवृत्तीतून बाहेर पडण्याची पद्धत म्हणजे सुरुवातीला छोटी ध्येयं निश्चित करा, योजना आखा आणि दररोज योजनेअनुसार काम करा. अशा प्रकारे तुम्ही हळूहळू जास्त साहस आणि आत्मविश्वास विकसित करू लागता, जसं शरीरातील मांसपेशी तयार होताना होतं. तुम्हाला स्वतःवर आणि स्वतःच्या योग्यतांवर जास्त विश्वास वाटू लागल्यावर तुम्ही जास्त मोठी ध्येयं निश्चित करू शकता. वेळेअनुरूप तुमच्या शंका आणि भीती क्षीण होत जातील.

तुमचं साहस आणि आत्मविश्वास इतका वाढेल, की तोच तुमच्या विचारांची सर्वांत प्रबळ शक्ती ठरेल. अखेरीस तुमच्याकडे यशाचं रेकॉर्ड असेल आणि कमी वेळातच तुम्ही प्रबळ बनाल.

आरामदायी कक्षेचं जाळं

तुम्हाला जी दुसरी मानसिक अडचण दूर करण्याची आवश्यकता आहे, ती म्हणजे 'आरामदायी कक्षा'. कित्येक लोक आपल्या वर्तमान स्थितीतच समाधानी असतात. त्यांना एखाद्या खास नोकरीत किंवा संबंधात किंवा खास वेतनाच्या किंवा जबाबदारीच्या स्तरावर पोहोचल्यावर इतकं आरामदायी वाटू लागतं, की त्यांना त्यात अजिबात बदल करायचा नसतो. भलेही तो बदल अधिक चांगलं होण्यासाठी का असेना...

आरामदायी कक्षा ही महत्त्वाकांक्षा, इच्छा, संकल्प आणि उपलब्धीच्या मार्गातील एक मोठी अडचण आहे. आरामदायी कक्षेत अडकलेल्या लोकांमध्ये शिकलेली असहायता असल्यास कोणत्याही प्रकारे त्यांना मदत करणं अशक्य आहे. तुमच्या बाबतीत असं होऊ देऊ नका.

मोठी, आव्हानात्मक ध्येयं निश्चित करा

आपली आरामदायी कक्षा आणि शिकलेल्या असहायतेच्या जाळ्यातून बाहेर पडण्याची पद्धत म्हणजे, तुम्ही मोठी आणि आव्हानात्मक ध्येयं निश्चित करणं. मग तुम्ही त्या ध्येयांची स्पष्ट कामांमध्ये विभागणी करा, कालमर्यादा निश्चित करा आणि दररोज त्यावर काम करा. उन्हाळ्यात बर्फ वितळतो, त्याप्रमाणे तुमच्या शिकलेल्या असहायतेचा आणि आरामदायी कक्षेचा आळसही वितळू लागतो. त्यानंतर तुम्ही स्वतःसाठी शक्य असणाऱ्या गोष्टी जास्त वेगानं मिळवू लागता.

प्राधान्यक्रमानुसार आपल्या अडचणी ठरवा

तुम्ही जेव्हा तुमच्या प्रमुख ध्येयांच्या मार्गात उभ्या असलेल्या असंख्य अडचणींची यादी तयार कराल, तेव्हा त्यांचा प्राधान्यक्रम तयार करा. सर्वांत मोठी अडचण कोणती आहे? जर तुम्ही जादूची छडी फिरवून तुमच्या मार्गातील एक मोठी अडचण हटवू शकणार असाल, तर ती कोणती अडचण असेल, जी हटवल्यामुळे तुम्हाला वेगानं पुढे जाण्यासाठी सर्वांत जास्त मदत होईल?

व्यवस्थापन सल्लागार इयान मिटरॉफ यांनी समस्या सोडवण्याच्या आणि अडचणी दूर करण्यासंदर्भात एक रोचक गोष्ट सांगितली आहे. ते म्हणतात, ''समस्या

कोणतीही असली, तरी ती सोडवण्याचा प्रयत्न करण्यापूर्वी तिची वेगवेगळ्या पद्धतीनं व्याख्या करा. केवळ एकच व्याख्या असलेल्या किंवा एकच उपाय असलेल्या समस्येपासून सावध रहा''.

''मी या क्षणी तिथं का नाही?'' असा तुम्ही जेव्हा तुमच्या ध्येयाच्या संदर्भात प्रश्न विचारता तेव्हा तुमच्या डोक्यात कोणतं उत्तर येतं? तुम्हाला कोणत्या गोष्टीनं अडवलं आहे? तुमच्या मार्गात कोणती अडचण उभी आहे? योग्य अडचण समजून घेण्यासाठी तुम्हाला खोलवर खोदकाम करायला हवं, त्यानंतरच ती दूर करण्यासाठी पावलं टाकली पाहिजेत.

त्यासाठी कोणती पद्धत आहे? समस्येच्या प्रत्येक व्याख्येनंतर दर वेळी ''आणखी कोणती गोष्ट समस्येचं कारण ठरू शकते?'' हा प्रश्न विचारा.

विक्रीचं विश्लेषण करणं

कंपनीबरोबर किंवा लोकांबरोबर काम करताना मी नफा किंवा उत्पन्न दुप्पट करण्याच्या ध्येयानं सुरुवात करतो. मी सुचवतो, की त्यांनी स्वतःला ''आमचा नफा किंवा उत्पन्न आधीपासूनच दुप्पट का नाही?'' हा प्रश्न विचारावा. पुन्हा पुन्हा हा प्रश्न विचारल्यावर आम्हाला मिळणारं उत्तर स्पष्ट उत्तरापेक्षा अगदीच वेगळं असतं.

इथं प्रश्नाच्या या प्रक्रियेचं एक उदाहरण पाहू...

'विक्री पुरेशी होत नाहीये', आणखी कोणती गोष्ट समस्येचं कारण होऊ शकते?

'प्रतिग्राहक विक्रीचं प्रमाण पुरेसं मोठं नाही', आणखी कोणती गोष्ट समस्येचं कारण होऊ शकते?

'आमच्या जाहिराती पुरेशा ग्राहकांना आकर्षित करत नाहीयेत', आणखी कोणती गोष्ट समस्येचं कारण होऊ शकते?

आता तुमच्या लक्षात येईल की यांपैकी जी अडचण समस्येच्या रूपात समोर येईल ती सोडवण्यासाठी संपूर्णपणे नव्या कार्ययोजनेची आवश्यकता असेल. जर विक्री पुरेशी नसेल तर विक्रीचं प्रमाण वाढवणं हा आमचा उपाय असेल. जर प्रतिग्राहक विक्रीचं प्रमाण पुरेसं मोठं नसेल तर प्रतिग्राहक विक्रीचं प्रमाण वाढवणं हा आमचा उपाय असेल. जर आमच्या जाहिराती पुरेशा ग्राहकांना आकर्षित करत नसतील, तर जाहिरातींची गुणवत्ता सुधारणं हा आमचा उपाय असेल.

जास्त खोलवर खोदत रहा

तुम्ही म्हणू शकता, ''आमचे ग्राहक आमच्याकडून पुरेसं सामान विकत घेत नाहीत''. आणखी कोणती गोष्ट समस्येचं कारण होऊ शकते?

‘आमचे ग्राहक आमच्याकडून जास्त वेळा खरेदी करत नाहीत’. आणखी कोणती गोष्ट समस्येचं कारण होऊ शकते?

‘आमचे विक्री प्रतिनिधी आमच्या ग्राहकांना पुरेशा प्रमाणात विक्री करत नाहीत.’ त्याचा उपाय अधिक चांगल्या लोकांची नियुक्ती, प्रशिक्षण आणि व्यवस्थापन यांद्वारे विक्री प्रतिनिधींच्या गुणवत्तेमध्ये बदल करणं हा होऊ शकतो. आणखी कोणती गोष्ट समस्येचं कारण होऊ शकते?

‘आमचे ग्राहक प्रतिस्पर्ध्यांकडून आमची खूप जास्त उत्पादनं विकत घेत आहेत.’ आणखी कोणती गोष्ट समस्येचं कारण होऊ शकते?

‘प्रतिस्पर्धी आमच्या ग्राहकांना त्यांची किती तरी उत्पादनं विकत आहेत.’ हे उत्तर तुम्हाला हे विचारण्यासाठी विवश करतं की, संभावित ग्राहकांनी आमच्या प्रतिस्पर्ध्यांकडून खरेदी केल्यास त्यांना कोणतं मूल्य किंवा लाभ दिसतो? आम्ही त्या लाभाची बरोबरी कशी करू शकतो? आणखी कोणती गोष्ट समस्येचं कारण होऊ शकते?

‘आमच्या विक्रीतून पुरेशा प्रमाणात नफा होत नाही.’ आणखी कोणती गोष्ट समस्येचं कारण होऊ शकते?

‘आमच्या प्रत्येक विक्रीची मागणी खूप जास्त आहे.’ आणखी कोणती गोष्ट समस्येचं कारण होऊ शकते? आणि अशा प्रकारे... समस्येची प्रत्येक नवी व्याख्या जास्त विक्री किंवा नफा साध्य करण्यासाठी वेगवेगळे उपाय सुचवते.

योग्य समस्येसाठी योग्य उपाय करणं

द मॅकेन्सी वे नावाच्या पुस्तकात ‘मॅकेन्सी अँड कंपनी’च्या व्यवस्थापन सल्लागार सवयींचं वर्णन करण्यात आलं आहे. लेखकाच्या म्हणण्यानुसार चुकीच्या समस्येवर चुकीचा उपाय लागू करणं हे वेळ आणि पैसा वाया घालवणं आहे. हीच गोष्ट तुमच्या समस्या आणि अडचणी यांच्या बाबतीतही लागू पडते.

जेव्हा तुम्ही तुमच्या समोरील त्या अडचणी ओळखता किंवा तुम्ही तुमच्या उत्पन्नाचं ध्येय साध्य करू शकत नसलेली कारणं ओळखता, तेव्हा अडचण किंवा कारण तुम्हाला वेगळ्या उपायांकडे घेऊन जाईल. प्रत्येक बाबतीत वेगळ्या पद्धतीनं विचार करण्याची गरज असते.

तुमच्या व्यक्तिगत आयुष्यातही हेच आहे. तुम्ही जितक्या नेमकेपणानं स्वतःला मागे खेचणाऱ्या अडचणी किंवा समस्या ओळखता, उपाय तितकेच योग्य असतील. त्याद्वारे तुम्ही त्या अडचणी दूर करू शकता.

आपलं उत्पन्न वाढवणं

तुम्ही समस्या अशा प्रकारे व्यक्त करून सुरुवात करू शकता : ''मी पुरेसे पैसे कमवत नाहीये''. आणखी कोणती गोष्ट समस्येचं कारण होऊ शकते?

'मी जास्त पैशांलायक पुरेशा मूल्याचं योगदान देत नाहीये.' आणखी कोणती गोष्ट समस्येचं कारण होऊ शकते?

'माझं उत्पन्न कदाचित यासाठी वाढत नाहीये, कारण मी आत्तापेक्षा जास्त मूल्याची कामगिरी करण्यास तितकासा चांगला नाहीये.' आणखी कोणती गोष्ट समस्येचं कारण होऊ शकते?

'मी ऑफिसमध्ये माझ्या वेळेचा कार्यकुशलतेनं वापर करत नाही.' आणखी कोणती गोष्ट समस्येचं कारण होऊ शकते?

'मी संध्याकाळी टीव्ही पाहणं आणि आठवड्याच्या अखेरीस लोकांच्या भेटी-गाठींमध्ये वेळ घालवतो. नोकरीत अजून चांगलं होण्यासाठी मी फारच क्वचित काही वाचतो किंवा शिकतो.'

हां! आता तुम्हाला खरी समस्या सापडली. आता तुम्हाला हे स्पष्टपणे कळलं आहे, की जास्त पैसा मिळवण्याची आपली मूळ समस्या सोडवण्यासाठी तुम्हाला काय करायचं आहे.

अडचणीची ध्येयाच्या रूपात व्याख्या करा

तुम्ही जेव्हा तुमची अडचण निश्चित कराल, तेव्हा त्या अडचणीला सकारात्मक ध्येय म्हणून पुन्हा लिहा. उदाहरणार्थ, तुम्ही या क्षणी म्हणू शकता, ''माझं ध्येय माझ्या योग्यता आणि दक्षता सातत्यानं वाढवणं आहे, जेणेकरून मी माझ्या क्षेत्रात पैसे मिळवणाऱ्या १० टक्के शीर्षस्थ लोकांच्या समूहात राहू शकेन''.

मग तुम्ही त्या सर्व उपायांची सूची तयार करता, ज्यात तुम्ही तुमचं ज्ञान आणि योग्यता वाढवू शकता, वेळेचं व्यवस्थापन सुधारू शकता, आपली कार्यकुशलता आणि प्रभावीपणा वाढवू शकता, आपल्या कंपनीची विक्री वाढवू शकता.

तुम्ही प्रत्येक पावलासमोर कालमर्यादा आणि स्तर निश्चित करा. मग तुम्ही एक प्रमुख काम निवडा आणि ते तत्काळ करायला सुरुवात करा. त्यानंतर निखाऱ्यांवर चाला. स्वतःच स्वतःचे हुकूमशहा व्हा. स्वतःला शिस्त लावा आणि प्रेरित करा, जेणेकरून तुम्ही तुमचं निश्चित केलेलं ध्येय साध्य करू शकाल आणि तुम्हाला ज्या प्रकारची व्यक्ती व्हायचं आहे, तसे व्हा.

तुम्हाला कोणत्या गोष्टीनं रोखून ठेवलं आहे हे ओळखा आणि मग ती अडचण हटवण्यासाठी स्पष्ट, लेखी ध्येय निश्चित करण्याच्या अभ्यासानं तुमच्या आयुष्याचा लगाम तुमच्या हाती येईल.

संकल्पानुसार अंमलबजावणी केल्यामुळे तुमचं यश आणि ठाम केलेलं प्रत्येक ध्येय साध्य करणं जवळपास निश्चित होतं.

नेमकेपणासाठी प्रयत्न करा

समस्येची व्याख्या नेमकी आहे की नाही, याबाबतीत तुमच्या मनात काही प्रश्न किंवा चिंता असल्यास त्यासंबंधी एखाद्या विश्वासार्ह व्यक्तीशी चर्चा करा. तुमच्या अहंकाराला एका बाजूला ठेवा. प्रामाणिक प्रतिक्रिया आणि टीकेसाठी आग्रह धरा. तुमच्यात मूलभूत दोष आणि उणिवा असू शकतात ज्या पूर्ण क्षमता साकार करण्याच्या मार्गात अडचणी निर्माण करू शकतात, या शक्यतेचा स्वीकार करा. कठोरपणे स्वतःचं परीक्षण करा.

एकदा का तुमच्या समस्या किंवा अडचणी स्पष्ट होऊ लागल्या की विचार, वेळ आणि उत्तरं वेगवेगळ्या स्रोतांतून तुमच्याकडे येऊ लागतील. तुमच्या आत असलेल्या किंवा आजूबाजूच्या स्थितीमध्ये असलेल्या अडचणींना किंवा अडथळ्यांना दूर करण्यासाठी आवश्यक असणारी संसाधनं तुम्ही आकर्षित करू लागाल आणि तीच तुम्हाला अधिक वेगाने तुमच्या ध्येयाच्या दिशेने घेऊन जातील.

जवळपास प्रत्येक समस्या सोडवता येते

एक जुनी कविता आहे, ती आठवा – 'या धरतीच्या प्रत्येक अडचणीवर उपाय आहे किंवा नाहीये. जर उपाय आहे तर तो शोधा, नसेल तर त्याची चिंता करू नका.'

तुम्ही आणि तुमच्या उपलब्धी यांत उभ्या असलेल्या प्रत्येक अडचणीवर किंवा समस्येवर कुठे ना कुठे, कोणत्या ना कोणत्या प्रकारचा उपाय नक्कीच असतो. कोणती गोष्ट तुमचं ध्येय साध्य करण्याची गती ठरवते याबाबतीत संपूर्णपणे स्पष्ट राहणं हे तुमचं काम आहे. मग तुमचा वेळ आणि लक्ष ती अडचण दूर करण्यावर केंद्रित करा. तुमची प्रमुख समस्या किंवा अडचण दूर केल्यावर तुम्ही काही महिन्यांत इतकी जास्त प्रगती कराल, जी बहुतांश लोक कित्येक वर्षांतही करू शकत नाहीत.

✵ मार्गातील अडचणी दूर करा

१. एक प्रमुख ध्येय निश्चित करा आणि मग विचारा, ''मी या क्षणी तिथं का नाही? कोणती गोष्ट किंवा व्यक्ती मला मागे खेचत आहे?'' जी कोणती गोष्ट मनात येईल, तिची यादी करा.

२. स्वतःमध्ये डोकावून पहा आणि तुमची भीती, शंकाच यशाच्या मार्गातील सर्वांत मोठी अडचण आहे ही शक्यता लक्षात घ्या.

३. तुमच्या आतील आणि बाहेरच्या अडचणी किंवा मर्यादित करणारे घटक ओळखा, जे तुमची ध्येयं साध्य करण्याची गती निश्चित करतात.

४. तुमच्या प्रमुख समस्यांच्या किंवा अडचणींच्या अनेक व्याख्या तयार करा. पुन्हा पुन्हा विचारत रहा, ''आणखी कोणती गोष्ट समस्येचं कारण होऊ शकते?''

५. तुमच्या सर्वश्रेष्ठ उपायाची ध्येयाच्या रूपात व्याख्या करा. एक कालमर्यादा निश्चित करा, एक कार्ययोजना तयार करा आणि मग तुमच्या योजनेअनुसार कामाच्या मागे लागा. अडचणी संपत नाहीत, समस्या दूर होत नाही तोपर्यंत दररोज त्यावर काम करा.

११
तुमच्या क्षेत्रातील विशेषज्ञ व्हा

असामान्य माणूस हा सामान्य माणूसच असते, जो यशाबाबत विचार करतो, स्वप्न पाहतो आणि जास्त फायदेशीर क्षेत्रांत तसं करतो.

–मेल्विन पॉवर्स

लष्करात भरती होण्यासाठी प्रेरित करणाऱ्या पोस्टरप्रमाणे तुमचं एक ध्येय आहे. 'ते सगळं बनणं, जे तुम्ही बनू शकता'. बाजारपेठ केवळ उत्कृष्ट कामगिरीसाठी उत्कृष्ट पुरस्कार देते. सरासरी कामगिरीसाठी सरासरी पुरस्कार दिला जातो आणि सरासरीपेक्षा कमी कामगिरीसाठी अपयश, कमी उपलब्धी आणि निराशा मिळते.

आपल्या अर्थव्यवस्थेत उत्पन्न तीन घटकांनी निश्चित होतं. पहिला– तुम्ही काय करता, दुसरा– तुम्ही ते किती चांगल्या पद्धतीनं करता आणि तिसरा– दुसऱ्या कोणाकडून तुमचं स्थान घेतलं जाणं किती कठीण आहे.

सर्वांत यशस्वी लोकांचा एक गुण म्हणजे, त्यांनी आपल्या करिअरमध्ये एका विशिष्ट 'उत्कृष्टतेसाठी समर्पित' होण्याचा निर्णय घेतला. त्यांनी आपल्या कार्यक्षेत्रात सर्वश्रेष्ठ होण्याचा निर्णय घेतला. त्यासाठी त्यांनी कोणतीही किंमत मोजण्याचा, कोणताही त्याग करण्याचा, कितीही वेळ खर्ची करण्याचा निर्णय घेतला. जेणेकरून निवडलेल्या क्षेत्रात खूप चांगलं करता येईल. या निर्णयाचा परिणाम असा झाला, की सरासरी लोकांच्या गर्दीतून ते वर उठले आणि उत्पन्नाच्या त्या श्रेणीत पोहोचले, जिथं आपल्या असमर्पित साथीदारांच्या तुलनेत तीन, चार, पाच किंवा दहा पटींनी जास्त कमावू लागले.

पुन्हा एकदा ८०–२०चा नियम

काही वर्षांपूर्वी जेव्हा मी माझं सेल्स करिअर सुरू केलं, तेव्हा कोणीतरी मला सेल्समध्ये लागू होणारा ८०–२०चा नियम सांगितला. त्यांनी सांगितलं, की २० टक्के विक्री प्रतिनिधी ८० टक्के पैसा मिळवतात. त्याचा अर्थ म्हणजे, उर्वरित ८० टक्के

विक्री प्रतिनिधी केवळ २० टक्के पैसा मिळवतात आणि तो त्यांच्यात वाटला जातो. हे ऐकून मी निर्णय घेतला, की मला खालच्या ८० टक्क्यांपेक्षा वरच्या २० टक्क्यांच्या गटाचा सदस्य व्हायला आवडेल. या निर्णयानं माझं आयुष्य कायमस्वरूपी बदललं.

कारण, माझं बालपण खूप अडचणींमध्ये गेलं आणि मला शाळेत सरासरीपेक्षा कमी गुण मिळाले होते. त्यामुळे माझी स्वप्रतिमा खराब होती आणि माझ्या आत्मविश्वासाची पातळीही कमीच होती. मी एखाद्या गोष्टीत निपुण होऊ शकतो हे मला कधी सुचलंच नाही. जर मी एखादी गोष्ट चांगली केली, तर मी त्याला लगेचच योगायोग किंवा सुदैव मानायचो. वर्षानुवर्षं मी स्वतःला प्रत्येक कामात सरासरी किंवा सरासरीपेक्षा कमी मानलं.

गूढ ज्ञान

मग एके दिवशी अचानक मला ज्ञानाचा प्रकाश दिसला. मला जाणीव झाली, की शीर्षस्थ १० टक्के श्रेणीमध्ये असलेली प्रत्येक व्यक्ती सुरुवातीला १० टक्क्यांच्या खालच्या श्रेणीतही होती. आज खूप चांगलं काम करणारी व्यक्तीसुद्धा कधीतरी खूप वाईट काम करत होती. आज आयुष्यातील सर्वांत पुढील रांगेत उभ्या व्यक्तीनं त्याचं आयुष्य सर्वांत मागच्या रांगेपासून सुरू केलं होतं. आणि त्यापेक्षाही महत्त्वाचं म्हणजे मला ही गोष्ट कळली की इतरांनी जे काही केलं, तार्किक मर्यादांमध्ये मीही ते करू शकतो. जवळपास प्रत्येक बाबतीत हे खरं आहे.

कोणीही तुमच्याहून अधिक चांगलं नाही आणि कोणीही तुमच्याहून अधिक स्मार्ट नाही. लोक केवळ वेगवेगळ्या क्षेत्रांत अधिक चांगले किंवा जास्त स्मार्ट असतात. त्याशिवाय व्यवसायाच्या सर्व योग्यता शिकून घेता येतात. जे लोक व्यवसायाच्या एखाद्या क्षेत्रात चांगली कामगिरी करत असतात, त्यांनी तुमच्या आधी आवश्यक त्या मुलभूत योग्यता शिकून घेतल्या आहेत. जर तुम्ही इतरांइतकं साध्य करू शकत नसाल, तर तुम्ही त्या योग्यता अद्याप शिकलेल्या नाहीत, एवढाच त्याचा अर्थ आहे.

स्व-विकासाचा पोलादी नियम

इथं माझ्यासाठी आणखी एक क्रांतिकारक जाणीव होती : *तुम्ही निश्चित केलेलं कोणतंही ध्येय साध्य करण्यासाठी आवश्यक प्रत्येक गोष्ट शिकू शकता.* तुम्ही काय मिळवू शकता, त्याबाबत कोणतीही मर्यादा नाही. तुम्ही तुमच्या डोक्यात आणि कल्पनांमध्ये तयार केलेल्या मर्यादा याच तुमच्या मर्यादा आहेत. जर तुम्ही उत्कृष्ट होण्याचा आणि शीर्षस्थ १० टक्के लोकांमध्ये पोहोचण्याचा निर्णय घेतला, तर पृथ्वीवरील कोणतीही गोष्ट तुम्हाला तिथं पोहोचण्यापासून रोखू शकत नाही. केवळ तुम्ही स्वतः वगळता!

हे काम सोपं असेल का? स्वाभाविकपणे नाही. मी पुस्तकात 'सोपं' या शब्दाचा वापर जास्त केलेला नाही. समाधानकारक प्रत्येक गोष्ट मिळवण्यासाठी खूप वेळ लागतो आणि खूप कष्ट करावे लागतात. पण, जर तुम्हाला अत्यंत मनापासून इच्छा असेल आणि त्यासाठी पुरेसे कष्ट करण्याची तयारी असेल तर ते मिळवणं शक्य आहे. ते यश इतकं मोठं असतं, की त्यासाठी शक्य ते सारे प्रयत्न केले पाहिजेत.

प्रेरक वक्ता लेस ब्राऊन सांगतात, ''जी गोष्ट तुम्ही पूर्वी कधी मिळवलेली नाही, ती मिळवण्यासाठी तुम्हाला तुम्ही पूर्वी कधी नव्हता अशी व्यक्ती व्हावं लागेल''.

जर्मन तत्त्वज्ञ जोहानन वॉल्फगँग वॉन गेटे यांनी सांगितलं होतं, ''जास्त मिळवण्यासाठी आधी तुम्हाला जास्त व्हावं लागेल''.

जेव्हा तुम्ही तुमच्या क्षेत्रातील सर्वश्रेष्ठ लोकांपैकी एक होण्याचा निर्णय घेता, त्यानंतर तुम्ही ''मी ते कसं मिळवू शकतो?'' हा प्रश्न विचारता. प्रत्येक क्षेत्रात लोक शून्यापासून शिखरापर्यंत पोहोचले आहेत. तुम्हीही हे काम करू शकता याचा हा पुरावा आहे. त्यातील कित्येक लोकांमध्ये कदाचित तुमच्याइतके नैसर्गिक गुण आणि योग्यता नसतील. तरीही जीवनातील बहुतांश क्षेत्रात उत्कृष्टता आणि महान यश मिळवण्यासाठी नैसर्गिक योग्यता आणि गुण यांशिवाय कठोर मेहनत आणि समर्पण हे गुण जास्त महत्त्वाचे ठरतात.

यशासाठी शिक्षण अनिवार्य आहे का?

*फोर्ब्स-400*चे सदस्य म्हणजे अमेरिकेतील सर्वांत श्रीमंत ४०० स्त्री-पुरुष, त्यांच्याबाबत काही वर्षांपूर्वी एक अभ्यास करण्यात आला. त्यात संशोधकांच्या निदर्शनास आलं, की जे माध्यमिक शिक्षण अर्धवट सोडून फोर्ब्स-400मध्ये आले होती, त्यांच्याकडे महाविद्यालय किंवा विद्यापीठाचं शिक्षण पूर्ण करणाऱ्या लोकांपेक्षा सरासरी ३३३ दशलक्ष डॉलर्स जास्त संपत्ती होती.

मी याचा उल्लेख अशासाठी करतो आहे, की शालेय शिक्षणात चांगले गुण मिळाले नाहीत म्हणून आपल्या शक्यता मर्यादित आहेत आणि आपण आयुष्यात काही मिळवू शकत नाहीत, असं काही लोकांना वाटतं. कोणतीही गोष्ट वस्तुस्थितीपेक्षा इतकी दूर नाही. अमेरिकेतील आणि जगभरातील सर्वांत श्रीमंत आणि यशस्वी स्त्री-पुरुषांपैकी कित्येकांची शालेय कामगिरी खूप वाईट होती.

'तुम्ही हत्तीला खाता का?' हा प्रश्न आणि 'एका वेळी एक घास' हे उत्तर लक्षात ठेवा. प्रत्येक कामात उत्कृष्ट होण्याची हीच पद्धत आहे. तुम्ही एक-एक पाऊल, एक-एक गुण, एका वेळी एक छोटीशी सुधारणा करून शिखराच्या दिशेनं पुढे जाऊ शकता.

वाढती किंवा घटती संपत्ती?

वस्तुस्थिती अशी आहे, की तुमच्या ज्ञानाच्या आणि गुणांच्या योग्यतेचा वर्तमानातील स्तर आज पूर्वीपेक्षा जास्त वेगानं जुन्या विचारसरणीचा समर्थक बनत आहे. मी आधी उल्लेख केला आहे, की तुमच्या उत्पन्नाची योग्यता वाढती किंवा घटती संपत्ती होऊ शकते. ती यावर अवलंबून आहे, की तुम्ही त्यात वाढ करत आहात की तिला जुन्या विचारसरणीचा समर्थक बनू देत आहात. ही निवड तुम्ही दररोज करत आहात की नाही?

चांगली गोष्ट म्हणजे तुम्ही उत्साहानं तुमचं ज्ञान आणि योग्यता वाढवायला सुरुवात करता आणि तुमच्या क्षेत्रात सर्वश्रेष्ठ होण्याच्या मार्गावर चालू लागता, तेव्हा तुम्ही एखाद्या स्पर्धेत आहात, ज्यात तुम्ही केवळ एकटेच धावत आहात असं तुम्हाला वाटेल. तुम्ही वेगानं इतर लोकांच्या गर्दीतून पुढे निघून जाता आणि नेतृत्व करू लागता. यादरम्यान तुमचे बहुतांश प्रतिस्पर्धी केवळ पाहत राहतील आणि नोकरी वाचवण्यासाठी अनिवार्य असलेलं किमान काम करत राहतील. उत्कृष्टतेप्रति समर्पित होण्याचा विचार त्यांच्या डोक्यात कधी येणारच नाही.

तुम्हाला कोणत्या ज्ञानाची गरज आहे हे ओळखा

''काही महिन्यांनंतर किंवा वर्षांनंतर माझ्या क्षेत्रात नेतृत्व करण्यासाठी मला कोणतं अतिरिक्त ज्ञान, योग्यता आणि माहितीची आवश्यकता असेल?'' हा प्रश्न विचारून तुम्ही उत्कृष्टतेचा प्रवास सुरू करू शकता.

स्वतःला तीन ते पाच वर्षं पुढे न्या आणि कल्पना करा, की तुम्ही तुमच्या उद्योगासाठी सर्वश्रेष्ठ, सर्वाधिक खर्च करणाऱ्या व्यक्तींपैकी एक आहात. त्यासाठी तुम्हाला काय व्हावं लागेल? या बिंदूपर्यंत पोहोचण्यासाठी तुम्हाला काय करावं, शिकावं, मिळवावं लागेल? तुमच्या क्षेत्रात नेतृत्व करण्यासाठी तुम्हाला कोणत्या योग्यतांमध्ये श्रेष्ठत्व मिळवण्याची आवश्यकता असेल?

करिअरचं योग्य नियोजन करा

काही वर्षांपूर्वीची गोष्ट आहे. माझा एक चांगला मित्र एका छोट्या कंपनीमध्ये वकील होता. त्याचे वडीलही वकील होते म्हणून विद्यापीठात गेल्यावर त्यानंही वकिली व्यवसाय निवडला. शिक्षण संपल्यावर त्याने आपल्या मित्रांबरोबर, सहकाऱ्यांसोबत वकिली व्यवसाय सुरू केला. पण लवकरच तो या निष्कर्षाप्रत पोहोचला, की वकिली व्यवसाय त्याच्यासाठी उपयुक्त नाही. त्याऐवजी त्यानं बिझनेसमध्ये करिअर करण्याचा निर्णय घेतला.

तोपर्यंत तो सव्वीस वर्षांचा झाला होता. खूप विरोध सहन करून त्यानं त्याला आवश्यक सर्व संसाधनं जमवली आणि समर्पित वृत्तीनं हार्वर्ड विद्यापीठातील एमबीए अभ्यासक्रमाला प्रवेश घेतला. त्यासाठी दोन वर्षं लागली, पण त्याने तो अभ्यासक्रम पूर्ण केला. त्याला हार्वर्डची प्रतिष्ठित एमबीए पदवी मिळवण्यासाठी आणि अपेक्षित अभ्यासक्रम करण्यासाठी दोन वर्षं आणखी लागली.

त्यानंतर तो आपल्या घरी गेला. मग नोकरीसाठी मुलाखती देऊ लागला. अखेरीस त्यानं वेगानं विकास करणाऱ्या एअरलाइनमध्ये सुरुवातीला मॅनेजरचं पद निवडलं. आदर्श करिअरसाठी त्याची ती चाल यशस्वी ठरली. दहा वर्षांतच तो त्या एअरलाइनचा अध्यक्ष झाला आणि आज तो त्याच्या बरोबर शिकणाऱ्या कोणत्याही वकिलापेक्षा दहा पट जास्त कमावतो आहे. तो एका मोठ्या राष्ट्रीय कंपनीच्या युवा आणि सर्वाधिक सन्मानित एक्झिक्युटिव्ह्जपैकी एक आहे.

तुमच्याकडे अनेक नोकऱ्या आणि करिअर असतील

आज कामाला सुरुवात करणारा माणूस साधारणतः चौदा पूर्ण वेळेच्या नोकऱ्या करेल. त्या दोन वर्षं किंवा त्यापेक्षा अधिक चालतील असा अंदाज आहे. त्याच्याकडे वेगवेगळ्या व्यवसायांतील किंवा उद्योगातील चार-पाच पूर्ण वेळेची करिअर असतील. चार कोटी अमेरिकन त्यांच्या बहुतांश करिअरमध्ये अस्थायी कर्मचारी असतील. ते एका कंपनीसाठी कधी दीर्घ काळ काम करणार नाहीत, तर त्याऐवजी व्यावसायिक किंवा तांत्रिक काम करत एका कंपनीतून दुसऱ्या कंपनीत येत-जात राहतील.

तुम्ही विकसित व्हाल आणि परिपक्व व्हाल, तसं तुमचं करिअरही सातत्यानं बदलेल, हे जवळपास निश्चित आहे. तुम्हाला सातत्यानं रस्त्यावर पुढे पाहत राहावं लागेल आणि आगामी वर्षांमध्ये तुम्हाला जितका पैसा कमवायची इच्छा आहे तो कमावण्यासाठी आवश्यक त्या योग्यता आणि दक्षतांबाबत तुम्हाला विचार करावा लागेल.

प्रमुख परिणामक्षेत्र ओळखा

मी आधी उल्लेख केल्यानुसार प्रत्येक कामात पाच ते सात प्रमुख परिणामक्षेत्रं असतात. उदाहरणार्थ, प्रॉस्पेक्टिंग, ताळमेळ निर्माण करणं, गरजा ओळखणं, उपाय सादर करणं, अडचणींना उत्तर देणं, विक्री बंद करणं, समाधानी ग्राहकांना पुन्हा विक्री करणं आणि रेफरल्स मिळवणं ही विक्रीच्या क्षेत्रातील सात प्रमुख परिणामक्षेत्रं आहेत.

तुम्ही विक्रीक्षेत्रात असल्यास यातील प्रत्येक क्षेत्रात एक ते दहा श्रेणींवर आपलं मूल्यांकन केलं पाहिजे. त्यात किमान एक आणि सर्वोच्च दहा गुण आहेत.

सात श्रेणींमध्ये तुमचे गुण कमीतकमी सात झाले पाहिजेत, तरच तुम्ही तुमच्या क्षेत्रातील शीर्षस्थ २० टक्के लोकांच्या समूहात स्थान प्राप्त करू शकता.

या सात क्षेत्रांमध्ये तुम्ही एकदा तुमचं मूल्यांकन केलं, की तुम्ही ही सूची तुमच्या बॉसकडे किंवा त्यापेक्षाही अधिक चांगलं म्हणजे एखाद्या ग्राहकाकडे घेऊन जा आणि त्यांना तुम्हाला गुण देण्याची विनंती करा. त्यामुळे तुमचे डोळे नक्कीच उघडतील. सर्वसाधारणपणे तुम्ही करत असलेलं मूल्यांकन इतरांच्या मूल्यांकनापेक्षा खूप वेगळं, जास्त उंचीचं असू शकतं.

तुमचे अंतिम गुण कितीही असले, तरी त्यातून तुमच्या उणिवा कोणत्या आहेत हे तुम्हाला कळेल. आता तुम्ही त्या उणिवा दूर करण्यावर लक्ष केंद्रित केलं पाहिजे. जेणेकरून त्या उणिवा दूर होऊन बाकी योग्यतांच्या बरोबरीने किंवा त्यापेक्षा जास्त होतील. तुमची सर्वांत कमजोर प्रमुख योग्यताच तुमच्या उत्पन्नाची उंची ठरवत असते आणि तुम्ही तुमच्या करिअरमध्ये किती वेगानं, किती दूर जाणार आहात हेही निश्चित करते.

महामार्गावर पोहोचा

तुमच्या भावी करिअरसाठी एक मोठा प्रश्न आहे : **अशी कोणती योग्यता आहे, जी तुम्ही विकसित केली आणि उत्कृष्ट रीतीनं केली, तर तिचा तुमच्या करिअरवर सर्वांत सकारात्मक परिणाम होईल?** व्यक्तिगत आणि व्यावसायिक विकासासाठी हा तुमचा केंद्रबिंदू असायला हवा.

या प्रश्नाच्या उत्तराबाबत तुम्ही द्विधा मनःस्थितीत असल्यास तुमच्या बॉसला विचारा. तुमच्या सहकाऱ्यांना विचारा. तुमच्या कर्मचाऱ्यांना विचारा. तुमच्या जोडीदाराला आणि मित्रमंडळींना विचारा. या प्रश्नाचं उत्तर शोधणं आणि मग तुमची संपूर्ण ऊर्जा त्या खास क्षेत्रातील कामगिरी सुधारण्यासाठी वापरणं तुमच्यासाठी अनिवार्य आहे.

व्यक्तिगत आणि व्यावसायिक सुधारणेसाठी हा तुमचा निश्चित प्रमुख उद्देश ठरतो. तो लिहून काढा, कालमर्यादा निश्चित करा, नियोजन करा, त्यावर काम करा आणि मग दररोज त्या खास योग्यतेमध्ये सुधारणा करण्यासाठी काही ना काही करा.

एकदा तुम्ही तुमच्या सर्वांत कमजोर प्रमुख परिणामक्षेत्रात प्रभुत्व प्राप्त केलं की पुन्हा स्वतःला प्रश्न विचारा : ''आता कोणती योग्यता आहे, जी मला मदत करेल?'' या प्रश्नाचं उत्तर काहीही असलं, तरी तुम्ही त्या क्षेत्रात प्रभुत्व मिळवेपर्यंत त्या योग्यतेवर काम करा.

प्रत्येक क्षेत्रात सर्वांत जास्त पैसा मिळवणाऱ्या व्यक्तींचं गुणांकन प्रत्येक प्रमुख परिणामक्षेत्रात आठ, नऊ किंवा दहा असतं. तुम्हीही हेच ध्येय ठेवलं पाहिजे.

उत्कृष्ट एक्झिक्युटिव्ह

तुम्ही मॅनेजमेंटमध्ये असल्यास सात प्रमुख परिणामक्षेत्रं तुमचं यश किंवा अपयश निश्चित करतात. नियोजन, व्यवस्थापन, कर्मचारी नियुक्ती, काम सोपवणं, निरीक्षण किंवा पर्यवेक्षण करणं, मूल्यांकन करणं, अहवाल तयार करणं ही सात प्रमुख परिणामक्षेत्रं आहेत.

सर्व यशस्वी व्यवस्थापक या सर्वांमध्ये उत्कृष्ट असतात. सर्व अयशस्वी व्यवस्थापक यांतील एका किंवा जास्त क्षेत्रात कमजोर असतात. तुम्ही या प्रमुख परिणामक्षेत्रांतील कोणत्याही एका क्षेत्रात खूप कमजोर असाल, तर तुमची ही कमजोरी तुमच्या यशासाठी घातक ठरू शकते.

उदाहरणार्थ, तुम्ही काम सोपवण्याशिवाय व्यवस्थापनाच्या प्रत्येक क्षेत्रात उत्कृष्ट असाल, तर त्यामुळे तुम्ही तुमच्या करिअरमध्ये दररोज थांबून राहाल. मी अशा अनेक मॅनेजर्सबरोबर काम केलं आहे, जे काम सोपवण्याच्या बाबतीत इतके कमजोर होते, की ते काहीही करवून घेऊ शकत नव्हते. अखेरीस कंपनीला त्यांना नोकरीवरून काढावं लागलं. कारण त्यांच्यामुळे व्यवसायाचं खूप नुकसान होत होतं.

या प्रमुख परिणामक्षेत्रांपैकी प्रत्येकात स्वतःला एक ते दहापर्यंत गुण द्या. आजूबाजूच्या लोकांनाही तुमचं मूल्यांकन करायला सांगा. प्रामाणिक रहा. विनम्र सहकाऱ्यांच्या चलाख उत्तरांना स्वीकारू नका. खऱ्याच्या शोधात रहा.

३६० डिग्री विश्लेषण करा

'३६० डिग्री विश्लेषण' आजच्या काळात वापरल्या जाणाऱ्या लोकप्रिय व्यवस्थापन साधनांपैकी एक आहे. अशा प्रकारच्या विश्लेषणात एखाद्या खास व्यवस्थापकाच्या अखत्यारीत काम करणाऱ्या लोकांकडून त्याच्याबाबतचा गोपनीय अहवाल मागवला जातो. संक्षिप्त स्वरूपात उत्तरे देण्यासाठी सर्व अहवाल त्रयस्थ विश्लेषकाकडे सोपवले जातात. मग ती संक्षिप्त उत्तरं त्या व्यवस्थापकाला दिली जातात. जेणेकरून बाकी लोक त्याचं मूल्यांकन कसं करतात हे त्याला कळावं. त्यामुळे त्या व्यवस्थापकाला धक्का बसतो.

उदाहरणार्थ, व्यवस्थापक सांगेल, की मी सावधगिरीनं आणि विचारपूर्वक निर्णय घेतो. पण कर्मचारी सांगतील, निर्णय घेण्याच्या बाबतीत बॉस कमजोर, अनिर्णयशील आणि असुरक्षित आहेत.

अलीकडेच एका व्यवस्थापन अभ्यासात ७५ टक्के व्यवस्थापकांनी प्रभावीपणाच्या बाबतीत आपलं मूल्यांकन शीर्षस्थ २५ टक्के लोकांमध्ये केलं. बहुतांश व्यवस्थापकांनी व्यक्तिमत्त्वाच्या आणि बुद्धीच्या संदर्भात आपलं मूल्यांकन शीर्षस्थ २० टक्के लोकांमध्ये केलं. गुण असो किंवा लक्षण, आपल्यामध्ये जास्त

मूल्यांकन करण्याची नैसर्गिक प्रवृत्ती असते. त्यासाठी सहकाऱ्यांना नियमित मूल्यांकनामुळे खूप मदत होते.

व्यक्तिगत विकासाचं ध्येय ठेवा

तुम्ही सर्वांत जास्त सुधारण करू इच्छित असलेली आणि सर्वांत जास्त गरज असलेलं प्रमुख परिणामक्षेत्र एकदा निश्चित केलं, की त्याचं ध्येय निश्चित करा, योजना तयार करा, स्तर निश्चित करा आणि कालमर्यादाही निश्चित करा. मग दररोज त्या क्षेत्रात सुधारण्यासाठी काम करा. दर आठवड्याला, महिन्याला किंवा वर्षाला तुम्ही त्या क्षेत्रात संपूर्णपणे उत्कृष्ट व्हाल. तुम्ही विशेषज्ञ व्हाल.

तुम्ही जसे आहात, तसे स्वतःला स्वीकारा

गेल्या काही वर्षांत एक लोकप्रिय बिझनेस पुस्तक आलं आहे. *नाऊ डिस्कव्हर युवर स्ट्रेंथ्स* असं त्याचं नाव आहे. हे पुस्तक बेस्ट सेलर ठरलेल्या 'फर्स्ट, ब्रेक ऑल द रूल्स' या जुन्या पुस्तकानंतर आलं आहे. या दोन्ही पुस्तकांत 'लोक बदलत नाहीत' असा सर्वसाधारण निष्कर्ष आहे.

तुम्ही काही निश्चित नैसर्गिक योग्यता, दक्षता, प्रवृत्ती, शक्ती, उणिवा आणि गुण घेऊन जन्माला आलेले आहात. ते आयुष्यात लवकरच प्रकट होतात आणि सर्वसाधारणपणे किशोरावस्था संपेपर्यंत कायमस्वरूपी होतात. कालांतराने त्यात फारसा बदल होत नाही.

तुम्ही तुमच्या करिअरमध्ये एक महत्त्वाचं पाऊल टाकू शकता. तुम्ही खरोखरच कोणत्या गोष्टीत चांगले आहात किंवा चांगले होऊ शकता हे ओळखा आणि मग मनापासून त्या क्षेत्रात उत्कृष्ट होण्याच्या मागे लागा.

१९२०च्या दशकात व्यवस्थापन विश्लेषक मेरी पार्कर फोलेट यांनीही लिहिलं होतं, ''घोडा जिकडे जातो आहे, तीच घोडेस्वारीची सर्वांत चांगली दिशा आहे''. स्वतःला विकसित करण्याची सर्वांत चांगली पद्धत आपल्या नैसर्गिक गुणांत आणि आवडींमध्येच आहे. लेखक आणि वक्ता जिम कॅथकार्ट म्हणतात, ''आपल्या स्वभावाला पोषण द्या''. हा खूप महत्त्वाचा सल्ला आहे आणि तुम्ही तुमच्या करिअरमध्ये त्याचं पालन केलं पाहिजे.

तुम्हाला या पृथ्वीवर काही खास गुण आणि योग्यता देऊन पाठवलं गेलं आहे. हे गुण तुम्हाला इतरांपेक्षा वेगळं आणि अनोखं बनवतात. आयुष्यभर तुम्ही नेहमीच परिस्थितीच्या अशा क्षेत्राकडे आकर्षित होता जिथे तुमच्या खास गुणांनी आणि योग्यतांनी तुम्हाला जास्त मिळवण्यासाठी मजबूत केलं आहे, बाकी गोष्टींपेक्षा उंच

स्तरावर काम करण्याचा आनंद दिला आहे. आयुष्यात तुमचं एक महान ध्येय म्हणजे अशाच एक-दोन योग्यता ओळखणं आहे, ज्यात तुम्ही बाकी कोणाहीपेक्षा जास्त चांगली कामगिरी करू शकता आणि आनंद घेऊ शकता. मग या क्षेत्रात संपूर्णपणे उत्कृष्ट होण्यासाठी एकाग्र व्हा.

स्वतःच्या गुणांचा विकास करा

बास्केटबॉलपटू मायकल जॉर्डन यांनी एकदा म्हटलं होतं, ''गुण (Talent) प्रत्येकात असतात, पण योग्यता (Ability) प्राप्त करण्यासाठी कठोर मेहनत करण्याची गरज असते''. कवी लाँगफेलो यांनी लिहिलं आहे, ''सर्वसामान्य माणसाची महान शोकांतिका ही आहे की जेव्हा तो कबरीत जातो, तेव्हाही त्याचं संगीत त्याच्या आतच राहतं''.

असं होऊ शकतं की, तुमच्यासाठी उपयुक्त नसलेल्या नोकरीत तुम्ही वर्षानुवर्षं संघर्ष करत राहाल आणि मग तुमच्या आदर्श क्षेत्रात पोहोचाल. तिथे काही वर्षांतच इतकी प्रगती कराल, जी याआधी वीस वर्षांतही करू शकला नसाल.

नेपोलियन हिल यांनी एकदा लिहिलं होतं, की अमेरिकेमध्ये यशाची किल्ली म्हणजे तुमचं खरोखर कोणत्या कामावर प्रेम आहे हे ओळखणं आणि ते करताना चांगला रोजगार मिळवण्याची पद्धत शोधणं.

स्वबळावर मिलिअनेअर झालेले बहुतांश लोक म्हणतात, ''मी कधी आयुष्यात एक दिवसही काम केलं नाही''. त्यांना नेमका कशात आनंद मिळत होता एवढंच त्यांनी शोधलं आणि त्यांनी ती गोष्ट जास्तीतजास्त केली.

तुमचे खास गुण ओळखा

स्वतःचे खास गुण ओळखण्याच्या आणि निश्चित करण्याच्या आठ पद्धती आहेत. या पद्धतींमुळे तुम्हाला कळू शकतं, की तुम्ही काय करण्यासाठी अद्वितीयरीत्या उपयुक्त आहात.

पहिली - *तुम्हाला* जे काम करायला आवडतं, त्या कामात तुम्ही नेहमीच सर्वश्रेष्ठ आणि सर्वांत सुखी आहात. तुम्ही आर्थिकदृष्ट्या सक्षम असल्यास तुम्हाला ते काम वेतन न घेताही करायला आवडेल. ती गोष्ट तुमचं सर्वश्रेष्ठ स्वरूप प्रकट करते आणि ते खास काम करताना तुम्हाला खूप जास्त समाधान आणि आनंद मिळतो.

दुसरी - *तुम्ही* ती गोष्ट खूप चांगल्या प्रकारे करता. या क्षेत्रात तुमची नैसर्गिक योग्यता दिसून येते.

तिसरी – या गुणामुळे आयुष्यात आतापर्यंत *तुम्हाला* बहुतांश यश आणि आनंद मिळाला आहे. बालपणापासूनच तुम्हाला ती गोष्ट करायला आवडत होती आणि त्यामुळे तुम्हाला मोठमोठे पुरस्कार तसंच प्रशंसा लाभली आहे.

चौथी – ती गोष्ट *शिकणं आणि करणं तुमच्यासाठी सोपं होतं.* खरं तर ती गोष्ट शिकणं इतकं सोपं होतं, की तुम्ही ती कधी आणि कशी शिकलात हेही तुम्ही विसरला आहात. एके दिवशी तुम्हाला स्वतःला ते काम सहजपणे आणि चांगल्या प्रकारे करता येत असल्याचं कळलं.

पाचवी – *ते काम करताना तुमचं मन रमतं.* ते काम तुम्हाला आकर्षित आणि मंत्रमुग्ध करतं. त्याबाबत विचार करणं, वाचणं, बोलणं तुम्हाला आवडतं. त्याबाबत तुम्ही जास्तीतजास्त माहिती घेता. फूल जसं फुलपाखराला आकर्षित करतं, तसंच हे काम तुम्हाला आकर्षित करतं.

सहावी – *त्या कामाबाबत शिकायला तुम्हाला आवडतं* आणि आयुष्यभर तुम्ही त्यात सुधारत जाता. या क्षेत्रात खरोखर उत्कृष्ट होण्याची तुमची आंतरिक इच्छा असते.

सातवी – तुम्ही ते काम करताना *वेळ थांबल्यासारखा* होतो. न खाता-झोपता दीर्घ काळ ते काम करण्याचा गुण तुमच्यात असतो. कारण तुम्ही त्यात हरवून किंवा गढून जाता.

आणि आठवी – ज्या कामासाठी *तुम्ही सर्वांत जास्त उपयुक्त* असता, त्या क्षेत्रातील तज्ज्ञांची तुम्ही खरोखरच प्रशंसा करता, तसंच त्यांचा सन्मानही करता. तुम्हाला त्यांच्यासारखं व्हायचं असतं, त्यांच्या आजूबाजूला राहायचं असतं आणि प्रत्येक बाबतीत त्यांचं अनुकरण करायचं असतं.

वर नमूद केलेलं वर्णन जर कोणत्या गोष्टीला लागू होत असल्यास तुम्ही जे करत आहात किंवा यापूर्वी जे केलं आहे, ते काम तुमची मनापासूनची इच्छा आहे. ते करण्यासाठी तुम्हाला या पृथ्वीवर पाठवलं गेलं आहे.

उत्कृष्ट होण्यासाठी तुम्ही जन्माला आला आहात

तुमचे नैसर्गिक गुण जन्मजात आहेत आणि ते विकसित करणं सोपं आहे. त्यांचं प्रोग्रॅमिंग तुमच्या अवचेतन मनात केलेलं आहे. जी कामं करण्यासाठी तुम्हाला या पृथ्वीवर पाठवलं गेलं आहे त्याच्याशी त्याचा संबंध आहे. आपल्या नैसर्गिक गुणांचं आणि योग्यतांचं क्षेत्र ओळखणं, मग त्यांना आयुष्यभर विकसित करणं हे तुमचं काम आहे.

कित्येक योग्यता एकमेकांसाठी पूरक असतात. त्या एकमेकांवर अवलंबून असतात. त्याचा अर्थ असा, की तुमच्याकडे एक योग्यता निश्चित स्तरावरील

असायला हवी, तरच तुम्ही इतर योग्यतांचा जास्त मोठ्या पातळीवर उपयोग करू शकाल. त्यासाठी ज्या योग्यता तुम्हाला आवडत नाहीत, त्यात तुम्हाला जास्त मजा येत नाही, त्या योग्यता कित्येकदा शिकाव्या आणि विकसित कराव्या लागतात. पण ही तर निवडलेल्या क्षेत्रात उत्कृष्टता मिळवण्याची किंमत आहे, जी तुम्हाला मोजावी लागते.

एक योग्यता दूर

इथं एक नियम लक्षात घ्या : तुम्ही तुमची उत्पादकता, कामगिरी आणि उत्पन्न दुप्पट करण्यापासून केवळ एक योग्यता दूर आहात असं असू शकतं. कदाचित, तुम्हाला एका क्षेत्रात तुमच्या योग्यतेची पातळी थोडी उंचवावी लागेल. त्यानंतर तुम्ही बाकी योग्यतांची पातळी जास्त उंचावण्याच्या दृष्टीने प्रयोग करण्यासाठी समर्थ होऊ शकाल.

लक्षात ठेवा, व्यवसायासंबंधी सर्व योग्यता शिकता येतात. व्यावसायिक योग्यता आनुवंशिकतेद्वारे निश्चित होत नाहीत. तुम्हाला तुमच्या पूर्ण क्षमतेपर्यंत पोहोचण्यासाठी आणि तिचा वापर करण्यासाठी एखादी व्यावसायिक योग्यता शिकण्याची गरज असल्यास तुम्ही अभ्यास आणि पुनरावृत्तीच्या माध्यमातून ती शिकू शकता.

वाईट कामगिरीच्या जाळ्यापासून स्वतःला वाचवा

सर्वसाधारणपणे असं दिसतं, की जर तुम्ही एखाद्या योग्यतेमध्ये कमजोर असाल तर तुम्ही त्यासंबंधी कोणतंही काम करण्यासाठी घाबराल. तुम्ही 'शिकलेली असहायते'च्या जाळ्यास फसाल. तुम्ही म्हणाल, ''खरं तर या क्षेत्रात मी खूप चांगला नाहीये''. किंवा ''माझ्यात या योग्यतेसंबंधी काही नैसर्गिक गुण किंवा प्रतिभा नाही''.

पण, हा केवळ बहाणा किंवा स्वतःला तर्कसंगत सिद्ध करण्याचा प्रयत्न आहे. जर ती योग्यता तुमच्यासाठी महत्त्वाची असेल, तर ती तुम्ही शिकू शकता. समर्पित वृत्तीनं आणि संकल्प करून झटपट शिकता येण्यासासारख्या एखाद्या छोट्याशा योग्यतेसाठी स्वतःला काही महिने, वर्षं थांबवून ठेवणं हा सर्वांत वाईट निर्णय आहे. असं स्वतःच्या बाबतीत होऊ देऊ नका.

उत्कृष्टता एक प्रवास आहे

एक जुनी म्हण आहे, 'कोणतीही चांगल्या पद्धतीनं करण्यासाठी असलेली गोष्ट आधी वाईट पद्धतीनं करण्यालायक असते'. अभ्यास आदर्श बनवत नाही, दोषपूर्ण (imperfect) अभ्यास अखेरीस आदर्श (perfect) बनतो.

तुम्ही कोणतीही नवीन गोष्ट सुरू करता तेव्हा सुरुवातीला तुम्ही ती वाईट पद्धतीनं कराल हे गृहीत धरलं पाहिजे. सुरुवातीला तुम्हाला खूप वाईट आणि विचित्र वाटेल. तुम्हाला मूर्खासारखं आणि लाजिरवाणं वाटेल. पण, तुम्हाला तुमच्या क्षेत्रात उत्कृष्टता मिळण्यासाठी ही किंमत मोजावीच लागते. तुम्हाला नेहमीच यशाची किंमत मोजावी लागेल आणि त्या किमतीत नेहमी एखाद्या अवघड योग्यतेत प्रभुत्व मिळवण्यासाठी केलेल्या कठोर मेहनतीचाही समावेश असेल. त्याची गरज तुम्हाला तुमच्या क्षेत्रात शिखरावर पोहोचण्यासाठी भासेल.

तुमची जादूची छडी फिरवा

'जादूची छडी' या तंत्राचा उपयोग करा. कल्पना करा, की तुम्ही जादूची छडी फिरवून एखाद्या खास योग्यतेमध्ये पूर्णपणे उत्कृष्ट होऊ शकता. ती कोणती योग्यता असेल? जर तुम्ही जादूची छडी फिरवू शकलात आणि तुमचे गुण, योग्यता यासंदर्भात कोणतीही इच्छा पूर्ण करू शकलात तर तुम्ही कोणत्या गोष्टीची इच्छा व्यक्त कराल?

या प्रश्नांच्या उत्तरांतून नेहमीच नव्या ध्येयांचे संकेत मिळतील. तुम्हाला प्रमुख अविकसित योग्यता आणि दक्षतांच्या संदर्भात नवी ध्येयं निश्चित करावी लागतील, तेव्हा कुठे तुम्ही तुमच्या कामात सर्वश्रेष्ठ होऊ शकाल.

'स्वतःबरोबर हे करा' प्रकल्पात आयुष्यभर काम करा. एखाद्या अति महत्त्वपूर्ण क्षेत्रात संपूर्णपणे उत्कृष्ट होण्यासाठी एक, दोन किंवा तीन वर्षांची गुंतवणूक करायला तयार रहा. तुम्ही जे काही करता, त्यात सर्वश्रेष्ठ होण्यासाठी कोणतीही किंमत मोजण्यासाठी, कोणताही त्याग करण्यासाठी इच्छुक रहा.

तीन-धन-एक फॉर्म्युला

कोणत्याही योग्यतेमध्ये प्रभुत्व मिळवण्याचा तीन-धन-एक फॉर्म्युला सरळसोपा आहे आणि हा पुन्हा पुन्हा कामी येतो. सर्वांत आधी, योग्यतेच्या क्षेत्रात दररोज अभ्यास करा, अगदी पंधरा किंवा तीस मिनिटं... पण हा ज्ञानाचा संग्रह असतो. तुम्ही जितकं जास्त वाचता आणि शिकता, ते काम उत्कृष्ट पद्धतीनं करण्यासाठी तुम्हाला तितकाच जास्त आत्मविश्वास मिळेल.

दुसरं, त्या विषयावर तुमच्या कारमध्ये शैक्षणिक ऑडिओ टेप ऐका. सरासरी व्यक्ती दरवर्षी कार चालवण्यात पाचशे ते एक हजार तास घालवते. गाडी चालवतानाचा वेळ शिकण्यासाठी वापरा. तुम्ही जर तुमच्या कारमध्ये संगीताऐवजी शैक्षणिक ऑडिओ टेप ऐकल्यास तुमच्या क्षेत्रातील सर्वांत जाणकार लोकांपैकी एक होऊ शकता.

तिसरं, त्या विषयावर होणारे सेमिनार आणि कार्यशाळा यांना उपस्थित रहा. कित्येक लोकांचं आयुष्य बदललं आहे. कारण, ते एखाद्या प्रमुख विषयावर एक किंवा दोन दिवसांच्या सेमिनारमध्ये सहभागी झाले होते. त्यानंतर त्या क्षेत्रात त्यांचा कायापालट झाला.

आणि शेवटचं तत्त्व आहे, शिकलेल्या गोष्टीचा लवकरात लवकर संधी मिळताच अभ्यास करा. जेव्हा तुम्ही कोणताही चांगला विचार ऐकता तेव्हा त्यावर काम करा. जी व्यक्ती एक विचार ऐकते आणि त्यावर काम करते, तेव्हा ती त्या व्यक्तीपेक्षा जास्त मौल्यवान ठरते जी शंभर विचार ऐकून त्यातील एकावरही काम करत नाही.

अभ्यास आदर्श बनवतो

तुम्ही जे शिकत आहात, त्याचा जितका जास्त अभ्यास कराल, तितक्याच वेगानं त्या क्षेत्रात सक्षम आणि योग्य व्हाल. तुम्ही जितका जास्त अभ्यास कराल, तुमचा आत्मविश्वास तितकाच वाढेल, त्या क्षेत्रात तुम्ही अक्षमतेच्या भावनांतून बाहेर पडाल आणि तितक्याच लवकर तुम्ही प्रभुत्वही मिळवाल. तुम्ही ती योग्यता जेव्हा तुमच्या मानसिक टूलबॉक्समध्ये जोडाल तेव्हा तुम्ही तिला तुमच्या करिअरमध्ये कायमस्वरूपी प्राप्त कराल.

तुम्ही तुमच्या क्षेत्रातील १० टक्के शीर्षस्थ लोकांच्या समूहात सामील होण्याचा संकल्प आज, याच क्षणी करा. ते कोण आहेत, त्यांचं उत्पन्न किती आहे, ते तुमच्यापेक्षा काय वेगळं करतात याची माहिती घ्या. त्यांनी विकसित केलेलं खास ज्ञान आणि योग्यता निश्चित करा. मग त्या विकसित करण्याचा संकल्प करा. लक्षात ठेवा, कोणत्याही व्यक्तीनं जे काम केलं आहे, ते तार्किकतेच्या मर्यादेत तुम्हीही करू शकता. तुमच्यापेक्षा चांगलं कोणीही नाही, तुमच्यापेक्षा स्मार्ट कोणीही नाही. तुमच्या क्षेत्रातील शीर्षस्थ व्यक्ती कधीकाळी तुमच्या क्षेत्रातही नव्हती. त्या वस्तुस्थितीचा पुरावा म्हणजे, त्यांनी जे काही मिळवलं आहे, ते तुम्हीही मिळवू शकता. त्यासाठी केवळ तुम्ही ध्येय निश्चित करा आणि पुरेसा वेळ कठोर मेहनत घ्या. तुम्हाला कोणतीही मर्यादा नाही.

✵ तुमच्या क्षेत्रातील विशेषज्ज्ञ व्हा

१. तुमच्या क्षेत्रातील शीर्षस्थ १० टक्के लोकांच्या समूहात सहभागी होण्याचा आजच संकल्प करा. उत्कृष्टतेसाठी आयुष्यभर समर्पित रहा.

२. तुमच्या नोकरीची प्रमुख परिणामक्षेत्रं ओळखा. ती परिणामक्षेत्रं तुम्हाला तुमच्या कामात यशस्वी होण्यासाठी 'संपूर्णपणे, सविस्तरपणे' खूप चांगल्या प्रकारे करावी लागतील.

३. तुमची सर्वांत कमजोर प्रमुख क्षेत्रं ओळखा आणि त्या क्षेत्रांत उत्कृष्ट होण्यासाठी 'स्वतःबरोबर हे करा' प्रकल्प सुरू करा.

४. तुमच्या क्षेत्रात शिखरस्थानी पोहोचण्यासाठी कोणतं अतिरिक्त ज्ञान आवश्यक आहे याची माहिती घ्या आणि ते ज्ञान मिळवण्याचं नियोजन करा.

५. आयुष्यभर शिकण्यासाठी समर्पित व्हा. पुस्तकं वाचा, ऑडिओ टेप ऐका, कोर्स आणि सेमिनारमध्ये सहभागी व्हा आणि शिकलेल्या गोष्टींवर लवकरात लवकर काम करा.

१२
योग्य लोकांबरोबर रहा

आयुष्याबाबत तुमचा दृष्टिकोन, स्वतःबाबत तुमचं आकलन, स्वतःच्या मूल्याबाबत तुमचा असणारा अंदाज यांत तुमचा भोवताल बऱ्याच प्रमाणात रंग भरतो. तुमच्या आजूबाजूची परिस्थिती तुमच्या संपूर्ण करिअरला घडवते, आकार देते आणि बदलवते. त्यामुळे दररोज तुमच्या संपर्कात येणाऱ्या लोकांचं चरित्र बदलतं.

–ओरिसन स्वेट मार्डन

आयुष्य आणि बिझनेस यांच्यातील संबंधच सारं काही आहे. तुम्ही जी काही गोष्ट मिळवता किंवा मिळवत नाही, ती कोणत्या ना कोणत्या प्रकारे अन्य लोकांशी जोडलेली आहे. आयुष्याच्या आणि करिअरच्या प्रत्येक टप्प्यावर योग्य लोकांबरोबर योग्य संबंध जोडण्याची योग्यता तुमचं यश आणि उपलब्धी निश्चित करण्यात खूप महत्त्वाची सिद्ध होईल. तुम्ही तुमचं ध्येय किती लवकर साध्य करता त्यावर याचा खूप परिणाम होईल.

तुम्ही जितक्या जास्त लोकांना ओळखता आणि जितक्या लोकांच्या मनात तुमची सकारात्मक प्रतिमा आहे, तुम्ही तुमच्या प्रत्येक कामात तितकेच जास्त यशस्वी होत जाल. योग्य वेळी, योग्य जागी एक व्यक्ती तुमच्यासाठी दरवाजा उघडू शकते. त्यामुळे तुमचं आयुष्य बदलू शकतं आणि वर्षांनुवर्षांच्या कठोर परिश्रमांपासून तुमची सुटका होऊ शकते.

हे काम कोणीही एकट्यानं करू शकत नाही

तुमच्या ध्येयापर्यंत पोहोचण्यासाठी तुम्हाला मदतीची गरज पडेल अशा व्यक्ती, समूह आणि संस्था ओळखणं हा ध्येयनिश्चितीतील एक महत्त्वाचा भाग आहे. कोणत्याही प्रकारे ध्येय साध्य करण्यासाठी तुम्हाला खूप लोकांची मदत घ्यावी लागेल. ते लोक कोण आहेत?

लोक तीन प्रकारचे असतात. त्यांच्या मदतीची आणि सहकार्याची गरज तुम्हाला पुढील काही वर्षांमध्ये निर्माण होईल. हे लोक तुमच्या बिझनेसमधील आणि त्याच्या आजूबाजूचे आहेत. तुमचे कुटुंबीय आणि मित्र आहेत, तुमच्या व्यावसायिक किंवा सामाजिक परिघाच्या बाहेरचे समूह तसंच संस्थांचे लोक आहेत. तुम्हाला प्रत्येक समूहासोबत प्रभावी पद्धतीनं काम करण्याची रणनीती ठरवावी लागेल.

तुमचे प्रमुख व्यावसायिक संबंध

तुमच्या बिझनेसची सुरुवात करा. तुमच्या व्यावसायिक आयुष्यात सर्वांत महत्त्वाचे लोक कोण आहेत? त्यांच्या बरोबर जास्त चांगले संबंध निर्माण करण्यासाठी तुमची काय योजना आहे? तुमच्या बिझनेसमधल्या आणि बाहेर काम करणाऱ्या प्रत्येक व्यक्तीचा समावेश असलेली यादी तयार करा. तुमचा बॉस, सहकारी, तुमचे कनिष्ठ आणि विशेषतः तुमचे ग्राहक, सप्लायर तसंच व्हेंडर्स या सगळ्यांची यादी बनवा. त्यातील कोणते लोक तुमच्या बिझनेसचं किंवा करिअरचं ध्येय साध्य करण्यात तुमची सर्वांत जास्त मदत करू शकतात किंवा ठेच पोहचवू शकतात?

कित्येकदा मी माझ्या श्रोत्यांना विचारतो, की त्यांच्यातील किती लोक ग्राहक सेवाक्षेत्रात आहेत? काहीच हात वर होतात. मग मी सांगतो, की प्रत्येक व्यक्ती ग्राहक सेवाक्षेत्रात आहे. मग तो त्याला काहीही म्हणत असेल, किंवा काहीही करत असेल.

आपले ग्राहक ओळखा

'तुमच्या कामात किंवा बिझनेसमध्ये यशासाठी आणि प्रगतीसाठी जिच्यावर अवलंबून असतो अशी प्रत्येक व्यक्ती', ही ग्राहक या शब्दाची व्याख्या आहे. तसंच 'कोणत्याही प्रकारे तुमच्यावर अवलंबून असणारी व्यक्ती म्हणजे ग्राहक', अशी ग्राहकाची व्याख्या करता येईल. या दोन्ही व्याख्यांमधून तुमच्या आजूबाजूची जवळपास प्रत्येक व्यक्ती कोणत्या ना कोणत्या रुपात ग्राहक असतेच.

उदाहरणार्थ, तुमचा बॉस कामाच्या संदर्भात तुमचा *प्राथमिक* ग्राहक असतो. बॉसला समाधानी करण्याच्या तुमच्या योग्यतेचा तुमच्या भविष्यावर, तुमच्या उत्पन्नावर आणि तुमच्या करिअरवर जितका जास्त परिणाम होईल, तितका अन्य योग्यतेचा पडणार नाही. तुम्ही जर बाकी सगळ्यांना नाखूश केलं, पण तुमचा बॉस तुमच्यावर खूश असेल तर तुमची नोकरी सुरक्षित टिकून राहील. जर तुम्ही तुमच्या कंपनीतील आणि बाहेरच्या प्रत्येक व्यक्तीला खूश केलं, पण तुमचा बॉस तुमच्यावर खूश नसेल, तर ही एकमेव अडचण तुमच्या भविष्यासाठी शॉर्ट सर्किट ठरू शकते.

तुमची ग्राहक सेवा रणनीती

तुम्ही त्यासाठी एक खूप चांगली रणनीती आखू शकता. तुम्हाला ज्या गोष्टीसाठी नोकरीवर ठेवलं आहे असं तुम्ही मानता, त्या प्रत्येक गोष्टीची यादी करा. '**मला नोकरीवर का ठेवलं आहे?**' या प्रश्नाचं उत्तर द्या आणि मग तुम्ही विचार करू शकता अशी प्रत्येक गोष्ट लिहा. त्यानंतर ती यादी घेऊन तुमच्या बॉसकडे जा आणि यादीतील प्राधान्यक्रमाविषयी बॉसला विचारा. – तुमच्या बॉसला सर्वांत महत्त्वाचं काय आहे? त्यांच्यासाठी सर्वांत महत्त्वाची दुसरी गोष्ट कोणती? तिसरी सर्वांत महत्त्वाची गोष्ट कोणती? आणि अशाच प्रकारे पुढेही...

त्यानंतर स्वतःला शिस्त लावा आणि दिवसभर आपल्या बॉसच्या शीर्षस्थ कामावर मेहनत घ्या. जेव्हा कधी तुमचे बॉस तुम्हाला दिसतील किंवा तुमच्याशी बोलतील, तेव्हा तुम्ही त्यांच्या प्रमुख प्राधान्यानुसार काम करत असल्याचं त्यांना सांगा. त्यामुळे तुम्हाला करिअरमध्ये जितकी मदत होईल, तितकी अन्य कोणत्याही निर्णयाने होणार नाही.

प्रगती करण्याचे दोन प्रमुख गुण

सक्सेस मॅग्झिनमध्ये काही वर्षांपूर्वी एक सर्वेक्षण अहवाल छापण्यात आला होता. १०४ मुख्य कार्यकारी अधिकाऱ्यांना आदर्श कर्मचाऱ्यांच्या वीस गुणांपैकी सर्वांत महत्त्वपूर्ण गुण निवडण्यास सांगण्यात आलं. ८६ टक्के सीनिअर एक्झिक्युटिव्हज्‌नी दोन गुण करिअरमधील यशासाठी आणि प्रगतीसाठी सर्वांत जास्त महत्त्वाचे असल्याचं सांगितलं. पहिला गुण होता, प्राधान्यक्रम निश्चित करण्याची योग्यता, म्हणजे महत्त्वाचं आणि महत्त्वाचं नसलेलं वेगळं करणं. तर दुसरा गुण होता, काम वेगानं करण्याची योग्यता, तत्काळ अंमलबजावणी करणं.

तुम्ही तुमचं काम वेगानं आणि चांगल्या पद्धतीनं करता या तुमच्या प्रतिमेव्यतिरिक्त दुसरं काहीही तुमच्या करिअरमध्ये जास्त उपयुक्त ठरणार नाही.

चुकीच्या कामासाठी कठोर परिश्रम?

इथं एक पेच आहे. कित्येक लोक नोकरी करताना खूप कष्ट करत आहेत, पण त्यांचा बॉस जी कामं सर्वांत महत्त्वाची मानतो, ती कामं ते करत नाहीत. दुःखद वस्तुस्थिती म्हणजे तुम्ही जर बिनमहत्त्वाची कामं खूप चांगल्या रीतीनं करत असाल, तर त्याचा तुमच्या करिअरला फटका बसू शकतो आणि तुमची नोकरीही धोक्यात येऊ शकते.

परिस्थिती बदलेल तेव्हा तुमच्या बॉसबरोबरचा संवाद कायम ठेवा. तुमच्या बॉसचा प्राधान्यक्रम बदलला तर नाही, याबाबतची माहिती मिळवत रहा. बॉसच्या

प्राधान्यक्रमानुसारच नेहमी काम करत रहा आणि मग ते वेगानं करण्याचा संकल्प करा. प्राधान्यक्रमानुसार कामं पटापट पूर्ण करणाऱ्या कर्मचाऱ्याइतकं बॉसला दुसरं काहीही खूश करत नाही. ती व्यक्ती तुम्हीच असाल याची काळजी घ्या.

तुमचे अन्य प्रमुख ग्राहक

तुमचे सहकारी तुमच्या कामावर अवलंबून असतात. म्हणजे तेही तुमचे ग्राहक असतात. त्यांच्यातील प्रत्येकाला विचारा, की तुम्ही त्यांच्या मदतीसाठी काही करू शकता का? त्यांना विचार की अशी कोणती गोष्ट आहे, *जी तुम्ही जास्त करू शकता किंवा कमी करू शकता, सुरू करू शकता किंवा सोडून देऊ शकता?* म्हणजे त्यांना त्यांचं काम अधिक चांगलं करण्यासाठी मदत होईल.

वस्तुस्थिती अशी आहे, की लोक दिवसभर स्वतःविषयी आणि आपल्या कामाविषयीच विचार करत असतात. तुम्ही जेव्हा अधिक चांगल्या किंवा वेगवान पद्धतीनं काम करण्यात लोकांना मदत करण्याचा प्रस्ताव ठेवता, तेव्हा तेही नंतर तुमच्या मदतीसाठी आतुर असतील. एवढंच लक्षात ठेवा, की पेरण्याचा आणि कापण्याचा नियम आहे, कापण्याचा आणि पेरण्याचा नियम नाहीये. तुम्हाला या नियमाचा क्रम लक्षात ठेवावा लागेल. आधी तुम्ही आत घालता आणि मग बाहेर काढता. आधी तुम्ही पेरता आणि त्यानंतर तुम्ही कापता.

तुम्ही तुमचं काम इतरांच्या मदतीनं करण्याची आणि त्यांचं भलं करण्याची प्रत्येक संधी शोधली पाहिजे. तुम्ही इतरांची मदत करण्यासाठी प्रामाणिकपणे जे प्रयत्न करता, कोणत्या ना कोणत्या वेळी, कोणत्या ना कोणत्या रूपात अगदी अनपेक्षितरीत्या तुम्हाला त्याचा लाभ होईल. जे नेहमी इतरांची मदत करण्यासाठी तत्पर असतात तेच प्रत्येक संस्थेत सर्वांत लोकप्रिय असतात.

तुमच्या बरोबरचे, तुमच्या वरचे, तुमच्या खालचे लोक तुम्हाला जितके जास्त पसंत करतील आणि तुम्हाला जितकी जास्त सोबत करतील, तुम्हाला तितकंच जास्त वेतन मिळेल आणि तुमची प्रगतीही तितक्याच जास्त वेगानं होईल. 'मिळवणारा' (Go-Getter) या बरोबरच 'देणारा' (Go-Giver) ही प्रतिमाही करा.

तुमच्या आजूबाजूच्या लोकांचे बहुमोल सहकारी होण्याचे मार्ग शोधा. त्याचा परिणाम असा होईल, की तुम्हाला जेव्हा मदतीची गरज असेल, तेव्हा ते तुम्हाला मदत करतील.

संघ-खेळाडू व्हा

तुमच्या बिझनेसमध्ये दीर्घकालीन यश मिळवण्यासाठी तुम्ही जो सर्वांत महत्त्वाचा गुण विकसित करू शकता तो म्हणजे चांगला संघ-खेळाडू (टीम प्लेअर) होणं. स्टॅनफर्ड

विद्यापीठामध्ये बरीच वर्षं केलेल्या एका संशोधनात अभ्यासकांच्या निदर्शनाला आलं, की टीममध्ये सर्वांत चांगल्या प्रकारे काम करण्याची योग्यता ही वेगानं प्रगती करणाऱ्या व्यक्तीचा सर्वांत ठळक गुण होता.

टीमवर्कची समीकरणं फार रोचक असतात. सर्वांत पहिली गोष्ट म्हणजे, टीममधील २० टक्के सदस्य ८० टक्के काम करतात. बाकी ८० टक्के मीटिंग्जमध्ये खूप कमी योगदान देतात, आपला हात कमी वेळा वर करतात आणि कोणत्याही कामासाठी स्वतःहून पुढे येत नाहीत. तुमचं काम सर्वांत वरच्या २० टक्के लोकांच्या समूहात जाण्याचं आहे.

टीममध्ये खेळाडू होण्यासाठी प्रत्येक मीटिंगमध्ये नेहमी पूर्ण तयारी करून जा. मीटिंग संचालित करणाऱ्या व्यक्तीच्या अगदी समोर बसा आणि तिच्या नजरेला नजर द्या. त्वरित बोला आणि प्रश्न विचारा. स्वेच्छेनं काम मागा. तुम्हाला जेव्हा काम करण्याची संधी दिली जाईल, तेव्हा ते लवकर आणि चांगल्या पद्धतीनं करा. जेणेकरून कंपनीमध्ये चांगल्या प्रकारे काम कोण पूर्ण करू शकतो हे सर्वांसमक्ष स्पष्ट होईल.

अवलंबित्व – योग्यता सर्वांत महत्त्वाची योग्यता आहे

तुम्ही तुमच्या आजूबाजूला ऊर्जेचं सकारात्मक, आकर्षक शक्तिक्षेत्र निर्माण करू शकता. त्यासाठी 'ज्याच्यावर कोणंतही काम करण्यासाठी अवलंबून राहता येईल', अशी प्रतिमा तुम्हाला निर्माण करावी लागेल. परिणामी, तुमच्यावर जास्त कामं सोपवली जातील, तुम्हाला मोठी कामं दिली जातील आणि त्या कामांबरोबर तुम्हाला अधिकार आणि पुरस्कार आपोआप मिळतील.

तुमच्या अधीन आणि खालच्या स्तरावरील लोकांशी ओळख निर्माण करण्यासाठी वेळ काढा. त्यांच्याशी गप्पा मारा आणि प्रश्न विचारा. शक्य झाल्यास त्यांना मदत हवी आहे का, असं विचारा. त्यांच्या बरोबर विशेषतः दयाळूपणे आणि शिष्टाचाराने वागा. त्यांचं कौतुक करा तसंच त्यांना श्रेय देण्याचा प्रयत्न करा. या सगळ्याचा तुमच्या करिअरवर इतका जास्त परिणाम होईल, की तुम्ही आश्चर्यचकित व्हाल.

संबंध वाढवण्यातली गुंतवणूक

प्रत्येक संस्थेत सर्वांत जास्त लोकांना ओळखणारी व्यक्ती सर्वसाधारपणे मलईसारखी सर्वांत वर पोहोचते. सुरुवातीला असं वाटू शकतं, की संबंध निर्माण करण्यात खूप वेळ लागतो आहे. पण, पुढील काही महिन्यांत आणि वर्षांमध्ये त्याचा पुन्हा पुन्हा फायदा होईल.

तुम्ही तुमच्या कंपनीच्या बाहेर तुमच्या उद्योगाच्या असोसिएशन्समध्ये सहभागी झालं पाहिजे. सर्वांत यशस्वी एक्झिक्युटिव्ह आणि सेल्स प्रोफेशनल्स नियमितपणे इतर बिझनेसमन आणि बिझनेस समूहांबरोबर नेटवर्किंग करतात. ते त्यांचा व्यावसायिक संपर्क आणि मैत्री वाढवतात.

आपल्या समुदायाच्या बिझनेस संस्थांवर लक्ष द्या. एक किंवा दोन संस्था निवडून त्यातील लोकांशी ओळख-परिचय झाल्यानंतर तुम्हाला आगामी काळात मदत मिळण्याची शक्यता निर्माण होईल. या संस्थेच्या बैठकांना जाऊन तुमची ओळख करून द्या. किती संस्थांचं सदस्यत्व घेतल्यावर फायदा होईल याबाबत निर्णय घ्या आणि त्या संस्थांमध्ये सहभागी व्हा. त्यांच्या प्रत्येक बैठकीमध्ये सहभागी व्हा.

व्यावसायिक नेटवर्क तयार करा

इथं नेटवर्किंगची सर्वांत चांगली रणनीती सुचवण्यात येत आहे. संस्थेची एखादी महत्त्वाची समिती निवडा आणि त्यात स्वेच्छेनं काम करण्यास सुरुवात करा. समिती अशी निवडा, जिच्या सदस्यांशी तुम्हाला ओळख वाढवायची आहे. असे कार्यक्रम असलेली समिती निवडा, ज्याद्वारे तुम्ही संस्थेतील आणि संस्थेच्या बाहेरील प्रमुख लोकांच्या संपर्कात याल.

एकदा तुम्ही समितीमध्ये सहभागी झालात, की स्वेच्छेनं काम मागायला सुरुवात करा. या कामाचे तुम्हाला पैसे मिळणार नाहीत, पण त्यातून तुम्हाला महत्त्वाच्या लोकांबरोबर काम करण्याची संधी मिळेल. ते लोक तुम्हाला भविष्यात कोणत्याही वेळी तुमच्या करिअरमध्ये मदत करू शकतील.

अमेरिकेमध्ये ८५ टक्के नवी पदं मौखिक शिफारस आणि व्यक्तिगत संपर्कानं भरली जातात. तुम्ही तुमच्या उद्योगात जितक्या जास्त लोकांना ओळखता आणि त्यांच्या बरोबर काम करता, योग्य वेळ आल्यावर तुमच्यासाठी संधींचे दरवाजे तितकेच जास्त उघडतील.

दीर्घकालीन विचार करा आणि नियोजन करा

आपल्या करिअरच्याबाबतीत दीर्घकालीन दृष्टिकोन ठेवा. स्थानिक वृत्तपत्र वाचून तुमच्या समुदायातील सर्वांत वरच्या स्थानी असलेल्या लोकांची यादी करा. आपल्या शहरातील शंभर 'यशस्वी खेळाडूंची' नावं, पदं आणि बिझनेसची यादी करा.

यादी केल्यानंतर त्यातील प्रत्येकाला एक पत्र लिहा आणि त्यांच्या बिझनेसशी संबंधित नसलेली वस्तू त्यांना पाठवा. तुम्ही त्यांच्याविषयी जे काही वाचलं आहे,

त्या आधारे त्यांना एखादं छोटं पुस्तक, कविता, वृत्तपत्रातलं कात्रण किंवा त्यांच्या आवडीची एखादी वस्तू पाठवा.

जेव्हा कधी त्या व्यक्तीला संपर्क साधण्याचं कारण सापडेल, तेव्हा पत्र लिहा. एखाद्या एक्झिक्युटिव्हच्या उल्लेखनीय कामाबाबत वृत्तपत्रात बातमी छापून आल्यावर मी त्याला फोन करतो किंवा पत्र लिहितो. सर्वसाधारणपणे माझा त्याच्याशी थेट संपर्क होत नाही. पण मी बी पेरत राहतो आणि तसंही 'जो जवळ राहतो, तो यशस्वी होतो'. अखेरीस, मी एखाद्या सामाजिक कार्यक्रमात किंवा बिझनेस संदर्भात महत्त्वाच्या लोकांना भेटेन आणि मी त्यांना आठवड्याभरापूर्वी, महिन्याभरापूर्वी किंवा वर्षभरापूर्वी पत्र पाठवलं होतं ते त्यांना आठवेल.

तीन वर्षांपूर्वी एका बिझनेस कन्व्हेन्शनमध्ये पहिल्यांदा भेटल्यानंतर मी पत्र पाठवल्याचं माझ्या एका सर्वांत महत्त्वाच्या ग्राहकाच्या लक्षात होतं. ''मला अमुक अमुक पत्र लिहिणारे तुम्हीच आहात का?'' असं त्यांनी विचारलं. त्यातून बोलणं सुरू झालं आणि मग मीटिंग आणि त्यानंतर त्यांच्या संस्थेबरोबर बरीच वर्षं कामही केलं.

आपलं दान द्या

एक नियम सांगतो, **'तुम्ही लाभाच्या आशेविना स्वतःला जितकं जास्त देता, निश्चितच अपेक्षित स्रोतांपेक्षा तुमच्याकडे तितकंच जास्त परत येतं'.**

तुम्ही तुमच्या संपर्क विस्तारण्यासाठी जे काही प्रयत्न करता, ते संपूर्णपणे कधीही नाहीसे होणार नाहीत. बियांसारखं वेगवेगळ्या संपर्कांना फळण्या-फुलण्यासाठी वेगळ्या वेळेची गरज असते. काही परिणाम तत्काळ दिसतील. काहींचे परिणाम महिने, वर्षं दिसणार नाहीत. तुम्ही धैर्यवान होण्यासाठी तयार राहायला हवं.

हार्वर्ड युनिव्हर्सिटीचे डॉ. डेव्हिड मॅक्क्लीलँड यांनी आपल्या समाजात उच्च उपलब्धी मिळवणाऱ्या व्यक्तींचे गुण आणि लक्षणं यांचा अभ्यास केला. संदर्भ समूहाची (Reference Group) निवड तुमचं यश किंवा अपयश निश्चित करण्यात अन्य कोणत्याही तत्त्वापेक्षा जास्त महत्त्वाची असते. झिग झिग्लर यांनी म्हटल्यानुसार, ''तुम्हाला खरोखरच गरुडासारखी भरारी घ्यायची असेल तर तुम्ही कोंबड्यांबरोबर दाणे टिपत बसू शकत नाही''.

योग्य लोकांच्या आजूबाजूला रहा

जे लोक तुम्हाला आवडतात, ज्यांची तुम्ही प्रशंसा किंवा सन्मान करता आणि तुम्ही भविष्यात ज्या लोकांसारखं होऊ इच्छिता त्यांच्या बरोबर राहण्याचं ध्येय निश्चित करा. तुम्ही ज्या लोकांचा सन्मान करता, तुमच्या मित्रमंडळींना आणि सहकाऱ्यांना

भेटवण्यात तुम्हाला अभिमान वाटेल अशा लोकांमध्ये मिसळा. सकारात्मक, ध्येयकेंद्रित संदर्भ समूहाची निवड तुमच्या करिअरला वेगानं पुढे घेऊन जाण्यासाठी इतकं काही करू शकते, की दुसऱ्या कोणत्याही गोष्टीनं ते साध्य होणार नाही.

गरुडांबरोबर भरारी घ्या

अशी अगणित उदाहरणं आहेत जिथे सरासरी काम करणाऱ्या, सरासरी परिणाम मिळवणाऱ्या, सरासरी वेतन मिळवणाऱ्या व्यक्तीनं पद बदललं आणि ती खूपच प्रगतिशील कंपनीमध्ये काम करू लागली. काही आठवड्यांमध्येच त्या व्यक्तीचा संपूर्ण दृष्टिकोन बदलला. आशावादी, परिणामकेंद्रित, पुढे जाणाऱ्या व्यक्तींबरोबर सातत्यानं राहिल्यानं आधी सरासरी पातळीवर काम करणारी व्यक्ती असामान्य कामगिरी करू लागते. तुम्ही तुमच्या बरोबर राहणारे किंवा काम करणारे लोक बदलता, तेव्हाच तुमच्या आयुष्यात जवळपास प्रत्येक बदल होतो हे समजून घ्या.

वळण

तुमच्या आयुष्यातील प्रत्येक वळणावर सर्वसाधारणपणे कोणीतरी उभं राहून तुम्हाला एका किंवा दुसऱ्या दिशेला मार्गदर्शन करतं, तुमच्यासाठी एक दरवाजा बंद करतं आणि उघडतं किंवा दुसऱ्या काही पद्धतीनं तुमची मदत करतं. बॅरन द रॉथ्सचाइल्ड यांनी एकदा लिहिलं होतं, ''निरुपयोगी ओळखी करू नका''. सर्वश्रेष्ठ बाबतीत तुम्ही खरोखरच गंभीर आहात आणि तुमच्या क्षेत्रात शिखरावर पोहोचायचं आहे, तर आयुष्यात काहीच करत नसलेल्या लोकांबरोबर तुम्ही वेळ वाया घालवू शकत नाही. मग ते कितीही चांगले असले तरी... या संदर्भात तुम्हाला तुमच्या किंवा भावी महत्त्वाकांक्षांबाबत स्वार्थी व्हावं लागेल. तुमचे मित्र आणि सहकारी यांच्या बाबत कठोर निकष ठरवावे लागतील आणि याबाबतीत काहीही तडजोड करून चालणार नाही.

कित्येक लोक आपल्या करिअरच्या सुरुवातीलाच वाईट संबंधांमध्ये फसतात आणि निरुपयोगी मैत्री करतात. हे सामान्य आणि स्वाभाविक आहे. चुका करण्यात काहीच वावगं नाही, विशेषतः तुम्ही तरुण आणि अनुभवशून्य असताना... पण तुम्हाला तुमच्या पूर्ण शक्यतांपर्यंत पोहोचण्यापासून रोखणाऱ्या स्थितीत राहणं अक्षम्य आहे. ज्या लोकांबरोबर तुम्ही राहत आहात, त्यांची निवडच तुम्ही काय होणार आहात यावर सर्वांत जास्त परिणाम करणारी आहे.

तुमचे सर्वांत महत्त्वाचे संबंध

तुम्हाला ज्या लोकांच्या मदतीची आणि सहकार्याची आवश्यकता असेल, त्यातील तिसरी श्रेणी म्हणजे तुमचं कुटुंब आणि मित्रपरिवार. बेंजामिन डिजराइली यांनी

म्हटल्यानुसार, ''सार्वजनिक आयुष्यातील कोणतंही यश कौटुंबिक आयुष्यातील अपयशाची भरपाई करू शकत नाही''.

तुमचं कौटुंबिक आयुष्य उत्कृष्ट असणं आणि ते तसंच कायम राखणं यासाठी आवश्यक वेळ आणि भावनिक गुंतवणूक करणं महत्त्वाचं आहे. तुमच्या कुटुंबातील सदस्यांबरोबर प्रेमळ संबंध असतील तर तुमचं कौटुंबिक आयुष्य नेमकं आणि सुरक्षित असेल. त्यामुळे तुम्ही बाहेरच्या जगात प्रत्येक गोष्ट जास्त चांगल्या रीतीनं करू शकाल.

पण, निष्काळजीपणा किंवा उपेक्षा यामुळे कौटुंबिक आयुष्यात काही गडबड झाल्यास त्याचा तुमच्या कामावरही विपरीत परिणाम होऊ लागेल. कौटुंबिक समस्यांमुळे तुमचं लक्ष केंद्रित होत नाही आणि तुमची ऊर्जा त्यातच शोषली जाते. त्यामुळे तुमचं करिअर उद्‌ध्वस्त होऊ शकतं.

विचारशील टोकं...

तुम्हाला जर तुमच्या क्षेत्रात सुरुवातीला कठोर मेहनत घ्यायची असेल तर तुम्ही तुमच्या कुटुंबीयांना त्याबाबत स्पष्ट सांगा आणि त्याविषयी व्यवस्थित चर्चा करा. तुमचं करिअर चांगलं घडवण्यासाठी तुम्हाला 'विचारशील टोकं' गाठावी लागतील. तुम्हाला एखाद्या संधीचा फायदा घेण्यासाठी किंवा प्रकल्प पूर्ण करण्यासाठी दररोज जास्त वेळ आणि वरचेवर काही दिवस सुट्टी न घेता काम करण्याची गरज पडू शकते.

तुम्ही विचारशील टोकांच्या बाबतीत आधीच तुमच्या कुटुंबातील सदस्यांशी बोलून घ्या, जेणेकरून काय होत आहे आणि तुम्ही हे का करत आहात, हे त्यांनाही कळेल. कालांतरानं त्याची भरपाई करा आणि कौटुंबिक सुट्टी घालवून किंवा त्यांच्या बरोबर जास्त वेळ घालवून हिशोब बरोबर करा. तुमच्या जीवनात समतोल राखा.

संबंधांचे विशेषज्ज्ञ व्हा

तुमचं लक्ष्य साध्य करण्यासाठी तुम्हाला कोणत्या लोकांच्या, समूहांच्या, संघटनांच्या मदतीची आणि सहकार्याची गरज आहे हे निश्चित केल्यावर संबंध विशेषज्ज्ञ होण्याचा संकल्प करा. नेहमी लोकांबरोबर चांगल्या पद्धतीनं, सभ्यतेनं आणि करुणेनं वागा. त्यासाठी सुवर्ण नियमाचा अभ्यास करा. तुम्हाला स्वतःच्या बाबतीत जे करायचं आहे, तेच इतरांच्या बाबतीतही करा.

सर्वांत महत्त्वाचं म्हणजे, घर असो किंवा ऑफिस, भेटणाऱ्या प्रत्येक व्यक्तीशी वागण्याची रणनीती सर्वांत सोपी आहे : त्याच्याशी 'मिलिअन डॉलर ग्राहक' या पद्धतीनं वागणूक ठेवा. लोकांशी अशा पद्धतीनं वागा, जसं की ते जगातील सर्वांत

महत्त्वाचे लोक आहेत. तुमच्या दहा लाख डॉलर्सचं उत्पादन किंवा सेवा विकत घेण्यासाठी ते सक्षम असल्याप्रमाणे त्यांच्याशी वागा.

एम्मेट फॉक्स यांनी एकदा म्हटलं होतं, ''तुम्हाला उर्मटपणा करायचा असल्यास अनोळखी लोकांबरोबर करा, पण आपल्या कुटुंबासाठी आपल्या कंपनीची सभ्यता सुरक्षित ठेवा''.

इतरांचं ओझं हलकं होईल आणि इतरांना त्यांचं काम करणं आणि जास्त सोप्या पद्धतीनं आयुष्य जगण्यात मदत होईल असे उपाय दररोज शोधा. त्यामुळे तुमच्याप्रति सकारात्मक भावनांचं एक असं भव्य भांडार तयार होईल जे दरवर्षी तुम्हाला फायदे मिळवून देईल.

योग्य लोकांबरोबर रहा

१. आपल्या कामाशी आणि व्यावसायिक आयुष्याशी संबंधित सर्वांत महत्त्वाच्या लोकांची यादी करा. प्रत्येक व्यक्तीला मदत करण्याचं नियोजन करा.

२. आपल्या व्यक्तिगत आयुष्यातील सर्वांत महत्त्वाच्या लोकांची यादी करा. तुमचे त्यांच्याशी संबंध कसे असावेत असं तुम्हाला वाटतं आणि त्यासाठी तुम्हाला काय करायला हवं हे निश्चित करा.

३. तुमचा समुदाय आणि क्षेत्रातून तुम्हाला मदत मिळू शकणाऱ्या संस्था आणि समूह ओळखा. आजच फोन करा आणि पुढच्या बैठकीत सहभागी व्हा.

४. तुमच्या समुदायातील किंवा क्षेत्रातील सर्वांत वरच्या लोकांची यादी करा आणि त्यांच्याशी ओळख-परिचय वाढवण्याचं नियोजन करा.

५. तुमच्या सामाजिक आणि व्यावसायिक क्षेत्राचा विस्तार करण्याची एकही संधी दवडू नका. लोकांना पत्र, कार्ड, फॅक्स आणि ई मेल पाठवा. प्रत्येक संधीवर पूल बांधा.

१३
कार्ययोजना तयार करा

संपूर्णता (Thoruoghness) हा यशस्वी व्यक्तींचा गुण आहे. 'प्रतिभा' अमर्याद वेदना झेलण्याची कला आहे... प्रत्येक महान उपलब्धी ही अत्यंत सतर्कतेतून, इतकंच नाही तर प्रत्येक छोटा तपशील निश्चित करण्याच्या अपरिमित कष्टातून व्याख्यित होते.

–अल्बर्ट हबार्ड

ध्येयनिश्चिती आणि ती प्राप्त करण्यासाठी योजना आखण्याची तुमची योग्यता हीच यशाची 'प्रमुख योग्यता' आहे. तुम्ही ज्या गोष्टी मिळवण्यासाठी समर्थ आहात, त्या मिळवण्याची शक्यता प्रत्यक्षात आणण्यात इतर कोणतीही दुसरी योग्यता तुम्हाला इतकी जास्त मदत करणार नाही.

आज सर्व प्रमुख उपलब्धी 'मल्टिटास्क जॉब'चा परिणाम आहेत. पायऱ्यांची एक शृंखला असते, ज्या महत्त्वपूर्ण परिणाम मिळवण्यासाठी एका निश्चित क्रमानं चढाव्या लागतात. रेसिपीच्या आधारावर स्वयंपाकघरात भाजी करण्यासारखं सरळ कामही मल्टिटास्क (कित्येक कामांचा) जॉब किंवा काम आहे. मल्टिटास्क कामांची योजना आखा आणि त्यानुसार काम करण्याच्या योग्यतेवर प्रभुत्व मिळवा. त्यामुळे तुम्ही बहुतांश लोकांपेक्षा खूप जास्त मिळवू शकाल. ते तुमच्या यशासाठी अत्यंत महत्त्वाचं आहे.

योजनेचं ध्येय हे तुमच्या प्रमुख निश्चित उद्देशांना नियोजित, मल्टिटास्क प्रोजेक्टच्या विशिष्ट पायऱ्यांत म्हणजेच सुरुवात, मध्य, शेवट - यांत रूपांतरित करायचं आहे. त्याबरोबरच स्पष्ट डेडलाइन आणि सब डेडलाइनही निश्चित करावी लागते. सुदैवानं ही अशी योग्यता आहे, जी तुम्ही शिकू शकता आणि अभ्यासपूर्वक त्यावर प्रभुत्वही मिळवू शकता. ही योग्यता तुम्हाला तुमच्या कंपनीतील किंवा संस्थेच्या सर्वांत प्रभावी व्यक्तींपैकी एक बनवेल आणि तुम्ही त्याचा जितका जास्त अभ्यास कराल, तितके त्यात अधिक चांगले होत जाल.

आपली योजना संकलित करणं

सुदैवानं मागच्या प्रकरणांमध्ये तुम्ही एक किंवा अधिक ध्येयं प्राप्त करण्याची योजना आखण्यासाठी आवश्यक असलेली सर्व तत्त्वं समजून घेतली आहेत.

१. आता तुमच्याकडे तुमच्या *जीवनमूल्यांवर* आधारित आदर्श अंतिम निष्कर्ष किंवा ध्येयाची स्पष्ट भविष्यदृष्टी आहे. तुम्हाला काय हवं आहे, का हवं आहे हे तुम्हाला माहीत आहे.

२. तुम्ही तुमची ध्येयं लिहिली आहेत. त्यांचा प्राधान्यक्रम लावला आहे आणि आपला प्रमुख निश्चित उद्देश निवडला आहे.

३. तुम्ही तुमच्या प्रगतीची देखरेख करण्यासाठीच्या पायऱ्या आणि प्रमाण ठरवलं आहे. डेडलाइन्स आणि सब-डेडलाइन्स निश्चित केल्या आहेत. त्यावर तुम्हाला लक्ष केंद्रित करायचं आहे.

४. तुम्ही तुमच्या आणि ध्येयादरम्यान असलेल्या प्रमुख *अडचणी, आव्हाने* आणि *बाधा* ओळखल्या आहेत. त्यांचा प्राधान्यक्रमही तयार केला आहे.

५. तुमच्या ध्येयापर्यंत पोहोचण्यासाठी आवश्यक असलेलं मूलभूत *ज्ञान* आणि *योग्यता* तुम्ही समजून घेतल्या आहेत.

६. तुम्ही *प्राधान्यानुसार* या योग्यता मिळवल्या आहेत आणि ध्येय प्राप्त करण्यासाठी आवश्यक प्रत्येक गोष्ट शिकण्याचं नियोजन केलं आहे.

७. तुमच्या बिझनेसमध्ये आणि बाहेरही तुम्हाला कोणते *लोक, समूह, संस्था* यांची मदत आणि सहकार्य घ्यावं लागेल हे तुम्ही माहीत करून घेतलं आहे. तुमच्या ध्येयापर्यंत पोहोचण्यासाठी कोणत्या लोकांचं सहकार्य कसं घेणार याबाबत तुम्ही विशिष्ट स्तरही निश्चित केले आहेत.

या पूर्ण प्रक्रियेत तुम्ही प्रत्येक गोष्ट शिकला आहात. आता तुमच्याकडे ध्येयप्राप्तीची योजना तयार करण्यासाठी आवश्यक तो कच्चा माल आणि साधनं उपलब्ध आहेत.

आता या सर्वांचा वापर करून तुम्ही कार्ययोजना तयार करण्यासाठी, आखण्यासाठी सज्ज आहात.

योजना तयार करण्याची प्रक्रिया अनिवार्य आहे

काही काळापूर्वी इंक या मॅगझिननं ५० नव्या कंपन्यांचा अभ्यास केला. त्यातील ५० टक्के कंपन्यांनी काम सुरू करण्यापूर्वी काही महिने वेळ घालवून बिझनेसचा आराखडा तयार केला होता. बाकी ५० टक्के कंपन्यांनी आराखडा तयार न करताच

कामाला सुरुवात केली होती आणि समोर येणाऱ्या घटनांवर केवळ प्रतिक्रिया व्यक्त केल्या जात होत्या.

दोन-तीन वर्षांनंतर या कंपन्यांच्या यशाची आणि नफ्याची पातळी तपासण्यासाठी अभ्यासक पुन्हा तिथं गेले. त्यांना बरीच रोचक माहिती मिळाली. ज्या कंपन्यांनी स्पष्ट, लेखी बिझनेस योजना तयार करून काम सुरू केलं होतं, प्रत्येक पैलूचा संपूर्णपणे आणि सखोल विचार केला होता, त्या कंपन्या कोणत्याही योजनेविना आणि मध्येच सुधारणा करणाऱ्या इतर कंपन्यांच्या तुलनेत यशस्वी आणि फायद्यात होत्या.

ज्या कंपन्यांनी लिफाफ्याच्या मागे लिहून सुरुवात केली होती, जिथं संस्थापक इतके जास्त व्यग्र होते, की बसून रणनीती तयार करण्याचं सखोल काम करू शकले नव्हते त्यांची परिस्थिती बिकट होती. त्यांच्यातील काही कंपन्या तर दिवाळखोर होऊन बिझनेसमधून बाहेर पडल्या होत्या.

योजना आखण्याची प्रक्रिया ही किल्ली आहे

सर्वांत रोचक शोध हा होता : अभ्यासकांनी कंपन्यांच्या संस्थापकाची मुलाखत घेताना विचारलं, ''तुम्ही दररोज तुमची रणनीती किती वेळा पाहता?''

जवळपास प्रत्येक बाबतीत बिझनेस चालवणारे उद्योजक आणि एक्झिक्युटिव्ह रणनीती पाहत नाहीत. कारण ती रणनीती काही वर्षांपूर्वी तयार केलेली असते. त्यानंतर ती एका कप्प्यात ठेवून दिली जाते आणि मग पुढच्या वर्षी पुन्हा रणनीती तयार करण्याच्या प्रक्रियेतून जायची वेळ येते तेव्हाच ती बघितली जाते.

सर्वांत महत्वाचा शोध हा होता, 'योजना जरी क्वचितच पाहिली जात असली, तरी बिझनेसच्या प्रमुख तत्त्वांवर आधारित विचारप्रक्रिया त्यांच्या यशासाठी खूप आवश्यक होती'.

योजनेमुळे फायदा होतो

दुसऱ्या महायुद्धात नॉर्मन्डी येथील यशस्वी हल्ल्यानंतर जनरल ड्वाइट डी. आयझनहॉवर यांना सखोल नियोजन प्रक्रियेविषयी विचारण्यात आलं होतं. ते म्हणाले, ''योजना निरुपयोगी होत्या, पण योजना तयार करणं अनिवार्य होतं''.

बिझनेस प्लॅनच्या प्रमुख तत्त्वांबाबत पूर्ण विचार करणं आणि चर्चा करण्याचा अभ्यास *सुरुवातीला* बाकी काहीही करण्यापेक्षा जास्त महत्त्वाचं असतो. त्यासाठी वेळ व्यवस्थापन तज्ज्ञ अलेक मॅकेन्झी यांनी सांगितलं होतं, ''योजना केल्याशिवाय काम करणं प्रत्येक अपयशाचं कारण आहे''.

एक जुनी लष्करी म्हण आहे, 'शत्रूबरोबर आधी संपर्क केल्यावर कोणतीही योजना टिकू शकत नाही'. तुम्ही जेव्हा खराखुरा बिझनेस सुरू करता तेव्हा पहिल्या दिवसापासूनच स्थिती इतकी वेगानं बदलते, की काही दिवसांतच किंवा तासांतच तुमची योजना कितीतरी प्रकारे निरर्थक होत जाईल. पण, योजना तयार करण्याची प्रक्रिया फार महत्त्वाची आहे. सन मायक्रोसिस्टिम्सचे स्कॉट मॅकनीली म्हणतात, ''सुरुवातीला बिझनेसमध्ये तुम्हाला दर तीन आठवड्यांनी सर्व धारणा बाहेर फेकाव्या लागतात''.

सर्व महान उपलब्धींचा आधार

सर्व यशस्वी लोक लेखी योजना करून काम करतात. पिरॅमिड करण्यापासून आधुनिक युगातील महान औद्योगिक कामांपर्यंत मानवजातीच्या सर्व महान उपलब्धींचा मुलभूत पाया सखोल योजना हा राहिला आहे. या योजना अत्यंत सावधगिरीनं करण्यात आल्या होत्या आणि सुरुवातीपासून शेवटपर्यंत होणाऱ्या प्रत्येक गोष्टीवर काम सुरू करण्यापूर्वी विचार करण्यात आला होता.

खरं तर योजना तयार करण्यात घालवलेल्या एका मिनिटामुळे कामाची दहा मिनिटं वाचतात. काम सुरू करण्यापूर्वी योजना तयार करण्यासाठी आणि विचार करण्यासाठी वेळ द्या. त्यामुळे तुमचा वेळ, पैसा आणि ऊर्जा यांची बचत होते. त्यासाठी असं म्हटलं जातं, ''योजना करण्याचं अपयश, अपयशी होण्याची योजना करणं आहे''.

योजनेमुळे वेळेत आणि खर्चात बचत

अपयशाचं सर्वांत महत्त्वाचं कारण आहे योजना आखल्याशिवाय काम करणं. व्यग्र असल्यामुळे आधी नियोजन करू शकत नाही, असं म्हणणाऱ्या लोकांनी अनावश्यक चुका करण्याबरोबरच वेळ, पैसे आणि ऊर्जा वाया घालवण्यासाठी तयार राहायला हवं.

असं म्हटलं जातं, की नवा बिझनेस 'वेळेच्या विरोधात धावणं' असतं. पहिल्या दिवसापासूनच कंपनीचे संस्थापक बिझनेसच्या मूल्यातून जास्त पैसे मिळवण्याचा मार्ग शोधतात. जर ते 'फायदेशीर प्रारूप' शोधू शकले आणि जवळचा पैसा संपण्यापूर्वीच मूल्यापेक्षा जास्त कमावू लागले तर बिझनेस यशस्वी होतो. पण खर्चापेक्षा जास्त लाभ कसा मिळवावा हे माहीत करून घेण्यापूर्वीच त्यांच्याकडचे पैसे संपले, तर कंपनी कोसळणाऱ्या विमानासारखी धडकून उद्ध्वस्त होऊन जाईल.

यशाचं सूत्र

वैयक्तिक आणि व्यावसायिक यशासाठी सहा 'पी'चं सूत्र आहे : 'योग्य पूर्व नियोजन खराब कामगिरी रोखू शकते.' (Proper Prior Planning Prevents Poor Performance).

'योग्य पूर्व नियोजनाचे' सात फायदे आहेत.

पहिला – नियोजन प्रक्रिया तुमचे विचार व्यवस्थित करते. सर्व मुद्द्यांची माहिती घेण्यासाठी तुम्हाला उद्युक्त करते. त्यानंतरच तुम्ही यशस्वी होऊ शकता.

दुसरा – तुमचं ध्येय साध्य करण्यासाठी तुम्हाला काय काय करावं लागेल, याचा विचार केल्यानंतरच तुम्ही तुमच्या कामांचं सावधगिरीनं नियोजन करू शकता. हे सर्व काम सुरू करण्यापूर्वी केलं जातं. त्यामुळे वेळ, कर्मचारी आणि पैसे यांची मोठी बचत होते.

तिसरा – तुम्ही एखाद्या चांगल्या योजनेचा पूर्ण विचार आणि मूल्यांकन करता तेव्हा तुम्हाला त्यातील असे दोष आणि चुका ओळखता येतात ज्या तुमच्या व्यवसायासाठी पुढे जाऊन घातक ठरू शकतात. ''काय होईल जर?'' असे प्रश्न विचारल्यास तुम्ही सक्षम होता. उदाहरणार्थ, 'तुम्ही एखाद काम करू इच्छित असल्यास त्यात वाइटात वाईट काय होऊ शकतं?'

योग्य पूर्व नियोजनाचा चौथा लाभ – तुम्हाला तुमच्या योजनांमधील उणिवा कळतात आणि त्या उणिवा भरून काढण्यासाठीचे उपायही सापडतात. सर्वसाधारणपणे तुम्ही ते घातक दोष ओळखता, जे उद्योगाला अपयशाच्या दिशेनं घेऊन जाऊ शकतात. तुम्ही नियोजनपूर्व प्रक्रियेतून जाता, तेव्हाच ते ओळखणं शक्य आहे.

पाचवा – नियोजनामुळे तुम्ही त्या शक्ती आणि संभावित संधी ओळखू शकता, ज्यांचा फायदा घेऊन तुम्ही तुमच्या यशाची शक्यता वाढवू शकता. सर्वसाधारणपणे नियोजन प्रक्रियेपूर्वी तुम्ही तुमच्या खास शक्ती किंवा अस्तित्वात असलेल्या संधींबाबत जागरूक होऊ शकत नाही.

नियोजनाचा सहावा लाभ – त्या आधारे तुम्ही तुमचा पैसा, वेळ आणि तुमची सर्व संसाधनं एका किंवा दोन उद्देशांवर केंद्रित करता, जे साध्य केल्यानंतरच तुमची कंपनी यशस्वी होऊ शकते. स्पष्ट एकाग्रतेच्या अभावामुळे तुमची ऊर्जा खूप ठिकाणी विखरेल. परिणामी, तुम्ही खूप कमी मिळवू शकाल.

योग्य नियोजनामुळे अखेरीस काही तास, काही आठवडे, काही महिन्यांची द्विधा मनःस्थिती, चुका, पैसा आणि ऊर्जेच्या नुकसानापासून वाचणं हा सातवा फायदा आहे.

तुम्ही इथून तिथे पोहोचू शकत नाही

कित्येक बाबतींत सावधगिरीनं केलेल्या नियोजनानंतर तसंच विश्लेषणानंतर उपलब्ध वेळेत, संसाधनांत किंवा परिस्थितीमध्ये एखादं ध्येय साध्य करता येणार नाही याची जाणीव होते. कधीकधी तुमच्या करिअरमध्ये सर्वांत चांगले व्यावसायिक व्यवहार ते असतात, जे तुम्ही कधी करतच नाही.

काही वर्षांपूर्वी मी एका श्रीमंत माणसासाठी काम केलं. त्यांनी मला एक अविस्मरणीय सल्ला दिला. त्यांनी सांगितलं होतं, ''एखाद्या गोष्टीच्या आत जाणं नेहमीच बाहेर पडण्यापेक्षा जास्त सोपं असतं''. त्यांनी मला शिकवलं, की सावधगिरीनं विचार करण्याची वेळ नेहमीच संसाधनं आणि कर्मचाऱ्यांना देण्यापूर्वी असते, नंतर नाही!

अत्यावश्यक शिस्त

नियोजन म्हणजे एक शिस्तही आहे आणि योग्यताही. ही सवयही आहे आणि क्षमताही. म्हणजे, नियोजन ही अशी एक योग्यता आहे, ज्यात तुम्ही पुनरावृत्ती आणि अभ्यास करून पारंगत होऊ शकता. तुम्ही जितका विचार करता त्यापेक्षा हे जास्त सोपं आहे.

प्रत्येक कामाची आणि कामकाजाची यादी करा

एखादं निश्चित ध्येय किंवा उद्देश साध्य करण्यासाठी सुरुवातीपासून शेवटपर्यंत तुम्ही जी कामं करणार आहात त्यांची यादी हा योजनेचा मूलभूत अर्थ आहे. नियोजनाची प्रक्रिया सुरू करण्यासाठी एक कोरा कागद घेऊन डोक्यात येणाऱ्या प्रत्येक गोष्टीची यादी करा, जे तुम्हाला ध्येयप्राप्तीसाठी करावं लागणार आहे.

तुमच्या डोक्यात येणाऱ्या नवीन गोष्टींचा या यादीत समावेश करा. सातत्याने तुमची यादी पाहत रहा. नवीन माहिती मिळाल्यानंतर आवश्यक गोष्टी आणि पावलं यांच्या बाबत दुसऱ्यांदा निश्चित करा. ही यादी तुमचं 'ड्रीम हाउस' अर्थात स्वप्नातलं घर, तुमचं आदर्श ध्येय किंवा परिणामाची ब्ल्यूप्रिंट बनणार आहे.

प्राथमिकता आणि क्रम निश्चित करा

कोणतं काम किंवा कामकाज इतर कामांपेक्षा किंवा कामकाजांपेक्षा जास्त महत्त्वाचं आहे हे आता निश्चित करा. तुमची यादी प्राधान्यक्रमानुसार तयार करा. कामं महत्त्वाच्या क्रमानुसार ठेवा. सर्वांत आधी, सर्वांत महत्त्वाची कामं लिहा आणि अशा प्रकारे सर्वांत कमी महत्त्वाच्या कामापर्यंतची यादी करा.

क्रमाच्या हिशेबानंही तुमची यादी तयार करा. क्रम ठरवताना, कोणतं कामकाज इतर कामकाजाच्या आधी किंवा नंतर करायचं आहे हे तुम्ही ठरवू शकता. सर्वसाधारणपणे एखादं खास काम अन्य काम पूर्ण होईपर्यंत केलं जाऊ शकत नाही. कित्येकदा एखादं काम न झाल्यामुळे संपूर्ण प्रक्रियाच अडचणीत येऊ शकते.

मर्यादित करणारे घटक ओळखा

योजनेचं यश सर्वसाधारणपणे एखाद्या निश्चित ध्येयाच्या किंवा उद्देशाच्या उपलब्धीने निश्चित होतं. हे एखादं नवं ऑफिस, स्टोअर किंवा फॅक्टरी बनण्याचं असू शकतं. हे आधी उत्पादन किंवा सेवेची डिलिव्हरी डेट किंवा विक्रीचा खास स्तर प्राप्त करण्याचं असू शकतं. हे एखाद्या अत्यंत महत्त्वपूर्ण कामासाठी प्रमुख व्यक्तीला नियुक्त करण्याचं असू शकतं. नियोजन प्रक्रिया तुमच्या योजनेची अति महत्त्वपूर्ण तत्त्वं ओळखण्यासाठी मदत करते. त्यात तुमचा बहुतांश वेळ आणि लक्ष सर्वांत महत्त्वाची कामं आणि कामकाजावर केंद्रित राहातं. ते केल्यामुळेच यश मिळतं.

सुरुवातीला अपयश अपेक्षितच आहे

कोणतीही योजना पहिल्याच प्रयत्नात आदर्श ठरत नाही. एखादी नवी गोष्ट प्राप्त करण्याच्या बहुतांश योजना सुरुवातीला पुन्हा पुन्हा अपयशी होतील. तुम्ही त्याची अपेक्षा ठेवलीच पाहिजे. कामाची योजना आखताना फीडबॅक घेण्याची आणि सुधारणा करण्याची योग्यता तुमच्या यशासाठी अनिवार्य आहे. जमतंय का? किंवा जमत नाहीये का? हे विचारत रहा. काय योग्य आहे याबाबत जास्त काळजी घ्या. कोण बरोबर आहे, याबाबत जास्त काळजी करू नका.

एक जुनी म्हण लक्षात ठेवा, 'पुन्हा ड्रॉइंग बोर्डवर चला'. तुमची योजना जेव्हा उपयोगी ठरणार नाही, तेव्हा आरामात बसा. खोलवर श्वास घ्या आणि पुन्हा योजना आखायला सुरुवात करा.

उपायांवर लक्ष केंद्रित करा

तुमच्या समोर एखादी समस्या आल्यावर उपायकेंद्रित होण्याचा संकल्प करा. अडचणींना प्रक्रियेचा भाग माना आणि त्यांना प्रभावी पद्धतीनं हाताळण्याचा संकल्प करा. तुम्ही वेळेवर तुमचं ध्येय प्राप्त करू शकत नसाल तर समस्या काय आहे, आणखी कोणती समस्या आहे, उपाय काय आहे, आणखी कोणते उपाय असू शकतात, आता आपण काय करू शकतो, पुढचं पाऊल काय आहे, असे प्रश्न विचारा.

तुम्ही एखाद्या नव्या ध्येयावर काम सुरू करता तेव्हा तुम्हाला तत्काळ शंका, अडचणी, आव्हानं आणि तात्पुरत्या अपयशाचा अनुभव येऊ लागतो. त्याची अपेक्षा ठेवायला हवी. हे सामान्य आणि स्वाभाविक आहे. एखादी नवी गोष्ट सुरू करण्यासाठी आणि यशस्वी करण्यासाठी खूप प्रयत्नांची गरज असते. पण, आपलं ध्येय साध्य करण्यासाठी तुम्हाला ही किंमत मोजावीच लागेल.

कागदावर विचार करा

नेहमी कागदावर विचार करा. प्रत्येक प्रक्रियेच्या प्रत्येक टप्प्यावर सातत्यानं यादी आणि उपयादी तयार करा. तुमची योजना सातत्यानं अद्ययावत करत रहा आणि पुन्हा पुन्हा तिचं विश्लेषण करा. ती आदर्श होईपर्यंत, अधिक चांगली करत रहा.

नियोजन ही एक योग्यता आहे हे लक्षात ठेवा. ही योग्यता असल्यानं ती पूर्णपणे शिकता येते. आपल्या ध्येयाचा विचार करण्याची, योजना आखण्याची, ती व्यवस्थित करण्याची आणि काम सुरू करण्याची तुमची योग्यता अखेरीस तुम्हाला तुमच्या क्षेत्रातील आघाडीच्या १० टक्के लोकांमध्ये पोहोचवेल. पण, त्याला वेळ लागतो.

एखादं मल्टिटास्क ध्येय साध्य करण्यासाठी प्रोजेक्ट प्लॅनिंट शीट तयार करणं ही कागदावर विचार करण्याची एक पद्धत आहे. या पद्धतीनं तुम्ही तुमचं ध्येय आणि ते साध्य करण्यासाठीच्या आवश्यक उपायांची प्रतिमा तयार करता. या नियोजन प्रक्रियेची बलस्थानं आणि उणिवा यांबाबत तुमचे डोळे उघडण्यासाठी तुम्हाला खूप मदत होईल.

प्रोजेक्ट प्लॅनिंग मॉडेल

प्रोजेक्ट पूर्ण करण्यासाठी तुम्हाला एकूण किती दिवस, आठवडे आणि महिने आवश्यक आहेत हे तुम्ही प्रोजेक्ट प्लॅनिंगमध्ये सर्वांत वर लिहिता. प्रोजेक्ट किंवा ध्येय जर बारा महिन्यांचं असेल, तर तुम्ही या महिन्यापासून सुरुवात करून पुढील बारा महिन्यांची नावं लिहिता. त्यामुळे तुम्हाला प्रोजेक्टसाठीची टाइमलाइन मिळते.

तुम्ही अंतिम ध्येय साध्य करण्यासाठी आवश्यक त्या सर्व कामांची यादी डाव्या बाजूच्या कॉलममध्ये लिहा. ती योग्य क्रमानं लिहावी लागतील. तुम्हाला सर्वांत आधी काय सुरू करावं लागेल किंवा सर्वांत आधी कोणत्या गोष्टींची आवश्यकता आहे? दुसरी गोष्ट? आणि अशाच प्रकारे पुढेही...

उजव्या बाजूच्या कोपऱ्यावर खाली तुमचा अंतिम आदर्श परिणाम कसा असेल हे लिहा. तुमचं ध्येय जितकं स्पष्ट असेल, तुमच्यासाठी ते साध्य करणंही तितकंच सोपं होईल.

आता तुम्ही एखादं खास काम पूर्ण करण्यासाठी आवश्यक वेळ निश्चित करा. त्यासाठी तुम्ही आडव्या रेषांचा उपयोग करू शकता. त्यातील काही कामं बरोबरीनं करता येऊ शकतात, तर बाकीची कामं इतर कामं पूर्ण झाल्यावरच करता येऊ शकतात. या कामांमधील काही कामं सर्वाधिक प्राधान्याची असतील, तर बाकी कमी प्राधान्याची... पण आता प्रोजेक्ट प्लॅनिंग शीटमध्ये तुम्ही तुमच्या सर्व ध्येयांना संपूर्ण स्पष्टतेनं तुमच्यासमोर आलेलं पाहू शकता.

स्वतःची टीम बनवा

योजनेचा एखादा भाग पूर्ण करण्यासाठी जबाबदार असलेल्या व्यक्तीला नियोजनाच्या प्रक्रियेत समाविष्ट केलं पाहिजे. कोणतंही खास काम लवकर आणि सहजपणे पूर्ण करता येऊ शकतं हे मानणं नेहमीच चूक आहे. सर्वसाधारणपणे सरळ आणि सोपं वाटणारं काम पूर्ण करण्यासाठी कित्येक महिने लागणार असल्याचं कळल्यावर धक्का बसतो. तुमच्या योजनेच्या अत्यावश्यक भागात वेळेची अडचण तुम्हाला तुमची योजना बदलण्यासाठी विवश करू शकते.

माझ्या एका मॅनेजरनं आमच्या सर्व ग्राहकांना एक न्यूजलेटर पाठवण्याचा प्रस्ताव दिला. त्यात आमच्या बिझनेसच्या एका नव्या विकासाची माहिती देण्याची कल्पना होती. त्यानं आमच्या कमर्शिअल डिझाइनरला फोन करून ते न्यूजलेटर त्याला आठवड्याच्या अखेरीस हवं असल्याचं सांगितलं.

पण, व्यावसायिक पद्धतीनं लिहिलेल्या, डिझाइन केलेल्या आणि तयार केलेल्या न्यूजलेटरची छपाई आणि मेल करण्यासाठी सहा ते आठ आठवडे लागू शकतात आणि त्यासाठी २ हजार डॉलर्सपेक्षा जास्त खर्च होऊ शकतो हे कळल्यावर त्याला धक्का बसला. तो प्रोजेक्ट तत्काळ थांबवण्यात आला.

नियोजनाची प्रक्रिया सुरू करताना आवश्यक ते प्रत्येक पाऊल नेमकेपणानं ओळखणं आणि योजनेच्या प्रत्येक टप्प्यावर किती वेळ लागू शकतो हे माहीत करून घेणं, याची तुम्ही काळजी घेतली पाहिजे. योजना तयार करण्याची आणि ध्येय साध्य करण्यात आशावादाची एक वेळ असते आणि यथार्थवादाचीही एक वेळ असते. नियोजन प्रक्रियेच्या प्रत्येक टप्प्यावर स्वतःशी पूर्णपणे प्रामाणिक रहा. निसर्गाचे नियम तुमच्यासाठी काही काळ निश्चित होतील म्हणून कधीही नशिबावर विश्वास ठेवू नका.

संभाव्य अडचणी ओळखा

नियोजनाच्या प्रक्रियेत दुसऱ्या समस्या सोडवण्यासाठी सर्वसाधारणपणे एखादी प्रमुख समस्या सोडवणं आवश्यक असतं. प्रमुख ध्येय साध्य केल्यावरच अन्य ध्येयं साध्य

होऊ शकतात. कोणतंही एक अत्यावश्यक तत्त्व सुरळीत केल्यानंतर योजनेचा अन्य कोणत्याही भाग यशस्वी होऊ शकतो.

उदाहरणार्थ, कित्येक कंपन्या प्रत्येक वस्तूची सखोल योजना करतात. फक्त ते उत्पन्न मिळवून देणाऱ्या प्रोफेशनल सेल्स प्रक्रियेचा समावेश करत नाहीत. कंपनी रणनीती नियोजन प्रक्रियेत संलग्न होईल, ऑफिस भाड्याने किंवा दीर्घ भाड्याने (लीज) घेईल, फर्निचर विकत घेईल, उत्पादन किंवा सेवा यासाठी आवश्यक कम्प्यूटर आणि मशिन्स बसवेल, प्रशासकीय आणि बिझनेस कर्मचाऱ्यांची नियुक्ती करेल, अकाउंट बुक्स तयार करेल, जाहिराती देईल. पण, पहिल्या दर्जाची विक्रीप्रक्रिया स्थापितच केली नाही. परिणाम? विक्री उत्पन्न येत नसल्याने काही महिन्यांत किंवा आठवड्यांतच कंपनीची प्रगती ठप्प होईल. डॉट कॉम एक्स्प्लोजनचं रूपांतर 'डॉट बॉम्ब'मध्ये होण्याचं कारण काही प्रमाणात हेच होतं.

अत्यावश्यक परिणाम निश्चित करा

तुमचं अंतिम ध्येय साध्य करण्यासाठीच्या मार्गात प्रत्येक पावलावर मिळवलेच पाहिजेत असे अत्यावश्यक परिणाम कोणते आहेत? तुम्ही त्यांची योजना कशी तयार करू शकता, त्यांचा प्राधान्यक्रम कसा निश्चित करू शकता आणि ते वेळेवर पूर्ण होतील हे कसं निश्चित करू शकता? काही गोष्टींमध्ये गडबड झाल्यास तुमची योजना काय आहे? जर ध्येयाच्या मार्गात तुमच्या अत्यावश्यक उद्देशांना साध्य करण्यास अपेक्षेपेक्षा जास्त वेळ लागला आणि जास्त खर्च झाल्यास तुम्ही काय कराल? तुमची आपात्कालीन योजना काय आहे? 'मोठ्या जहाजाप्रमाणे मोठ्या आयुष्याला एका आशेनं किंवा दोरीनं कधी बांधू नये', ही ओळ तुम्ही कधीतरी ऐकली असेल.

नियोजन यशाची किल्ली आहे

चांगली बातमी अशी आहे, की नियोजन केल्यामुळेच ध्येय साध्य करण्याची संपूर्ण प्रक्रिया सुधारते आणि सुरळीत होते. तुम्ही सुरुवात करण्यापूर्वी जितक्या सावधगिरीनं आणि जितक्या जास्त वेळा योजना तयार करता, संपूर्ण योजना प्रक्रिया तितकीच चांगली होत जाते. तुम्ही नियोजनामध्ये जितके चांगले व्हाल, योजना तयार करण्याचे तितकेच चांगले विचार आणि संधी आकर्षित कराल आणि तितक्याच जास्त मोठ्या आणि अधिक चांगल्या गोष्टी प्राप्त कराल.

तुम्हाला नेमकं काय हवं आहे याचा नीट विचार करा. त्यासाठी ते लिहून काढा, योजना तयार करा आणि त्यानुसार अंमलबजावणी करा. हीच प्रभावी परिणाम आणि उच्च उपलब्धीची किल्ली आहे. काही वेळातच तुम्ही तुमच्या आयुष्यात किंवा

बिझनेसमध्ये कायापालट करू शकता, तुमची विक्री किंवा नफा दुप्पट करू शकता, तुमचं ध्येय साध्य करू शकता आणि तुमच्या खऱ्याखुऱ्या शक्यतेपर्यंत पोहोचू शकता.

कार्ययोजना तयार करा

१. तुम्हाला तुमचं ध्येय साध्य करण्यासाठी कोणत्या गोष्टी कराव्या लागतील? डोक्यात येणाऱ्या प्रत्येक गोष्टीची यादी करा. काहीही सोडू नका.
२. तुमच्या यादीतील कामं प्राधान्यक्रमानुसार ठरवा. सर्वांत महत्त्वाचं काम किंवा कामकाज कोणतं आहे? दुसरं सर्वांत महत्त्वाचं काम? आणि अशाच प्रकारे पुढे लिहा.
३. क्रमानुसार सूची तयार करा. सर्वांत आधी करायची गोष्ट कोणती आणि सर्वांत शेवटी?
४. ध्येय साध्य करण्यासाठी किंवा काम पूर्ण करण्यासाठी तुम्हाला किती वेळ आणि पैसा लागणार आहे हे निश्चित करा. तुमच्याकडे यशासाठी आवश्यक वेळ आणि संसाधनं आहेत का?
५. नियमितपणे योजनेवर लक्ष देत रहा. तिचं विश्लेषण करत रहा आणि त्यात फेरबदल करत रहा. विशेषतः तुम्हाला जेव्हा नवीन माहिती मिळेल किंवा तुमच्या अपेक्षेनुसार गोष्टी घडत नसतील तेव्हा... गरजेअनुसार योजनेत बदल करण्याची तयारी ठेवा.

१४
तुमच्या वेळेचे योग्य व्यवस्थापन करा

वेळ आपल्या हातातून वाळूसारखा निसटून जाते आणि पुन्हा कधी परतून येत नाही. जे लोक वेळेचा वापर समजूतदारपणे करतात, त्यांना संपन्न, उपयोगी आणि समाधानकारक आयुष्याचा पुरस्कार मिळतो.

–रॉबिन शर्मा

तुमची सर्व ध्येयं साध्य करण्यासाठी आणि आपल्या पूर्ण शक्यतांपर्यंत पोहोचण्यासाठी तुम्हाला तुमच्या वेळेवर नियंत्रण ठेवावं लागेल. मानसशास्त्रज्ञांची सर्वसाधारणपणे या गोष्टीवर सहमती आहे, की 'नियंत्रणाची जाणीव' आनंदाची, आत्मविश्वासाची, शक्तीची आणि वैयक्तिक आरोग्याच्या भावनांची किल्ली आहे. तुम्ही वेळेच्या व्यवस्थापनाच्या उत्कृष्ट योग्यतांचा अभ्यास कराल तेव्हाच ही जाणीव शक्य आहे.

चांगली बातमी ही आहे, की वेळेचं व्यवस्थापन ही एक योग्यता आहे आणि अन्य कोणत्याही योग्यतेप्रमाणे हीदेखील शिकता येते. भूतकाळात तुम्ही कितीही अव्यवस्थित राहिला असलात, तुमच्यात टाळाटाळ करण्याची किंवा कमी महत्त्वाच्या कामांमध्ये गुंतून राहण्याची वृत्ती असली, तरी तुम्ही ती बदलू शकता. तुम्ही तुमच्या क्षेत्रातील सर्वांत कार्यकुशल, प्रभावी आणि यशस्वी लोकांपैकी एक होऊ शकता. केवळ त्यासाठी तुम्हाला इतर लोक द्विधा अवस्थेपासून स्पष्टतेपर्यंत आणि विचलित असण्यापासून एकाग्रतेपर्यंत कसे पोहोचले एवढंच शिकायचं आहे. पुनरावृत्तीतून आणि अभ्यासातून तुम्ही तुमच्या क्षेत्रात सर्वाधिक परिणामकेंद्रित व्यक्तींपैकी एक होऊ शकता.

निवड आणि निर्णय

जर यशाच्या नाण्याचा समोरचा भाग स्पष्ट ध्येय ठेवण्याची योग्यता असेल, तर त्याच नाण्याची दुसरी बाजू स्वतःला दररोज, प्रत्येक मिनिटाला व्यवस्थित करण्याची

आणि आपलं सर्वांत मौल्यवान काम करण्याची योग्यता ही आहे. तुमच्या निवडींनी आणि निर्णयांनी मिळून या क्षणापर्यंत तुमचं जीवन घडवलं आहे. कोणत्याही प्रकारे आयुष्य बदलण्यासाठी किंवा अधिक चांगलं करण्यासाठी तुम्हाला नव्या निवडी कराव्या लागतील आणि नवे निर्णय घ्यावे लागतील, जे तुम्ही कोण आहात आणि काय होऊ इच्छिता या गोष्टीशी सुसंगत असायला हवेत.

तुमच्या वेळेच्या व्यवस्थापनाचा सुरुवातीचा बिंदू म्हणजे तुम्ही तुमची ध्येयं निश्चित करा आणि मग त्यांचा प्राधान्यक्रम, महत्त्व ठरवा. तुमच्यासाठी त्या त्या क्षणी सर्वांत महत्त्वाचं काय आहे, हे तुम्हाला प्रत्येक क्षणाला एकदम स्पष्ट असायला हवं.

एखाद्या क्षणी ते एखादं व्यावसायिक, आर्थिक किंवा करिअरसंबंधी ध्येय असू शकतं. कालांतरानं कौटुंबिक किंवा नातेसंबंधांचं ध्येय असू शकतं. एखाद्या अन्य क्षणी आरोग्याचं किंवा तंदुरुस्तीचं ध्येय असू शकतं. प्रत्येक बाबतीत तुम्ही तुमच्या सर्वोच्च प्राथमिकतेअनुसार रायफलनं नेम धरला पाहिजे. तुम्ही मशीनगन चालवता कामा नये, जी एकाच वेळी खूप साऱ्या गोष्टी करण्याच्या प्रयत्नात अंदाधुंद गोळ्या झाडते.

करण्यासाठी योग्य काम

आध्यात्मिक गुरू आणि तत्त्वज्ञ पीटर आऊस्पेंस्की यांना एकदा एका विद्यार्थ्यानं विचारलं, ''मी करण्यासाठी योग्य काम काय हे मला कसं कळेल?''

आऊस्पेंस्की यांचं उत्तर होतं, ''जर तू मला तुझं ध्येय सांगितलंस, तर तू करण्यासारखं योग्य काम कोणतं हे सांगू मी शकतो''.

ही एक महत्त्वाची नीतिकथा आहे. कोणतं काम योग्य किंवा चुकीचं आहे, अधिक महत्त्वाचं आहे किंवा कमी महत्त्वाचं, उच्च प्राधान्यक्रमाचं आहे की कमी प्राधान्यक्रमाचं हे त्या खास क्षणी तुमचं ध्येय काय आहे केवळ याच पद्धतीनं तुम्ही ठरवू शकता. त्या बिंदूनंतर तुम्ही तुमची सर्व कामं **'ए'** किंवा **'बी'** अशा कामांमध्ये विभाजित करू शकता.

'ए' ही कामकाजाची अशी क्रिया आहे, जी तुम्हाला तुमच्या ध्येयाच्या दिशेनं पुढे नेते, ती जितकी वेगवान आणि साधी असेल तितकं चांगलं. **'बी'** ही कामकाजाची अशी क्रिया आहे जी तुम्हाला महत्त्वपूर्ण ध्येयांच्या दिशेनं पुढे घेऊन जात नाही.

बुद्धीची भूमिका

जीवनात आणि कामात यशाचं मूळ कारण काय आहे हे निश्चित करण्यासाठी झटपट (गॅलप) सर्वेक्षण करण्यात आलं. त्यात बुद्धीच्या महत्त्वाचा पुन्हा पुन्हा

उल्लेख झाला. पण जेव्हा अभ्यासकांनी बुद्धीच्या व्याख्येवर भर दिला तेव्हा त्यांना एक रोचक उत्तर मिळालं. जास्त बुद्ध्यंक किंवा शाळेतील चांगले गुण अशा रूपात बुद्धीची व्याख्या करण्यात आली नव्हती. त्याऐवजी 'सर्वसाधारणपणे काम करण्याची पद्धत' या रूपात बुद्धीची व्याख्या करण्यात आली होती.

दुसऱ्या शब्दांत सांगायचं झाल्यास बुद्धिमत्तापूर्ण पद्धतीनं तुम्ही काम करत असाल तर तुम्ही बुद्धिमान आहात. तुम्ही जर मूर्खपणे काम करत असल्यास तुम्ही मूर्ख आहात, मग भलेही तुम्हाला कितीही श्रेणी मिळालेल्या असोत किंवा तुमच्याकडे खूप साऱ्या पदव्या असोत...

व्याख्येअनुसार, काम करण्याची बुद्धिमत्तापूर्ण पद्धत काय आहे? काम करण्याची बुद्धिमत्तापूर्ण पद्धत म्हणजे, तुमची कामं ही तुमचं ध्येय साध्य करण्याशी सुसंगत असणं. प्रत्येक वेळी तुम्ही असं कोणतंही काम करता, जे तुम्हाला अपेक्षित ध्येयाजवळ घेऊन जातं, तर तुम्ही बुद्धिमत्तापूर्ण पद्धतीनं काम करत आहात. दुसरीकडे, तुम्हाला तुमच्या ध्येयाच्या दिशेनं पुढे घेऊन जात नसल्यास, त्यापेक्षा वाईट म्हणजे, तुमच्या ध्येयापासून दूर नेत असल्यास काम करण्याची ती पद्धत बुद्धिमत्तापूर्ण नाही.

स्पष्ट सांगायचं झाल्यास, आपल्या निश्चित ध्येयापर्यंत पोहोचण्यासाठी मदत न करणारं प्रत्येक काम मूर्खपणाचं आहे. जग अशा लोकांनी भरलेलं आहे, जे दररोज मूर्खपणानं काम करतात आणि ते त्यांच्या आयुष्यावर किती नकारात्मक परिणाम करत आहेत याची त्यांना जाणीवही नसते.

तुमची दीर्घकालीन ध्येयं निश्चित करा

वेळेचं व्यवस्थापन स्पष्टतेपासून सुरू होतं. तुम्ही कागद घेऊन बसता आणि नेमकेपणानं निश्चित करता, की तुम्हाला आयुष्याच्या प्रत्येक क्षेत्रात काय साध्य करायचं आहे. तुम्ही आर्थिक यश, कौटुंबिक यश, व्यक्तिगत आरोग्य, तंदुरुस्तीची अंतिम, दीर्घकालीन ध्येयं निश्चित करता. एकदा जेव्हा तुम्ही निशाणा टिपण्यासाठी ध्येय स्पष्ट करून घेता, त्यानंतर तुम्ही वर्तमानावर परतू शकता आणि दररोजच्या प्रत्येक तासाचं, मिनिटाचं नियोजन करू शकता. जेणेकरून तुम्ही तुमच्या मर्यादित वेळात जास्तीतजास्त साध्य करू शकाल.

यादीपासून सुरुवात करा

वेळेच्या व्यवस्थापनाचं मूलभूत साधन प्राधान्यक्रमानं यादी करणं आहे. ही यादी व्यक्तिगत व्यवस्थापनासाठी सतत उपयुक्त ठरणारं साधन आहे. खरं तर तुम्ही वेळेचं व्यवस्थापन करू शकत नाही. तुम्ही केवळ स्वतःचं व्यवस्थापन करू शकता.

त्यासाठी वेळेच्या व्यवस्थापनात स्वयंशिस्त, स्वयंनियंत्रण आणि आत्मविजयाची आवश्यकता असते. वेळेच्या व्यवस्थापनात तुम्ही तुमच्या आयुष्याची आणि कामाची गुणवत्ता वाढवण्यासाठी आवश्यक निर्णय घेणं आणि सर्वश्रेष्ठ निवड करणं आवश्यक असतं. मग तुमच्या निर्णयानुसार अंमलबजावणी करू शकता.

तुम्ही दीर्घकालीन, मध्यम कालीन आणि अल्पकालीन ध्येयांच्या व प्रकल्पांच्या सूचीमध्ये तुमच्या आयुष्याची योजना बनवली पाहिजे. तुम्ही त्या महिन्यात ज्या गोष्टी साध्य करू इच्छिता त्या गोष्टींचा समावेश असलेली सूची तयार करायला हवी. तुम्ही तुमच्या प्रत्येक निश्चित मल्टिटास्क कामाच्या प्रत्येक पावलाची सूची तयार करून मग ती सूची प्राधान्याच्या आणि क्रमाच्या हिशेबानं निश्चित केली पाहिजे.

आगाऊ नियोजन

तुमच्या पुढच्या आठवड्याची योजना आजपासूनच तयार करा. तुम्ही आठवड्याचं नियोजन रविवारी तयार करणं सर्वांत चांगलं होईल. दररोजचं नियोजनही आधीच करा, शक्यतो एक रात्र आधीच...

तुम्ही पुढच्या दिवशी करायच्या सर्व कामांची यादी करता तेव्हा तुमचं अवचेतन मन त्या यादीवर रात्रभर काम करतं. सकाळी उठल्यावर तुमच्या मनात साधारपणे असे विचार आणि गोष्टी येतात, ज्यामुळे तुम्हाला त्या तुमच्या यादीतील कामं संपवण्यासाठी मदत होते. नियोजन लिहिण्यामुळे तुम्ही आकर्षणाचा नियम सक्रिय करता. तुम्ही तुमच्या आयुष्यात लोक, संधी आणि संसाधनं आकर्षिक करू लागता. त्यांच्या मदतीनं तुम्ही तुमचं ध्येयं साध्य करू शकता आणि तुमची कामं सर्वांत चांगल्या पद्धतीनं पूर्ण करू शकता.

अत्यावश्यक आणि महत्त्वपूर्ण यांत फरक ठेवा

तुम्हाला वेळेचं व्यवस्थापन करताना, तुमच्या अत्यावश्यक आणि महत्त्वाच्या कामांमध्ये फरक ठेवता आला पाहिजे. अत्यावश्यक कामं बाहेरचे दबाव आणि आवश्यकता यांमुळे निश्चित होतात. तुम्हाला ती तत्काळ करायची असतात. बहुतांश लोक दिवसभरातला अधिकांश वेळ अत्यावश्यक कामांवर प्रतिक्रिया देण्यात घालवतात. जसं, फोन कॉल, व्यवधान, आपात्कालीन परिस्थिती आणि आपल्या बॉसच्या तसंच ग्राहकांच्या मागण्या इत्यादी.

दुसरीकडे, तुमच्या दीर्घकालीन भविष्यात सर्वांत जास्त योगदान देतात ती महत्त्वाची कामं असतात. जसं, योजना आखणं, व्यवस्थापन, आपल्या ग्राहकांचा अभ्यास व संशोधन आणि सुरुवात करण्यापूर्वी आपले प्राधान्यक्रम निश्चित करणं.

मग अशी कामं येतात, जी अत्यावश्यक नाहीत, महत्त्वाची नाहीत, जसं फोनची रिंग वाजणं किंवा सहकाऱ्यांबरोबर गप्पा. कारण या गोष्टी कामकाजाच्या वेळेत होत राहतात. त्यामुळे त्यांना काम म्हणण्याची चूक होणं सहजसोपं आहे. पण त्यांचा काही म्हणावा असा परिणाम मिळत नाही, हा फरक आहे. भले तुम्ही कितीही अत्यावश्यक, पण महत्त्वाच्या नसलेल्या कामकाजांशी संलग्न असलात तरी तुम्ही तुमच्या कामात किंवा कंपनीत काहीही योगदान देत नाही.

चौथ्या श्रेणीत अत्यावश्यक नसलेली, महत्त्वाची नसलेली कामं समाविष्ट आहेत. उदाहरणार्थ, ऑफिसमध्ये वृत्तपत्र वाचणं किंवा दुपारच्या जेवणाला जास्त वेळ लावणं. ही कामं तुमच्या करिअरचं खूप नुकसान करतात. कारण ही कामं तुमचा वेळ खातात, ज्या वेळेचा उपयोग करून तुम्ही परिणाम मिळवू शकत होतात, ज्या वेळेसाठी तुम्हाला भरपाई दिली जाते आणि ज्या वेळेवर तुमचं भविष्य अवलंबून आहे.

परिणामांचा विचार करा

एखाद्या खास कामाचं किंवा कामकाजाचं मूल्य निश्चित करणारा सर्वांत महत्त्वाचा शब्द आहे *'परिणाम'*. मौल्यवान आणि महत्त्वाचं काम ते आहे जे पूर्ण झाल्यामुळे किंवा न झाल्यामुळे गंभीर परिणाम होतात. एखाद्या कामाचे किंवा कामकाजाचे शक्य असलेले परिणाम जितके मोठे असतात, तितकंच ते काम महत्त्वाचं असतं.

एखाद्या कामाचे परिणाम खूप कमी असल्यास ते काम फारसं महत्त्वाचं नाही. त्यामुळे वेळेच्या व्यवस्थापनामध्ये तुम्ही तुमच्या आयुष्यावर, कामावर सर्वांत जास्त परिणाम करणाऱ्या कामांसाठी जास्त वेळ द्यायला हवा.

८०-२०चा नियम लागू करा

तुम्ही आगामी दिवसांतील कामाची यादी तयार कराल तेव्हा तुमच्या यादीचं विश्लेषण करा आणि सुरुवात करण्याआधी ८०-२०चा नियम लागू करा.

८०-२०चा नियम सांगतो, की तुमचं २० टक्के कामकाज ८० टक्के महत्त्वाचं असतं. तुमच्याकडे दहा कामांची यादी असल्यास त्यातील दोन कामं बाकी आठ कामांपेक्षा जास्त महत्त्वाची असतील. भलेही तुम्ही ती सर्व कामं एकत्र करा. दहापैकी दोन कामांचे शक्य असलेले परिणाम बाकी ८० टक्के कामांपेक्षा जास्त असतील.

या बाबतीत कित्येकदा तर '९०-१०चा नियमही' लागू होतो. सर्वसाधारणपणे दहा कामांच्या दैनिक यादीतील एक काम बाकी सर्व कामांपेक्षा महत्त्वाचं असतं. दुर्दैवानं, साधारणपणे हेच काम करण्यासाठी तुम्ही सर्वांत जास्त टाळाटाळ करता.

सर्जनशील टाळाटाळीचा अभ्यास करा

तुम्ही तुमची आघाडीची २० टक्के कामं ओळखल्यास बाकी कामांत 'सर्जनशील टाळाटाळीचा' अभ्यास करू शकता. कारण तुम्ही प्रत्येक काम करू शकत नाही. त्यामुळे तुम्हाला कोणतं ना कोणतं काम टाळावं लागेल. स्वाभाविकपणे एकुलता एक प्रश्न म्हणजे, 'तुम्ही कोणतं काम टाळाल?'

उत्तर सोपं आहे. तुमच्या मनाजोगत्या ध्येयांमध्ये आणि परिणामांमध्ये खूपच कमी योगदान देणारी ८० टक्के कामं टाळा. सर्वांत जास्त फरक पाडणाऱ्या त्या एक-दोन कामांवर तुमचा वेळ आणि लक्ष केंद्रित करा.

एबीसीडीई पद्धतीचा अभ्यास करा

प्राधान्यक्रम निश्चित करण्यासाठी एबीसीडीई ही आणखी एक पद्धत आहे. तुम्ही सुरुवात करण्यापूर्वी तुमच्या कामाच्या यादीचं विश्लेषण करून प्रत्येकासमोर **ए, बी, सी, डी** किंवा **ई** लिहिणं आवश्यक आहे. हा अभ्यास सुरू करण्यापूर्वीच तुम्ही तुमच्या कामांविषयी विचार केल्यामुळे तुमची कार्यकुशलता आणि प्रभाव नाट्यमयरीत्या वाढेल.

'**ए**' काम म्हणजे जे खूप महत्त्वाचं आहे. ते पूर्ण होण्याचे किंवा न होण्याचे परिणाम गंभीर असतात. ते करण्यामुळे किंवा न करण्यामुळे तुमच्या परिणामांवर आणि यशावर खूप परिणाम होतो. तुम्ही नेहमी सर्वांत आधी तुमचं 'ए' कामं केलं पाहिजे.

जर तुमच्याकडे एकापेक्षा जास्त '**ए**' कामं आहेत, तर त्यांचा प्राधान्यक्रम **ए१, ए२, ए३** अशा पद्धतीनं तयार करा. हे केल्यानंतर तुमचं **ए१** कामाची सुरुवात करण्यावर आणि ते पूर्ण करण्यात तुम्ही संपूर्ण ऊर्जा केंद्रित करा.

'**बी**' काम म्हणजे जे तुम्हाला केलं पाहिजे असं काम. ते काम होण्याचे किंवा न होण्याचे काही किरकोळ परिणाम होतात. उदाहरणार्थ, मित्राला फोन करणं, सहकाऱ्यांबरोबर जेवणं किंवा ई मेल तपासण्याचं काम या श्रेणीमध्ये येतं. हे काम केल्याने किंवा न करण्यामुळे थोडी गैरसोय होऊ शकते, पण त्याचे तुमच्या आयुष्यावरील परिणाम अगदीच दुय्यम असतील.

'**सी**' काम म्हणजे, जी कामं करायला तुम्हाला आवडतं, पण त्याचा काही परिणाम होत नाही. एक कप कॉफी पिणं, सहकाऱ्यांबरोबर गप्पा मारणं, वृत्तपत्र वाचणं आणि दिवसभरात खरेदी करायला जाणं हे '**सी**' कामांच्या श्रेणीमध्ये येतं. तुम्ही ही कामं करता किंवा नाही, त्याचा तुमच्या आयुष्यावर किंवा कामावर काहीही परिणाम होत नाही.

आता नियम असा आहे – जोपर्यंत **'ए'** श्रेणीचं काम अपूर्ण आहे, तोपर्यंत **'बी'** श्रेणीचं काम कधीही करू नका. जोपर्यंत **'बी'** श्रेणीचं काम पूर्ण होत नाही, तोपर्यंत **'सी'** श्रेणीचं काम करू नका. दिवसभर **'ए'** श्रेणीच्या कामांवर लक्ष केंद्रित करा.

'डी' श्रेणीचं काम म्हणजे, जी कामं तुम्ही दुसऱ्यांवर *सोपवू* शकता अशी कामं. नियम असा आहे की जी कामं इतरांवर सोपवली जाऊ शकतात, ती सोपवा. जेणेकरून तुमच्याकडे आयुष्यातील आणि कामकाजातील तुमचं यश, आनंद सर्वांत जास्त निश्चित करणाऱ्या **'ए'** श्रेणीच्या कामांसाठी जास्त वेळ हातात राहील.

'ई' श्रेणीची कामं म्हणजे, जी कामं तुम्ही संपूर्णपणे सोडून देऊ शकता. ती जुनी कामं असू शकतात, जी आज तुमच्या सर्वांत महत्त्वाच्या ध्येयांच्या उपलब्धीसाठी जराही महत्त्वाची नाहीत. तुम्ही दिवसात किंवा आठवड्यात जे काही करता, त्याचा बहुतांश भाग संपवला जाऊ शकतो आणि त्याचा जराही परिणाम होणार नाही.

बहिष्कृत पर्यायाचा नियम

तुम्ही निवडीसाठी नेहमीच स्वतंत्र आहात. दर तासाला, दर मिनिटाला तुम्ही काय करणार आणि काय नाही करणार हे तुम्ही ठरवता. त्यामुळेच तुमचं अवघं आयुष्य घडतं. बहिष्कृत पर्यायाचा नियम सांगतो, की एक गोष्ट करणं म्हणजे एखादी दुसरी गोष्ट न करणं.

तुम्ही कोणतंही काम सुरू करता तेव्हा तुम्ही चेतन किंवा अचेतनरीत्या दुसरं कोणतंही काम न करण्याचा निर्णय घेत असता, जे काम तुम्ही त्या क्षणी करू शकत असता. कोणतं काम पहिल्यांदा करायचं, कोणतं दुसरं आणि कोणतं करायचंच नाही, या संदर्भात समजूतदारपणे निवड करण्याची योग्यताच तुमचं संपूर्ण आयुष्य ठरवते.

सर्वांत महत्त्वाचं काम निवडा

यशस्वी, मोठं उत्पन्न असणारे लोक सर्वसाधारणपणे अयशस्वी, कमी वेतन असलेल्या लोकांपेक्षा जास्त बुद्धिमान किंवा कुशल नसतात. यशस्वी लोक नेहमी जास्त महत्त्वाचं काम करतात; तर अयशस्वी लोक नेहमी कमी महत्त्वाच्या कामांमध्ये त्यांचा वेळ वाया घालवतात, हा त्यांच्यातील मुख्य फरक असतो. तुम्ही नेहमी निवड करण्यासाठी स्वतंत्र असता. कोणतं काम जास्त करायचं आणि कोणतं कमी करायचं हे ठरवण्यासाठी तुम्ही नेहमीच स्वतंत्र असता. तुमची निवड ही शेवटी तुमच्या बरोबर होणारी प्रत्येक गोष्ट ठरवत असते.

एकाच वेळी काम संपवण्याचा अभ्यास करा

एकाच वेळी काम संपवणं हे वेळेचं आणि वैयक्तिक व्यवस्थापनाचं खूप सशक्त तंत्र आहे. त्याचा अर्थ असा आहे, की 'ए१' काम निवडल्यानंतर तुम्ही ते सुरू करा आणि ते काम शंभर टक्के पूर्ण होईपर्यंत संपूर्ण एकाग्रतेनं, एकल मानसिकतेनं करत रहा. इतरत्र न भटकता किंवा अन्य कोणतंही व्यवधान न ठेवता स्वतःला एकाग्र करण्याची शिस्त लावून घ्या.

तुमचं लक्ष इकडेतिकडे जात आहे किंवा थोडं थांबावसं वाटत आहे किंवा टाळाटाळ करायची इच्छा होत असल्यास 'पुन्हा काम करा', 'पुन्हा काम करा', 'पुन्हा काम करा' हे स्वतःला पुनःपुन्हा सांगून प्रेरित करा. मग ते काम शेवटपर्यंत नेण्यासाठी तुमचे प्रयत्न वाढवा.

थॉमस एडिसन यांनी एकदा लिहिलं होतं, ''माझ्यात सतत, न थांबता एकाच गोष्टीवर काम करण्याची योग्यता होती. या गुणानं माझ्या यशात सर्वांत जास्त योगदान दिलं''. तुम्ही या सिद्धान्तानुसार काम केलं पाहिजे.

वेळेचे विभाजन करा

आपल्या दिवसाचं नियोजन आधी करा आणि कामाचे, तीस, साठ व नव्वद मिनिटांचे कालखंड (chunks of time) निश्चित करा. हा असा वेळ आहे, ज्यात तुम्ही बाकी काहीही न करता किंवा न थांबता तुमची महत्त्वाची कामं करू शकता. हे खंड कोणतंही मोठं, महत्त्वाचं काम पूर्ण करण्यासाठी अनिवार्य आहेत.

कामाच्या वेळेचे मोठे कालखंड करण्याची एक पद्धत म्हणजे सकाळी लवकर उठून एखाद्या मोठ्या कामावर, प्रकल्पावर किंवा प्रस्तावावर सातत्यानं, न थांबता काम करणं ही आहे. कित्येकदा तुम्ही रात्री किंवा वीकएंडलाही वेळेचे खंड तयार करू शकता. पण, ज्या कामांचे गंभीर परिणाम मिळण्याची शक्यता असते अशा सर्व महत्त्वाच्या कामांमध्ये एकाग्रता, केंद्रित वेळ आणि ऊर्जेच्या मोठ्या तुकड्यांची आवश्यकता असते, ही खरी गोष्ट आहे.

अर्ल नाइटिंगेल यांनी सांगितलं होतं, ''माणसाच्या प्रत्येक महान उपलब्धीपूर्वी नेहमीच कित्येक वर्षांच्या एकाग्र प्रयत्नांचा एक मोठा काळ असतो''.

स्वतःला योग्य मार्गावर ठेवा

दररोज कामाला सुरुवात करण्यापूर्वी आणि दिवसभर तुम्ही पुढील पाच प्रश्न विचारणं आणि पुन्हा पुन्हा त्यांची उत्तर देणं आवश्यक असतं.

त्यातला पहिला प्रश्न आहे, **मला नोकरीवर का ठेवलं गेलं आहे?** तुम्हाला कोणती गोष्ट साध्य करण्यासाठी नोकरीवर ठेवण्यात आलं आहे. जर तुमच्या बॉसने तुम्हाला विचारलं, ''आम्ही तुम्हाला वेतन का देतो?'' तर तुमचं उत्तर काय असेल?

वस्तुस्थिती अशी आहे, की तुम्हाला काही खास परिणाम साध्य करण्यासाठी नोकरीवर ठेवण्यात आलं आहे. त्याचं तुमच्या संस्थेसाठी आर्थिक मूल्य असतं. तुमच्या २० टक्के कामांतून तुमचं ८० टक्के मूल्य निश्चित होतं. त्यामुळे तुम्हाला नोकरीवर का ठेवलं गेलं आहे हे सर्वसाधारणपणे तुम्हाला माहीत असायला हवं. बिझनेस किंवा संस्थेवर सर्वांत जास्त फरक पाडणाऱ्या कामांवरच तुम्ही दिवसभर तुमचा वेळ आणि लक्ष केंद्रित केलं पाहिजे.

जास्त मौल्यवान कामकाजावर लक्ष केंद्रित करा

तुम्ही स्वतःला दिवसभर दुसरा प्रश्न हा विचारला पाहिजे, की **माझी सर्वांत जास्त मौल्यवान कामं कोणती?** ही कामं म्हणजे तुमची कंपनी किंवा करिअर यासंबंधी तुमच्या गुणांचा, योग्यतांचा, अनुभवांचा आणि कौशल्यांचा सर्वोच्च, सर्वश्रेष्ठ वापर केला जाणं. मग ती कामं कोणती?

उत्तराबाबत तुम्हाला थोडी जरी शंका असल्यास तुमच्या बॉसला विचारा, की त्यांच्या लेखी तुमची सर्वांत महत्त्वाची कामं कोणती? उत्तर काहीही असलं, तरी दिवसभर तीच कामं करण्यासाठी समर्पित व्हा.

तुमच्या प्रमुख परिणामक्षेत्रांवर काम करा

तुम्ही स्वतःला दिवसभर तिसरा प्रश्न असा विचारायला हवा, की **माझी प्रमुख परिणामक्षेत्रं कोणती?** मी आधी उल्लेख केल्यानुसार, उत्कृष्ट पद्धतीनं कोणत्याही परिस्थितीत पूर्ण करावीच लागतील, तेव्हाच तुम्ही तुमचे सर्वांत महत्त्वपूर्ण परिणाम साध्य करू शकाल, ती तुमची प्रमुख परिणामक्षेत्रं आहेत. त्यामुळेच कामातील तुमचं यश किंवा अपयश बऱ्याच अंशी निश्चित होतं.

तुम्ही त्यातील प्रत्येक काम नेमकेपणानं ओळखायला हवं आणि प्रत्येकातच तुमची सर्वोत्कृष्ट कामगिरी करण्याकडे लक्ष केंद्रित करायला हवं. त्याशिवाय, तुम्ही दररोज प्रत्येक प्रमुख परिणामक्षेत्रात अधिक चांगलं होण्यावर लक्ष दिलं पाहिजे. लक्षात ठेवा, तुमच्या सर्वांत कमजोर असलेल्या प्रमुख योग्यतेमुळे ती उंची गाठता येते, ज्यावर तुम्ही तुमच्या बाकी योग्यतांचा उपयोग करू शकता. कोणत्याही क्षेत्रात केवळ एका कमजोरीमुळे मागे थांबू नका, विशेषतः तुम्हाला त्या खास क्षेत्रात उत्कृष्ट होण्यासाठी आवश्यक असलेली ती गोष्ट तुम्ही शिकू शकता.

फरक निर्माण करा

तुम्ही स्वतःला चौथा प्रश्न हा विचारला पाहिजे, **केवळ मी आणि मीच करू शकतो आणि चांगल्या पद्धतीनं करण्यामुळे माझ्या कंपनीवर खरोखर फरक पडेल अशी कोणती गोष्ट आहे?**

हा प्रश्न स्वतःला एकाग्र करण्यासाठी आणि मार्गावर कायम ठेवण्यासाठी खूप चांगला आहे. केवळ तुम्ही आणि तुम्हीच करू शकता आणि तुमच्या करिअरवर सर्वांत जास्त परिणाम होऊ शकतो अशी कोणती गोष्ट आहे? पुन्हा एकदा, तुम्हाला तुमच्या उत्तराबाबत शंका असल्यास तुमच्या बॉसला विचारा. कित्येकदा तर तुम्ही हा प्रश्न विचारण्यामुळे आधी त्यांनीही कधी याबाबत नीट विचार केला नसेल. कित्येकदा तर त्यांनी याबाबत जराही विचार केलेला नसेल.

पण, बाकी गोष्टींवर परिणाम करणाऱ्या त्या एक-दोन कामांवर तुम्ही दोघंही सहमत असता, तेव्हा तुम्हाला तुमची संपूर्ण ऊर्जा ती खास कामं पटापट आणि चांगल्या पद्धतीनं करण्यासाठी लावली पाहिजे. त्यामुळे तुम्हाला तुमच्या करिअरमध्ये जितकी मदत होईल, तितकी बाकी कोणत्याही निर्णयामुळे होणार नाही.

सर्वांत महत्त्वाचा प्रश्न

वेळेच्या व्यवस्थापनाचा पाचवा आणि सर्वांत महत्त्वाचा प्रश्न – **माझ्या वेळेचा या क्षणी सर्वांत मूल्यवान उपयोग कोणता आहे?** ध्येयनिश्चिती, व्यक्तिगत नियोजन आणि वेळेच्या व्यवस्थापनाची सर्व तंत्रं आणि पद्धती यांचं ध्येय या प्रश्नाचं नेमकं उत्तर देण्यात तुम्हाला मदत करणं आहे – दररोज, दर मिनिटाला.

तुम्ही पुन्हा पुन्हा हा प्रश्न स्वतःला विचारता आणि त्याचं उत्तर देण्यासाठी स्वतःला शिस्त लावता आणि तुम्हाला खात्री असते की, तुम्ही जे काही करत आहात तेच या प्रश्नाचं उत्तर आहे. तर तुम्ही तुमच्या आजूबाजूच्या लोकांपेक्षा दुप्पट-तिप्पट जास्त साध्य करू शकाल. तुम्ही जास्त उपयोगी व्हाल. तुम्ही जास्त मौल्यवान काम करू लागाल आणि तुमच्या आजूबाजूच्या लोकांपेक्षा जास्त परिणाम मिळवू शकाल. तुमच्या वेळेच्या सर्वांत मौल्यवान उपयोगाच्या आधारे काम करण्याची स्वतःला शिस्त लावा, भले त्या वेळी काहीही होवो. तुमचं यश निश्चित आहे!

तत्परतेने परिणामकेंद्रित व्हा

अंतिम विश्लेषणात उच्च उत्पादकता आणि कामगिरीची किल्ली म्हणजे, तुमच्या अधिकांश परिणामांसाठी जबाबदार असलेल्या त्या निवडक कामांमध्ये अधिक

चांगलं होण्यासाठी स्वतःला समर्पित करा. त्याबरोबरच परिणामांमध्ये आणि पुरस्कारांमध्ये खूप कमी योगदान देणारी कामं इतरांवर सोपवा, आउटसोर्स करा आणि संपवायला शिका.

गटे यांनी म्हटल्यानुसार, ''सर्वांत महत्त्वाच्या गोष्टींना सर्वांत कमी महत्त्वाच्या गोष्टींच्या दयेवर कधीच सोडता कामा नये''. कदाचित वेळेच्या व्यवस्थापनाच्या क्षेत्रात सर्वांत चांगला एकच शब्द म्हणजे – 'नाही.' तुमच्या वेळेचा सर्वांत मौल्यवान वापर होत नसल्याचं तुम्हाला कधीही दिसून आल्यास त्या क्षणी केवळ 'नाही' म्हणा.

वेळेच्या व्यवस्थापनाची सवय लावून घ्या

चांगली गोष्ट म्हणजे, वेळेचं व्यवस्थापन ही अशी योग्यता आणि शिस्त आहे जी तुम्ही अभ्यासाद्वारे शिकू शकता. चांगल्या सवयी लावून घेणं आणि त्यावर प्रभुत्व मिळवणं हा यशाचा एक नियम आहे.

दररोजच्या अभ्यासाबरोबर तुम्ही वेळेच्या व्यवस्थापनक्षेत्रात उत्कृष्ट होऊ शकता. दिवसाला सुरुवात करण्यापूर्वी आपल्या कामांची यादी करून घ्या. ती यादी प्राधान्यक्रमानुसार तयार करा. अत्यावश्यक कामांना महत्त्वाच्या कामांपासून वेगळं करा आणि ८०-२०चा नियम किंवा एबीसीडीई पद्धतीचा वापर करा. तुमची सर्वांत महत्त्वाची कामं निवडा आणि तातडीनं ती करण्याच्या मागे लागा. ते काम शंभर टक्के पूर्ण होत नाही तोपर्यंत स्वतःला संपूर्ण एकाग्रतेनं ते एक काम किंवा ते कामकाज करण्याची शिस्त लावून घ्या.

तुम्ही जेव्हा एखादं महत्त्वाचं काम पूर्ण करता, तेव्हा तुम्हाला प्रत्येक वेळी आनंद, उत्साह आणि उच्च आत्मसन्मानाची लाट जाणवेल. तुम्हाला जास्त ऊर्जावान आणि शक्तिशाली झाल्याचं जाणवेल. तुम्हाला जास्त आनंदी आणि तुमच्या आयुष्यात जास्त नियंत्रित असल्याचं जाणवेल. तुम्ही तुमच्या कामकाजात शिखरावर असाल. तुम्ही तुमचं पुढचं महत्त्वाचं काम सुरू करण्यासाठी आणि ते पूर्ण करण्यासाठीही जास्त प्रेरित व्हाल.

तुम्ही थोडेसे मंदावत असताना किंवा तुम्हाला टाळाटाळ किंवा वेळ घालवण्याची इच्छा होत असल्यास 'हे आत्ताच करा', 'हे आत्ताच करा', 'हे आत्ताच करा', असं स्वतःला सांगा. तातडीची (Urgency) जाणीव निर्माण करा. कामाची प्रवृत्ती निर्माण करा. सुरू करा, करत रहा आणि वेगानं काम करा. स्वतःला आपलं सर्वांत महत्त्वपूर्ण काम निवडण्याची शिस्त लावून घ्या. तातडीनं त्याच्या मागे लागा आणि ते पूर्ण होत नाही तोपर्यंत करत रहा. वेळेच्या व्यवस्थापनाच्या या सवयी तुमच्या आयुष्याच्या प्रत्येक टप्प्यावर सर्वोच्च कामगिरीची गुरुकिल्ली आहे.

तुमच्या वेळेचे योग्य व्यवस्थापन करा

१. तुम्हाला आगामी महिन्यांत किंवा वर्षांमध्ये काय व्हायचं, करायचं किंवा मिळवायचं आहे, त्याची यादी करा. तुमच्या यादीचं विश्लेषण करा आणि तुमच्या आयुष्यावर सर्वाधिक परिणाम होऊ शकतो अशी कामं निवडा.

२. तुमच्या पुढच्या दिवसाच्या प्रत्येक कामाची यादी रात्री तयार करा. झोपताना तुमच्या अवचेतन मनाला तुमच्या यादीवर काम करू द्या.

३. ८०-२०चा नियम आणि एबीसीडीई पद्धतीचा वापर करून तुमच्या यादीचा प्राधान्यक्रम निश्चित करा. सुरुवात करण्यापूर्वी अत्यावश्यक कामांना कमी आवश्यक आणि महत्त्वपूर्ण नसलेल्या कामांपासून वेगळं करा.

४. सर्वांत महत्त्वाची कामं निवडा, जी पूर्ण होण्याचा किंवा न होण्याचा सर्वांत जास्त परिणाम होऊ शकतो. ती कामं तुमची ए१ कामं म्हणून निवडा.

५. तुमचं सर्वांत महत्त्वाचं काम तत्काळ सुरू करा आणि मग ते कामं १०० टक्के पूर्ण होईपर्यंत संपूर्ण एकाग्रतेनं स्वतःला शिस्त लावा.

१५ तुमच्या ध्येयांचे दररोज विश्लेषण करा

आपण जी गोष्ट मिळवण्याची इच्छा व्यक्त करतो, तिची छाप आपल्याला आपल्या व्यक्तिमत्त्वात किंवा अवचेतन मनात निर्माण केली पाहिजे, हा एक मानसशास्त्रीय नियम आहे.
–ओरिसन स्वेट मार्डन

कित्येकदा मी माझ्या श्रोत्यांना विचारतो, ''इथं बसलेल्या किती लोकांना आपलं उत्पन्न दुप्पट करण्याची इच्छा आहे?'' मग प्रत्येक व्यक्ती हात उंचावते, यात काहीही आश्चर्य नाही. त्यानंतर मी सांगतो, ''बघा, तुमच्यासाठी चांगली बातमी आहे. इथं बसलेल्या प्रत्येक व्यक्तीचं उत्पन्न दुप्पट होईल. पक्की खात्री आहे. केवळ तुम्ही पुरेसं *दीर्घ जगायला* पाहिजे''.

जर तुमच्या उत्पन्नात दरवर्षी तीन-चार टक्क्यांनी वाढ होत असेल, जी जगण्याच्या खर्चासाठी होणारी वार्षिक वाढ आहे, तर तुमचं उत्पन्न जवळजवळ वीस वर्षांत दुप्पट होईल. पण, ही खूपच मोठी प्रतीक्षा झाली.

खरा प्रश्न उत्पन्न दुप्पट करण्याचा नाहीये, तर तुम्ही ते किती लवकर दुप्पट करता हा आहे.

ध्येय साध्य करण्याची गती दुप्पट करणं

वैयक्तिक आणि आर्थिक ध्येयं जास्त वेगानं साध्य करण्यात तुम्हाला मदत करू शकतात अशी अनेक तंत्रं आहेत. या प्रकरणात मी तुम्हाला एक खास पद्धत सांगू इच्छितो. या पद्धतीने अन्य कोणत्याही पद्धतीच्या तुलनेत जास्त लोकांना शून्यापासून शिखरापर्यंत पोहोचवलं आहे. ही पद्धत सरळ, परिणामकारक आहे आणि ती प्रभावी होण्याची खात्रीही आहे. तुम्ही केवळ तिची अंमलबजावणी केली पाहिजे.

यापूर्वी मी सांगितलं होतं, ''तुम्ही ज्या गोष्टीचा जास्त वेळ विचार करता, तुम्ही तेच होता'' हे महान सत्यच सर्व धर्मांचा, तत्त्वज्ञानाचा, मानसशास्त्राचा

आणि यशाचा पाया आहे. माझे एक शिक्षक जॉन बॉयल यांनी एकदा सांगितलं होतं, "जे काही तुम्ही तुमच्या डोक्यात कायम ठेवता, ते तुम्हाला मिळू शकतं". ही गुरुकिल्ली आहे.

सकारात्मक विचार करणं विरुद्ध सकारात्मक माहिती घेणं

आज खूप लोक 'सकारात्मक विचार' करण्याच्या महत्त्वाबाबत बोलतात. सकारात्मक विचार करणं महत्त्वाचं आहे, पण ते पुरेसं नाही. दिशा न दिल्यास आणि नियंत्रण न ठेवल्यास सकारात्मक विचार लवकरच विकृत होऊन केवळ सकारात्मक इच्छा आणि सकारात्मक *आशा* होऊन राहतात. सकारात्मक विचार प्रेरणा आणि उच्चतर उपलब्धीची शक्ती होत नाहीत तसंच चांगल्या-वाईट परिस्थितीमध्ये आयुष्याबाबत केवळ छानसा दृष्टिकोन बनून राहू शकतात.

ध्येय साध्य करण्यात एकाग्रता आणि प्रभावी होण्यासाठी सकारात्मक विचाराला 'सकारात्मक माहिती जाणून घेण्यात' (Positive Knowing) रूपांतरित करावं लागेल. तुम्हाला तुमच्या अस्तित्वाच्या खोलात जाऊन तुम्ही एखादं खास ध्येय साध्य करण्यात नक्कीच यशस्वी व्हाल या गोष्टीवर पूर्ण विश्वास ठेवावा लागेल. तुम्हाला कोणत्याही शंकेविना पुढे जावं लागेल. तुम्हाला संकल्प करून दृढ व्हावं लागेल. कोणतीही गोष्ट तुम्हाला रोखू शकत नाही असा तुम्हाला तुमच्या अंतिम यशाबाबत दृढ विश्वास असायला हवा.

तुमच्या अवचेतन मनाचं प्रोग्रॅमिंग करा

यशाच्या अतूट विश्वासाच्या जोरावर आपल्या अवचेतन मनाचं प्रोग्रॅमिंग करण्यासाठी तुम्ही जे काही करता, त्यामुळे ध्येयं वेगानं साध्य होण्यासाठी मदत होते. मी इथं तुम्हाला जी पद्धत सांगणार आहे, त्याने खरं तर तुमच्या योग्यता आणि गुण कित्येक पटींनी वाढू शकतात. त्यामुळे तुम्ही सध्याच्या स्थितीपासून तुमच्या मनाजोग्या स्थानी जास्त वेगानं पोहोचू शकता.

एक महत्त्वाचा मानसिक नियम आहे. जो ठसा उमटवतो, त्याचा परिणाम दिसतो. तुम्ही तुमच्या अवचेतन मनावर जो काही ठसा उमटवता, अखेरीस त्याचा तुमच्या बाह्य जगावर परिणाम दिसतो. मानसिक प्रोग्रॅमिंगमध्ये तुमचा उद्देश तुमच्या अवचेतन मनावर तुमच्या ध्येयाचा ठसा उमटवणं हा आहे. जेणेकरून तो 'लॉक इन' होईल आणि स्वतः स्वतःची शक्ती निर्माण करेल. या पद्धतीमुळे तुम्हाला असं करण्यासाठी मदत मिळते.

सुनियोजित विरुद्ध अनियोजित ध्येयनिश्चिती

मी कित्येक वर्षं माझ्या ध्येयावर काम करत राहिलो होतो. ती ध्येयं मी वर्षभरात एक-दोन वेळा लिहून काढायचो आणि संधी मिळताच त्यांचं विश्लेषणही करायचो. त्यामुळे माझ्या आयुष्यात आश्चर्यकारक फरक पडला. साधारणपणे मी जानेवारीमध्ये पूर्ण वर्षभराच्या ध्येयांची यादी करायचो. त्याच वर्षी डिसेंबरमध्ये माझ्या यादीचं विश्लेषण करताना माझ्या निदर्शनास यायचं, की माझी बरीचशी ध्येयं साध्य झाली आहेत. त्यांत मोठी आणि अविश्वसनीय वाटणारी ध्येयंही समाविष्ट होती.

त्यानंतर मी माझं संपूर्ण आयुष्य बदलणारं ते तंत्र शिकून घेतलं. मला कळलं, की जर वर्षभरात एकदा ध्येय लिहिण्यात इतकी ताकद असेल तर ध्येयं जास्त वेळा लिहिणं अधिकच परिणामकारक असेल.

काही लेखक सुचवतात, की तुम्ही दर महिन्याला एकदा तुमची ध्येयं लिहा आणि त्यांचं विश्लेषण करा. काही इतर लेखक, एका आठवड्यात एकदा असं करण्याचा सल्ला देतात. पण ध्येय *दररोज* लिहिण्याने आणि पुन्हा पुन्हा लिहिण्यामुळे सर्वांत जास्त ताकद मिळते, हे मी शिकलो.

तुमचं ध्येय दररोज लिहा

याचं तंत्र असं आहे, की एक अशी स्पायरल वही घ्या, जी नेहमी तुमच्या बरोबर असेल. दररोज ती वही उघडून त्यात तुमच्या दहा-पंधरा महत्त्वाच्या ध्येयांची यादी करा. हे करताना ध्येयांची जुनी यादी पाहू नका. हे काम दररोज करा. तुम्ही असं करताना बऱ्याच उल्लेखनीय गोष्टी घडतील.

पहिल्या दिवशी आपल्या ध्येयांची यादी करताना तुम्हाला थोडा विचार करावा लागेल. बहुतांश लोकांनी आयुष्यात कधी आपल्या दहा सर्वांत महत्त्वाच्या ध्येयांची यादीच केलेली नाही.

दुसऱ्या दिवशी तुम्ही पहिली यादी पाहिल्याशिवाय नवी यादी कराल, तेव्हा ते जास्त सोपं होईल. पण तुम्ही जी दहा-पंधरा ध्येयं लिहाल, त्यांचं वर्णन आणि प्राधान्यक्रम बदलला जाईल. कित्येकदा तर आधीच्या दिवशी लिहिलेलं एखादं ध्येय पुढच्या दिवशी दिसणारही नाही. तुम्ही ते विसरून जाल किंवा ते कालांतराने जास्त योग्य वेळी पुन्हा प्रकट होईल, असंही होऊ शकतं.

दररोज तुम्ही तुमच्या दहा ते पंधरा ध्येयांची यादी लिहाल, तेव्हा तुमच्या व्याख्या अधिक स्पष्ट आणि धारदार बनतील. अखेरीस, तुम्ही दररोज तेच शब्द लिहीत असल्याचं तुम्हाला कळेल. तुमच्या आजूबाजूच्या जीवनातील परिवर्तनासोबतच तुमच्या प्राधान्यक्रमातही बदल होईल. पण जवळपास तीस दिवसांनंतर तुम्ही दररोज तीच ध्येयं लिहीत असल्याचं तुम्हाला दिसून येईल.

तुमचं आयुष्य भरारी घेतं

याच क्षणी तुमच्या आयुष्यात एक उल्लेखनीय गोष्ट होईल. तुमचं आयुष्य भरारी घेऊ लागेल. रनवेवर धावणाऱ्या विमानात बसलेल्या प्रवाशासारखं तुम्हाला वाटेल. तुमचं कार्यजीवन आणि वैयक्तिक आयुष्य नाट्यमय रीतीनं अधिक चांगलं होऊ लागेल. तुमचा मेंदू विचाराने आणि ज्ञानाने चमकू लागेल. तुम्ही अशा लोकांना आणि संसाधनांना तुमच्या आयुष्यात आकर्षिक करू लागाल, जे तुमचं ध्येय साध्य करण्यात तुम्हाला मदत करतील. तुम्ही वेगानं प्रगती करू लागाल, कित्येकदा तो वेग इतका जास्त असेल, की तुम्हाला भीती वाटेल. प्रत्येक गोष्ट खूपच सकारात्मक पद्धतीनं बदलू लागेल.

मी इतक्या वर्षांत तेवीस देशांमध्ये भाषणं दिली आहेत आणि बावीस लाखांपेक्षा जास्त लोकांना मार्गदर्शन केलं आहे. मी लाखो सहभागींना 'दहा ध्येयांचा अभ्यास' सांगितला आहे. मी त्यांना जो अभ्यास देतो, तो तुम्हाला दिलेल्या अभ्यासापेक्षा जास्त सरळ असतो. तो अभ्यास अशा प्रकारे आहे.

मी माझ्या श्रोत्यांना अशा दहा ध्येयांची यादी करायला सांगतो, जी ते पुढच्या वर्षभरात साध्य करणार आहेत. मी त्यांना सांगतो की त्यांनी ती यादी वर्षभरानंतर उघडावी. जेव्हा ते एका वर्षानंतर ती यादी उघडतात, तेव्हा त्यांना जादूची छडी फिरल्यासारखं वाटेल. जवळपास प्रत्येक बाबतीत त्यांची दहापैकी आठ ध्येयं साध्य झालेली असतील, कित्येकदा तर खूप उल्लेखनीय पद्धतींनी...

मी हा अभ्यास जगभरात प्रत्येक भाषेतल्या, संस्कृतीच्या लोकांना दिला आहे. जवळपास प्रत्येक बाबतीत जेव्हा मी त्यांच्या शहरात आणि देशात पुन्हा जातो, तेव्हा माझ्याशी बोलण्यासाठी लोक रांग लावून येतात. जसं लग्नाच्या रिसेप्शनमध्ये असतं. मग एक वर्ष किंवा जास्त कालावधीत पहिली दहा ध्येयं लिहिण्यामुळे त्यांचं आयुष्य कसं बदललं याची गोष्ट ते मला सांगतात.

या पद्धतीवर काम करणं

या प्रकरणात आपण ज्या अभ्यासाची चर्चा करत आहोत, त्यात तुम्ही या लोकांना मिळालेल्या परिणामांपेक्षा जास्त मोठे आणि जास्त तीव्र परिणाम कसे मिळवायचे ते शिकाल. याचं कारण स्पष्ट आहे : त्या लोकांनी त्यांची ध्येयं केवळ एकदा लिहिली होती. आपण आधी केलेल्या चर्चेनुसार, तुम्ही दररोज तुमची ध्येयं लिहिता म्हणजेच ध्येयनिश्चितीच्या शक्तीचा वापर करता तेव्हा तुम्हाला त्याचे दुप्पट किंवा तिप्पट किंवा पाच पटही परिणाम मिळतात.

तुम्हाला या अभ्यासातून अधिकाधिक लाभ मिळवण्यासाठी काही खास नियमांचं पालन करावं लागेल. सर्वांत आधी तर तुम्हाला 'तीन **पी** फॉर्म्यूला'चं पालन

करावं लागेल. तुमची ध्येयं सकारात्मक (Positive) असायला हवीत, वर्तमानातील (Present) असायला हवीत आणि वैयक्तिकही (Psersonal) असायला हवीत.

तुमच्या अवचेतन मनाला सक्रिय करा

तुमचं अवचेतन मन केवळ वर्तमान काळात सांगितलेल्या सकारात्मक गोष्टींमुळे सक्रिय असते. त्यासाठी तुम्ही तुमची ध्येयं अशा प्रकारे लिहिता, जणूकाही तुम्ही ती *आधीच* साध्य केली आहेत. 'मी पुढच्या बारा महिन्यांत ५० हजार डॉलर्स कमावणार' हे लिहिण्याऐवजी तुम्ही लिहिता, 'मी दरवर्षी ५० हजार डॉलर्स कमावतो.'

तुमची ध्येयं *सकारात्मक* पद्धतीनं व्यक्त झाली पाहिजेत. ''मी धूम्रपान करणं सोडून देईन'' किंवा ''मी काही पौंड वजन कमी करेन'', असं सांगण्याऐवजी ''मी नॉन स्मोकर आहे'' किंवा ''माझं वजन इतके पौंड आहे'', असं सांगा.

तुमची आज्ञा सकारात्मक असायला हवी. कारण तुमचं अवचेतन मन नकारात्मक आदेशावर प्रक्रिया करू शकत नाही. ते केवळ सकारात्मक, वर्तमान काळातील कथनच स्वीकारतं.

तिसऱ्या 'पी'चा अर्थ आहे *व्यक्तिगत.* आयुष्याच्या प्रत्येक ध्येयाची सुरुवात 'मी' या शब्दानं करा आणि त्यानंतर काहीतरी क्रियापद लावा. तुम्हीच या ब्रह्मांडातली एकमेव व्यक्ती आहात, जी स्वतःबाबत 'मी' शब्दाचा वापर करू शकते. जेव्हा तुमच्या अवचेतन मनाला 'मी' शब्दापासून सुरू होणारी आज्ञा, आदेश मिळतो, तेव्हा असं वाटतं की एखाद्या कारखान्याला मुख्य कार्यालयाकडून उत्पादन सुरू करण्याचा आदेश मिळाला आहे. त्यामुळे अवचेतन मन त्या ध्येयाला वस्तुस्थितीमध्ये रूपांतरित करण्यासाठी तत्काळ काम करायला लागतं.

उदाहरणार्थ, ''माझं ध्येय दरवर्षी ५० हजार डॉलर्स कमावणं आहे'', असं तुम्ही म्हणू शकत नाही. त्याऐवजी तुम्ही म्हणता ''मी दरवर्षी ५० हजार डॉलर्स कमावतो''. आपलं प्रत्येक ध्येय अशा प्रकारे लिहा, 'मी ..... कमावतो', 'माझं वजन ..... आहे', 'मी ..... जिंकतो', 'मी .... कार चालवतो', 'मी .... अशा घरात राहतो', 'मी .... डोंगरावर चढतो' आणि अशा प्रकारे पुढेही....

तुमच्या स्वप्नांची अंतिम तारीख ठरवा

आपल्या दैनिक लिखित ध्येयांची ताकद वाढवण्यासाठी प्रत्येक ध्येयाची एक अंतिम तारीख निश्चित करून ती लिहा.

उदाहरणार्थ, तुम्ही लिहू शकता, ''मी ३१ डिसेंबरपर्यंत दर महिन्याला सरासरी ५ हजार डॉलर्स कमवतो''. (त्यानंतर ते वर्षही लिहा)

आपण पहिल्या प्रकरणात चर्चा केल्यानुसार तुमचा मेंदू अंतिम तारखेवर प्रेम करतो आणि 'विवशता तंत्रा'मध्ये प्रगती करतो. भलेही तुम्हाला हे माहीत नसेल, की ते ध्येय कसं साध्य होईल, पण नेहमी स्वतःला एक निश्चित अंतिम तारीख द्या. लक्षात ठेवा, नवीन माहिती मिळाल्यावर तुम्ही कधीही अंतिम तारीख बदलू शकता. पण हे निश्चित करा, की तुम्ही प्रत्येक ध्येयानंतर उद्‌गारवाचक चिन्हाप्रमाणे अंतिम तारीखही लिहाल.

तुम्हाला हे किती मनापासून हवं आहे?

दररोज आपली दहा ध्येयं लिहिण्याचा अभ्यास ही एक परीक्षा आहे. तुम्ही ही ध्येयं किती मनापासून साध्य करू इच्छिता हे ही परीक्षा निश्चित करते. साधारणपणे तुम्ही एकदा ध्येयं लिहाल, पण ती पुन्हा लिहायचं विसरून जाल. याचा अर्थ एवढाच आहे, की तुम्हाला खरोखरच ते ध्येय इतर कोणत्याही गोष्टीइतकं साध्य करायची इच्छा नाही किंवा तुम्ही ते ध्येय साध्य करू शकता यावर तुमचा खरोखरच विश्वास नाही.

पण, तुम्ही दररोज तुमची ध्येयं लिहिण्याची आणि पुन्हा लिहिण्याची स्वतःला जितकी जास्त शिस्त लावून घ्याल, तितकंच तुम्हाला *खरोखर* काय साध्य करायची इच्छा आहे याबाबत तुम्ही जास्त स्पष्ट होत जाल. परिणामी, ते साध्य करणं शक्य आहे याचा तितकाच जास्त विश्वास तुम्हाला मिळत जाईल.

प्रक्रियेवर विश्वास ठेवा

तुम्ही जेव्हा ध्येयं लिहायला सुरुवात करता, तेव्हा ती कशी साध्य होणार याचा कदाचित तुम्हाला अंदाज नसेल, पण ते महत्त्वाचं नाही. तुम्ही तुमची ध्येयं दररोज लिहिणं, पुन्हा लिहिणं आणि तुम्ही जेव्हा ती लिहिता तेव्हा तुम्ही प्रत्येक वेळी तुमच्या अवचेतन मनात त्याचा ठसा उमटवत आहात, या गोष्टीवर पूर्ण विश्वास ठेवणं महत्त्वाचं आहे. एका निश्चित बिंदूवर तुम्हाला त्या ध्येयांवर पूर्ण विश्वास बसेल आणि तुमची ध्येयं साध्य होऊ शकतात यावर तुम्ही विश्वास ठेवू लागाल.

तुमचं अवचेतन मन तुमच्या ध्येयांना चेतन मनाच्या आदेशांच्या रूपात स्वीकारू लागते तेव्हा तुमचे सर्व शब्द आणि कामं ध्येयाशी सुसंगत होतील. तुमचं अवचेतन मन तुमची ध्येयं साध्य करण्यासाठी तुम्हाला मदत करू शकेल अशा व्यक्तींना आणि परिस्थितीला तुमच्या जीवनात आकर्षित करू लागेल.

तुमचा मानसिक कम्प्यूटर दिवसात २४ तास काम करतो

तुमचं अवचेतन मन हे कधीही बंद न होणाऱ्या महाकाय कम्प्यूटरप्रमाणे काम करत असते. तुमची ध्येयं प्रत्यक्ष साकार करण्यासाठी अवचेतन मन नेहमीच तुम्हाला मदत

करत असते. जवळपास तुम्ही काहीही न करता तुमची ध्येयं तुमच्या आयुष्यात साकार होऊ लागलीत. कित्येकदा तर खूप उल्लेखनीय आणि आकस्मिक पद्धतीनं...

काही वर्षांपूर्वी मी लॉस एंजेलिसमध्ये एका बिझनेसमनला भेटलो. तो खूपच मूर्खपणाचा विचार करत होता. त्याला हवाई बेटांवर एक अम्युझमेंट पार्क उभारायचं होतं. त्यात जगभरातल्या वेगवेगळ्या देशांतील रेस्तराँ, डिस्प्लेज आणि प्रदर्शनं असावीत. ते पार्क साकारण्यासाठी त्याला मिलिअन डॉलर्सचा गुंतवणूक निधी उभा करायचा होता. त्याला खात्री होती, की हे पार्क खूप मोठं आकर्षण होईल आणि त्याला सर्वच देशांकडून पाठिंबाही मिळेल. केवळ तो प्रकल्प सुरू करण्यासाठी सुरुवातीचा पैसा त्याला मिळवावा लागेल. मी त्याला विनम्रतेनं सांगितलं, की माझ्या मते, त्याचा हा विचार म्हणजे निव्वळ फँटसी आहे. त्याच्यासारख्या मर्यादित संसाधनं असलेल्या व्यक्तीसाठी इतक्या भव्य कामाची व्यामिश्रता आणि खर्च इतका प्रचंड होता, की ते वेळ वाया घालवणं ठरलं असतं. या संपूर्ण योजनेच्या समन्वयाचं काम करण्याचा प्रस्ताव दिल्याबाबत मी त्याला धन्यवाद दिले आणि तिथून निघालो.

ही गोष्ट होती १९६०च्या दशकातली. पुढच्या वेळी मी त्या प्रकल्पाविषयी ऐकलं, की वॉल्ट डिस्ने कॉर्पोरेशननं तो विचार संपूर्णपणे आपलासा केला होता. त्या प्रकल्पाला 'एक्स्पेरिमेन्टल प्रोटोटाइप कम्युनिटी ऑफ टुमॉरो (एपकॉट सेंटर)' असं नाव देण्यात आलं होतं. ऑरलँडो, फ्लोरिडामध्ये डिस्ने वर्ल्डजवळ त्याची निर्मिती करण्यात आली. आता अम्युझमेंट पार्क आणि विकासाच्या जोरावर दरवर्षी शेकडो मिलिअन डॉलर्सची कमाई होत आहे आणि हा प्रकल्प जगातील सर्वांत लोकप्रिय पर्यटन स्थळांपैकी एक झाला आहे.

ब्रह्मांडातील सर्व शक्ती सक्रिय करा

इथं एक महत्त्वाचा मुद्दा आहे. त्या वेळी एक तरुण म्हणून मला हे माहीत नव्हतं, की तुम्ही एखादं ध्येय लिहिता, मग ते कितीही मोठं किंवा अशक्य वाटत असलं, तरी तुम्ही ब्रह्मांडातील शक्तींची एक शृंखला सक्रिय करता. जी नेहमीच अशक्य ते शक्य करते. मी त्याबद्दल 'तुमच्या अतिजागृत मनाला सक्रिय करा' या प्रकरणात सविस्तर सांगणार आहे.

जेव्हा तुम्ही एखाद्या नवं ध्येय लिहिता, तेव्हा ते साध्य करण्याच्या शक्यतेबाबत शंका असू शकते. असं होऊ शकतं, की तुमच्या अवचेतन मनात विचार असेल, पण आपल्यासाठी ते शक्य असल्याचा पूर्ण विश्वास नसेल. हे सामान्य आणि स्वाभाविक आहे. पण, या कारणामुळे या पद्धतीचा दररोज उपयोग करायचं थांबवू नका.

फक्त एवढं करा

ही पद्धत परिणामकारक ठरण्यासाठी केवळ तुम्ही एक स्पायरल वही घेऊन त्यात दररोज तुमची दहा ध्येयं सकारात्मक, व्यक्तिगत आणि वर्तमानकाळात लिहा. तुम्हाला केवळ एवढंच करायचं आहे. एक आठवडा, एक महिना किंवा एका वर्षानंतर तुम्ही तुमच्या आजूबाजूला पाहाल, तेव्हा तुमचं आयुष्य खूप उल्लेखनीय पद्धतीनं बदललेलं तुम्हाला जाणवेल.

जर या पद्धतीबाबत तुम्हाला काही शंका असल्यास ती अजमावून पाहण्यात काय अडचण आहे? त्यासाठी दररोज केवळ पाच मिनिटंच तर द्यायची आहेत. चांगली बातमी अशी आहे, की वीस वर्षांपेक्षा जास्त काळ उलटूनही ही पद्धत परिणामकारक नसल्याचं सांगणारा एकही माणूस मला आजपर्यंत भेटलेला नाही. याच्या उलटच होतं. मला दररोज देशातून आणि जगभरातून पत्रं, फोन, ई मेल तसंच भेटींमध्ये सांगितलं जातं, की या पद्धतीमुळे आश्चर्यकारक बदल झाले आहेत, लोकांच्या आयुष्याचा प्रचंड कायापालट झाला आहे.

तुमचे परिणाम काही पटींनी वाढवा

तुम्ही काही अतिरिक्त तंत्रांनी या पद्धतीचा प्रभाव काही पटींनी वाढवू शकता. पहिली पद्धत म्हणजे आपल्या ध्येयांना सकारात्मक, व्यक्तिगत, वर्तमान काळात लिहिल्यानंतर कमीतकमी तीन कामं लिहा, जी तुम्ही ते ध्येय साध्य करण्यासाठी तत्काळ करू शकता. ही कामंही सकारात्मक, व्यक्तिगत आणि वर्तमान काळातील असायला हवीत.

उदाहरणार्थ, निश्चित रक्कम कमावणं हे तुमचं ध्येय आहे. तुम्ही लिहू शकता, ''मी पुढचे बारा महिने ५० हजार डॉलर्स कमावू इच्छितो''. मग तुम्ही त्याखाली लिहा – (१) मी दररोजची योजना आधीच तयार करतो. (२) मी तत्काळ माझी सर्वांत महत्त्वाची कामं सुरू करतो. (३) माझं सर्वांत महत्त्वाचं काम पूर्ण होईपर्यंत मी पूर्ण एकाग्रतेनं त्यावर लक्ष केंद्रित करतो.

तुमचं ध्येय काहीही असलं, तरी ते साध्य करण्यासाठी तुम्ही जी तीन कार्यपावलं तत्काळ उचलू शकता त्यांच्याबद्दल विचार करा. तुम्ही तीन कार्यपावलं लिहिता तेव्हा तुमच्या अवचेतन मनात त्या ध्येयाबरोबर त्यांचं प्रोग्रॅमिंग करता. एका निश्चित बिंदूवर तुम्ही लिहिलेली पावलं खरोखरच टाकत असल्याचं तुमच्या लक्षात येईल, कित्येकदा तर तुम्ही त्याबाबत विचारही न करता... तुम्ही जी पावलं टाकाल ती तुम्हाला जास्त वेगानं तुमच्या अंतिम ध्येयापर्यंत घेऊन जातील.

तीन बाय पाच इंचांच्या इंडेक्स कार्डचा वापर करा

आणखी एक पद्धत वापरून तुम्ही दैनंदिन ध्येयनिश्चितीची शक्ती वाढवू शकता. त्यासाठी तुम्हाला तीन बाय पाच इंचांच्या इंडेक्स कार्डावर तुमची ध्येयं लिहावी लागतील. प्रत्येक कार्डावर मोठ्या अक्षरात एक ध्येय लिहा. प्रत्येक वेळी ही कार्ड्स स्वतःजवळ ठेवा. थोडासा वेळही रिकामा मिळाल्यास स्वतःजवळचं कार्ड बाहेर काढून एक-एक करून सर्व ध्येयं पहा.

त्यातील प्रत्येक ध्येय व्यक्तिगत, सकारात्मक, वर्तमान काळाचा संकल्प या रूपात लिहिलं जायला हवं. कोणीतरी एकदा सांगितलं होतं, ''मी सकाळी नाश्त्याशिवाय काम करू शकतो, पण संकल्पाशिवाय नाही''. प्रत्येक वेळी तुम्ही जेव्हा या कार्डाचा वापर कराल, तेव्हा काही क्षण थांबा, दीर्घ श्वास घ्या आणि शांतपणे बसून आपल्या प्रत्येक ध्येयाचं विश्लेषण करा – एका वेळी एक ध्येय.

ध्येय वाचताना कल्पना करा, की ते ध्येय याच क्षणी साकार झालं आहे. स्वतःला त्या ध्येयावर पहा, त्याचा आनंद घ्या आणि ते साध्य करण्याचा आनंद अनुभवा.

तुमचं इंडेक्स कार्ड वाचताना ध्येय साध्य करण्यासाठी तत्काळ उचलता येतील अशा त्या विशिष्ट पावलांची कल्पना करा, हा त्याचा एक पर्याय आहे. तुम्ही कल्पना केली पाहिजे, की तुम्ही खरोखरच ती पावलं टाकत आहात. मग निवांत व्हा आणि पुढच्या ध्येयाकडे जा.

मानसिक प्रोग्रॅमिंगचा सर्वांत चांगला काळ

ध्येय लिहिण्यासाठी आदर्श असलेली वेळ दिवसात दोनदा येते. तीच वेळ तुम्ही इंडेक्स कार्ड वाचण्यासाठी आणि विश्लेषण करण्यासाठीही आदर्श आहे. ती वेळ म्हणजे रात्री झोपण्यापूर्वी आणि सकाळी उठल्यानंतर ऑफिसला जाण्यापूर्वी.

तुम्ही रात्री तुमची ध्येयं पुन्हा लिहिता आणि त्यांचं विश्लेषण करता तेव्हा तुम्ही तुमच्या अवचेतन मनात त्यांचं प्रोग्रॅमिंग करता. मग रात्री तुम्ही झोपता त्या वेळी अवचेतन मनाकडे तुमच्या ध्येयांवर रात्रभर काम करण्याची संधी असते. सकाळी उठल्यावर तुमच्या मनात अद्भुत विचार येतील, की तुम्ही तुमची ध्येयं साध्य करण्यासाठी काय करू शकता किंवा कोणत्या लोकांकडून मदत घेऊ शकता.

तुमच्या दिवसाची सुरुवात करण्यापूर्वी तुम्ही सकाळी तुमची ध्येयं पुन्हा लिहिता आणि त्यांचं विश्लेषण करता तेव्हा दिवसभर सकारात्मक विचारांसाठी आणि सकारात्मक कृतींसाठी स्वतःचं प्रोग्रॅमिंग करता. सकाळी शारीरिक व्यायाम करून जसं शरीराला ताजंतवानं करता तसंच सकाळी आपल्या ध्येयांचं

विश्लेषण करून तुमचा मेंदूही ताजातवाना होतो आणि दिवसभर सर्वश्रेष्ठ स्वरूप टिकवून ठेवतो.

दररोज सकाळी आणि रात्री आपली ध्येयं पुन्हा लिहिण्याचा आणि त्यांचं विश्लेषण करण्याचा परिणाम असा होईल, की तुम्ही तुमच्या अवचेतन मनात त्यांचा आणखी जास्त चांगला ठसा उमटवाल. तुम्ही हळूहळू सकारात्मक विचाराकडून सकारात्मक माहिती मिळवण्याकडे जाऊ लागाल. तुम्ही एक सखोल आणि दृढ विश्वास विकसित कराल, की तुमची ध्येयं साध्य होऊ शकतात, त्यांचं साध्य होणं ही केवळ वेळेची गोष्ट आहे आणि तुम्ही निश्चितच योग्य असाल!

तुमच्या ध्येयांचे दररोज विश्लेषण करा

१. आजच एक स्पायरल वही घ्या आणि त्यात तुम्हाला नजीकच्या भविष्यात साध्य करायची असलेली दहा-पंधरा ध्येयं लिहा.

२. तीन बाय पाच इंचांचं इंडेक्स कार्ड तयार करा आणि त्यावर तुमची ध्येयं सकारात्मक, व्यक्तिगत आणि वर्तमान काळात लिहा. कुठेही गेलात, तरी ती कार्ड्स स्वतःबरोबर ठेवा.

३. दररोज रात्री झोपण्यापूर्वी तुम्ही तुमची ध्येयं साध्य केली असल्याची मानसिक प्रतिमा पहा.

४. तुमचं प्रत्येक ध्येय साध्य करण्यासाठी शक्य असलेल्या त्या तीन कामांविषयी विचार करा. तुम्हाला शक्य असलेल्या त्या प्रत्येक विशिष्ट कार्याबाबत विचार करा.

५. 'ध्येय साध्य होणं निश्चित आहे' हा संपूर्ण विश्वास तुम्हाला वाटत नाही, तोपर्यंत जुन्या यादीकडे लक्ष न देता दररोज तुमची ध्येयं लिहीत रहा.

१६
तुमच्या ध्येयांची मानसिक प्रतिमा सातत्याने पहा

आपल्या स्वप्नांची आणि भविष्यदृष्टीची कदर करा. कारण ते आपल्या आत्म्याचे बालक आहेत. तुमच्या अनंत उपलब्धींची ब्ल्यू प्रिंट आहेत.
–नेपोलियन हिल

तुमच्या मेंदूमध्ये अमर्याद शक्ती असतात. कित्येक लोक या शक्तींबाबत जागरूक नसतात आणि ध्येय साध्य करण्यासाठी ते त्यांचा वापर करत नाहीत. त्यामुळे त्यांना केवळ सरासरी परिणाम मिळतात.

तुम्ही जेव्हा तुमच्या अवचेतन मनाच्या आणि अतिजागृत मनाच्या शक्तींचा वापर करता आणि त्यांना मुक्त करता, तेव्हा बहुतांश लोक त्यांच्या आयुष्यभरात जितकं साध्य करू शकत नाही तितकं तुम्ही साधारणपणे एक दोन वर्षांत साध्य कराल. तुम्ही तुमच्या ध्येयांकडे कल्पनातीत गतीनं पुढे जाल.

तुमची सर्वांत प्रबळ शक्ती

मानसिक प्रतिमा पाहण्यासाठी तुमची योग्यता कदाचित तुमची सर्वांत प्रबळ शक्ती आहे. तुमच्या आयुष्यातील सर्व सुधारणा तुमच्या मनातल्या प्रतिमांपासून सुरू होतात. तुम्ही आज जिथं आहात आणि जसे आहात, बऱ्याच प्रमाणात त्या मनातल्या प्रतिमांमुळे आहात, ज्या या क्षणी तुमच्या जागृत मनात आहेत. तुम्ही तुमच्या आतमध्ये मनातल्या प्रतिमा बदलता तेव्हा तुमचं बाहेरचं विश्व त्या प्रतिमांनुरूप बदलू लागेल.

मानसिक प्रतिमा पाहण्याच्या अनुरूपतेचा नियमही सक्रिय होतो, जो सांगतो, ''जसं बाहेर, तसंच आत''. तुम्ही बाहेर तुमच्या मनातल्या प्रतिमा बदलता तेव्हा तुमचं बाह्य विश्व आरशासारखं बदलतं. मी सांगितलं होतं, ''ज्याविषयी तुम्ही सर्वाधिक वेळ विचार करता, तुम्ही तेच होता''. त्याचप्रमाणे सर्वाधिक वेळ ज्याची प्रतिमा तुम्ही मनात पाहता, तुम्ही तेही होता.

वेन डायर सांगतात, ''तुम्ही जेव्हा यावर विश्वास ठेवाल, तेव्हा तुम्ही ते पाहू शकाल''. जिम कॅथकार्ट म्हणतात, ''तुम्ही जी व्यक्ती पाहता, तुम्ही तसेच होता''. डेनिस वेटली सांगतात, की तुमची मानसिक प्रतिमा 'तुमच्या आयुष्यातील आगामी आकर्षणांचा प्रिव्ह्यू आहे'.

अल्बर्ट आइन्स्टाईन यांनी म्हटलं होतं, ''कल्पना ह्या वस्तुस्थितीपेक्षा अधिक महत्त्वपूर्ण आहेत''. नेपोलियन बोनापार्टच्या म्हणण्यानुसार, ''कल्पना जगावर राज्य करतात''. नेपोलियन हिल यांनी म्हटलं होतं, ''माणसाचा मेंदू जो विचार करतो आणि ज्याच्यावर विश्वास ठेवतो, ते तो मिळवतोही''.

भविष्यवेधी असण्याचं महत्त्व

भविष्यवेधी असणं हा प्रत्येक काळातील नेत्यांचा नैसर्गिक गुण आहे. त्याचा अर्थ असा, की ते खरं होण्याआधीच आदर्श भविष्याची मानसिक प्रतिमा पाहू शकतात आणि कल्पना करू शकतात. जसं वॉल्ट डिस्ने यांनी डिस्नेलँड बनवण्यासाठी कित्येक वर्षं आधी स्पष्टपणे आनंदपूर्ण, स्वच्छ, कुटुंबकेंद्रित अम्युझमेंट पार्क पाहिलं होतं, तसंच तुमच्या जीवनातील प्रत्येक सार्थक गोष्ट कोणत्या ना कोणत्या प्रकारच्या मानसिक प्रतिमेपासून सुरू होते.

तुम्ही नेहमी कोणत्या ना कोणत्या रूपात, कोणत्या ना कोणत्या गोष्टीची मनात प्रतिमा पाहत आहात. तुम्ही एखाद्या व्यक्तीचा किंवा वस्तूचा विचार करता, भूतकाळातील घटना आठवता, भविष्यातील घटनेची कल्पना करता किंवा अगदी दिवास्वप्नंही पाहता, तेव्हा तुम्ही त्याची *मानसिक प्रतिमाच* पाहत असता. मानसिक प्रतिमा पाहण्याच्या तुमच्या मेंदूच्या क्षमतेचं व्यवस्थापन आणि नियंत्रण करणं तुम्ही शिकून घेणं अनिवार्य आहे. तुमच्यासाठी महत्त्वाच्या असलेल्या ध्येयांवर लेझर बीमप्रमाणे लक्ष केंद्रित करा.

तुम्हाला हवं असलेलं यश पहा

यशाची मानसिक प्रतिमा आधीपासूनच पाहणारे लोक यशस्वी असतात. त्याचा त्यांना आनंद घ्यायचा असतो. प्रत्येक नव्या अनुभवाच्या आधी यशस्वी व्यक्ती जुन्या यशाच्या जुन्या अनुभवांची मानसिक प्रतिमा आठवते, जी पुढे घडणाऱ्या घटनांनुरूप असते. यशस्वी सेल्समन यशस्वी विक्रींचीच मानसिक प्रतिमा आधी पाहील आणि त्याच आठवेल. यशस्वी वकील यशस्वी खटल्यांच्या कामगिरीची मानसिक प्रतिमा पाहील आणि त्याच आठवेल. यशस्वी डॉक्टर किंवा शल्यविशारद भूतकाळातील एखाद्या रुग्णावर यशस्वी उपचारांची मानसिक प्रतिमा पाहून त्यांनाच पुन्हा आठवेल.

दुसरीकडे, अयशस्वी लोकही मानसिक प्रतिमांचा उपयोग करतात, पण स्वतःविरुद्ध... अयशस्वी लोक नव्या घटनेपूर्वी आपले 'अपयशाचे जुने अनुभव' आठवतात, त्यावर विचार करतात आणि त्यांची मानसिक प्रतिमा पाहतात. ते ज्या क्षेत्रात अयशस्वी झाले होते किंवा त्यांची कामगिरी वाईट झाली होती अशा मागच्या घटनांचाच ते सातत्यानं विचार करतात. ते पुन्हा अयशस्वी होण्याची कल्पना करतात. त्याचा परिणाम असा होतो, की घटना घडण्यापूर्वीच त्यांचं अवचेतन मन त्यांचं प्रोग्रॅमिंग यशाऐवजी अपयशासाठी करते.

रोमांचक प्रतिमांनी तुमचं मन भरून टाका

तुमची बाह्य कामगिरी नेहमीच तुमच्या आतल्या आत्मप्रतिमेच्या अनुरूप असते. तुमची आत्मप्रतिमा त्या मानसिक प्रतिमांतून बनते ज्या माध्यमातून तुम्ही तुमच्या मेंदूचं पोषण करता. इथं चांगली बातमी ही आहे, की तुमचं तुमच्या मानसिक प्रतिमांवर पूर्ण नियंत्रण असतं. तुम्ही तुमचा मेंदू रोमांचक यशाच्या सकारात्मक प्रतिमांनी पूर्णपणे भरून टाकता किंवा मग अपयशाच्या प्रतिमांना तुमच्यावर स्वार होण्याची परवानगीही देऊ शकता. कोणत्या गोष्टीची निवड करायची हे तुमच्या हातात असतं.

तुम्ही आयुष्यात जी कोणती गोष्ट साध्य केली आहे किंवा केलेली नाही, जवळपास ती प्रत्येक गोष्ट मानसिक प्रतिमांचा वापर किंवा दुरुपयोगाचा परिणाम आहे. मागे वळून पाहिल्यास तुम्ही सकारात्मकदृष्ट्या ज्या गोष्टीची मानसिक प्रतिमा पाहिली होती, अखेरीस ती तुमच्या आयुष्यात साकार झाल्याचं तुमच्या निदर्शनास येईल. तुम्ही शिक्षण पूर्ण करण्याची मानसिक प्रतिमा पाहिली आणि तुम्ही ते काम पूर्ण केलं. तुम्ही तुमची पहिली कार खरेदी करण्याची मानसिक प्रतिमा पाहिली आणि कार खरेदी केली. तुम्ही तुमच्या पहिल्या प्रणयाची किंवा नात्याची मानसिक प्रतिमा पाहिली आणि तुम्हाला योग्य व्यक्ती भेटली. तुम्ही प्रवास करणं, नोकरी मिळवण्याची, घर शोधण्याची, योग्य कपडे खरेदी करण्याची मानसिक प्रतिमा पाहिली आणि ती प्रत्येक गोष्ट खरी झाली.

तुमच्या मानसिक प्रतिमांचा लगाम तुमच्या हाती घ्या

तुम्ही आयुष्यभर मानसिक प्रतिमा पाहण्याची शक्ती सातत्यानं वापरत आला आहात. अडचण अशी आहे, की बहुतांश लोक या शक्तीचा वापर योगायोगानं किंवा अनियोजित पद्धतीनं करतात. कित्येकदा तर स्वतःला मदत करण्यासाठी आणि कित्येकदा स्वतःला त्रास करून घेण्यासाठीही...

तुम्ही तुमच्या ध्येयाची मानसिक प्रतिमा पाहण्याच्या प्रक्रियेचं संपूर्ण नियंत्रण तुमच्या हातात घ्यायला हवी. तुमचा मेंदू आणि मानसिक प्रतिमा सातत्यानं मनाजोग्या वस्तू, मनाजोग्या स्वरुपावर केंद्रित राहील हे तुमचं ध्येय असलं पाहिजे.

अनिवार्य व्यक्ती

अमेरिकेचे पहिले राष्ट्रपती जॉर्ज वॉशिंग्टन यांना बहुतांश इतिहासकार अमेरिकेच्या स्थापनेसाठी 'अनिवार्य' मानतात. त्यांचं आयुष्य गरिबीतून सुरू झालं होतं. त्यांचा जन्म एका छोट्या घरात झाला आणि त्यांचं बालपण खूपच गरिबीत गेलं. पण ते महत्त्वाकांक्षी होते. लहान वयातच त्यांनी निर्धार केला होता की आपल्या चरित्राला आणि व्यक्तिमत्त्वाला ते अशा प्रकारे आकार देतील की ते यशस्वी आणि सन्मानित होतील.

तरुणपणात त्यांनी शिष्टाचार आणि वर्तणुकीच्या १३० नियमांचं पुस्तक स्वतःसाठी मार्गदर्शक बनवलं. त्यांनी या पुस्तकाचं वारंवार वाचन केलं आणि अखेरीस त्यांना ते पूर्ण पुस्तक पाठ झालं. त्यानंतर त्यांनी लोकांशी वागताना सर्वोत्कृष्ट वर्तणूक आणि शिष्टाचार यांचा अभ्यास केला. अमेरिकी क्रांतीमध्ये सशक्त व्यक्तिमत्त्व म्हणून पुढे आलेल्या जॉर्ज वॉशिंग्टन यांना अमेरिकी वसाहतीतील सर्वांत सुशील व्यक्तींपैकी एक मानलं जातं.

आपलं चारित्र्य विकसित करा

बेंजामिन फ्रँकलिन अमेरिकेचे संस्थापक, उल्लेखनीय राजकीय नेते, मुत्सद्दी आणि संशोधक होते. ते अमेरिकेचे पहिले मिलिअनेअरही होते. सुरुवातीला ते फिलाडेल्फियातील धडपडे तरुण होते, ते एका छोट्या प्रिंटिंग कंपनीत कार्यप्रशिक्षण घेत होते. ते फटकळ आणि वाद घालणारे असल्याने वरचेवर लोकांचं शत्रुत्व ओढवून घेत. परिणामी, ते लोक त्यांच्या संधींच्या आड येत आणि त्यांची प्रगतीही होऊ देत नसत.

बेंजामिन फ्रँकलिन यांनी त्यांच्या आत्मचरित्रात लिहिलं आहे, की आपल्या व्यक्तिमत्त्वामुळे दीर्घकालीन यश मिळवू शकत नसल्याच्या धोकाची जाणीव त्यांना एकदा युवावस्थेत झाली. त्यामुळे त्यांनी स्वतःमध्ये विनम्रता, संयम, शिस्त, प्रामाणिकपणा, गांभीर्य असे काही खास गुण विकसित करण्याचा निर्णय घेतला. आपल्या पूर्ण क्षमतेपर्यंत पोहोचायचं असल्यास हे गुण शिकून घ्यावे लागतील असं त्यांना जाणवलं.

कित्येक आठवडे, कित्येक वर्षं वॉशिंग्टन आणि फ्रँकलिन यांनी मानसिक प्रतिमा पाहण्याचा अभ्यास केला. जे गुण आत्मसात करायचे आहेत त्यांचा त्यांनी विचार केला. आपल्यामध्ये तो गुण आला आहे अशी त्यांनी मनात कल्पना केली. इतर लोकांबरोबर वागताना त्यांनी आपल्या प्रत्येक वर्तणुकीबाबत या 'आंतरिक आरशात' डोकावून आपण कसं वागायला हवं हे ठरवलं. मग त्या आदर्श आंतरिक प्रतिमेअनुसार त्यांनी वागणूक ठेवली. वेळेबरोबरच या मानसिक प्रतिमांची छाप त्यांच्या अवचेतन मनात इतकी खोलवर गेली की, गुण आणि व्यक्ती एक झाले.

तुम्ही जे बनू शकता, तेच तुम्ही आहात

पिएरो फेरूकी यांनी त्यांच्या *व्हॉट वी मे बी* या पुस्तकात तुम्ही तुमचे मनाजोगे गुण कसे विकसित करू शकता हे सांगितलं आहे. त्यासाठी तुम्हाला त्या गुणांवर सातत्यानं लक्ष द्यावं लागेल आणि ते गुण तुमच्यात आधीपासूनच असल्याची कल्पना करावी लागेल. जे गुण तुम्हाला हवे आहेत, त्याविषयी वाचा. त्याबाबत शिका. विशेषतः तुम्ही त्या गुणांचा अभ्यास करत असल्याची कल्पना करा.

ॲरिस्टॉटलनं लिहिलं होतं, की एखादा अविकसित गुण विकसित करण्याची सर्वांत चांगली पद्धत 'कल्पना करणं' ही आहे आणि प्रत्येक प्रकारे तो गुण तुमच्यात आधीपासून असल्याप्रमाणे वागणं. तुम्ही आत्ता जसे आहात त्याच नजरेने स्वतःकडे पाहू नका. तर तुम्हाला जसं बनायचं आहे त्या पद्धतीने स्वतःकडे पहा आणि विचार करा. हळूहळू तुम्ही तुमच्या कल्पनेच्या अनुरूप घडत जाल.

आपल्या मानसिक प्रतिमा बदला

सारांश हा आहे की, तुम्ही दर तासाला, दर मिनिटाला जी मानसिक प्रतिमा पाहता, त्यातून तुम्ही तुमच्या व्यक्तिमत्त्वाला आकार देता आणि त्यात स्वतःला मुरवता. स्वतःची मानसिक प्रतिमा बदलून तुम्ही तुमची विचारप्रक्रिया, जाणीव आणि कामाची पद्धत बदलता. तुमचं इतरांबरोबरचं वागणं आणि प्रतिक्रिया यांच्यातही बदल घडवता. तुमची कामगिरी आणि परिणामही बदलता. तुम्ही कल्पनेत तुमची सर्वश्रेष्ठ प्रतिमा पाहू शकता आणि खरोखर तसेच बनूही शकता. हा सगळा मानसिक प्रतिमा पाहण्याच्या सर्जनशील प्रक्रियेचा भाग आहे.

आपल्या सर्वश्रेष्ठ स्तरावर प्रयत्न करा

व्यावसायिक क्रीडाक्षेत्रात प्रशिक्षणाची एक पद्धत आहे. त्याला 'मानसिक अभ्यास' असं म्हटलं जातं. प्रत्येक क्षेत्रातील आघाडीचे खेळाडू शारीरिकदृष्ट्या सक्रियपणे स्पर्धेत उतरण्यापूर्वी मानसिक अभ्यास करतात. ते प्रत्येक स्पर्धेपूर्वी स्वतःला आपल्या सर्वश्रेष्ठ स्तरावर कामगिरी करताना पाहतात. एखाद्या मोठ्या स्पर्धेच्या काही दिवस आधी ते पुन्हा पुन्हा यशस्वी कामगिरीच्या मानसिक प्रतिमा पाहतात.

ते जुन्या खेळाडूंची वैयक्तिक सर्वश्रेष्ठ कामगिरी पुन्हा पुन्हा आठवतात आणि त्यांची 'मानसिक फिल्म' पुन्हा पुन्हा आपल्या मनाच्या स्क्रीनवर चालवतात. ते स्वतःला पुन्हा पुन्हा चांगली कामगिरी करताना पाहतात आणि सर्वोच्च कामगिरीतून मिळणारा आनंद, समाधान अनुभवतात. ते पुढे येणाऱ्या स्पर्धेत तितकीच चांगली कामगिरी करण्यासाठी रोमांचित आणि आनंदित होतात. स्पर्धा सुरू झाल्यावर जोपर्यंत त्यांचा प्रश्न आहे, ते आधीच जिंकलेले असतात.

आरामात बसा आणि मनाजोगे परिणाम पहा

उदाहरणार्थ, फिगर स्केटर्स पुन्हा पुन्हा त्यांच्या स्केटिंग रूटीन्सचं संगीत वाजवतात. ते जेव्हा नीरव शांततेत डोळे बंद करून ही कल्पना करतात, की ते बर्फावर स्केटिंग करत आहेत. मनात स्केटिंग करण्याचा एक फायदा असतो, की ते कधी पडत नाहीत किंवा त्यांच्याकडून एकही चूक होत नाही. बर्फावर खरोखरच उतरण्यापूर्वी ते आपल्या मनात पुन्हा पुन्हा स्वतःला आदर्श स्केटिंग करताना पाहतात. त्या क्षणापर्यंत त्यांच्या अवचेतन मनाला प्रशिक्षण मिळतं, की ते आरामात आणि उत्तम पद्धतीनं त्यांचे रूटीन्स पूर्ण करू शकतात.

तुमच्या भौतिक शरीराकडे स्वतःचा मेंदू नसतो. तुमची बोटं किंवा पायाच्या बोटांच्या छोट्यातल्या छोट्या हालचालींवरही तुमच्या केंद्रीय कम्प्यूटरचं म्हणजेच तुमच्या मेंदूचं नियंत्रण असतं. तुमचा मेंदूच तुमच्या शारीरिक हालचालींच्या संयोजनासाठी तुमच्या कण्याला आणि संपूर्ण शरीरातील स्नायूंना नर्व्हस एनर्जीचे आवेग पाठवतो. तुम्ही मानसिक प्रतिमा पाहता तेव्हा तुम्ही खरं तर तुमच्या मास्टर कम्प्यूटरला प्रशिक्षित करत असता. तुम्ही तुमच्या मेंदूचं प्रोग्रॅमिंग करून त्याला आदर्श कामगिरीसाठी प्रेरित करता, जी तुम्हाला तुमच्या शरीराकडून करवून घ्यायची आहे.

मानसिक प्रतिमा पाहण्याचे चार भाग

मानसिक प्रतिमा पाहण्याचे चार भाग आहेत. ते शिकून आणि त्यांचा अभ्यास करून तुम्ही या आश्चर्यकारक शक्तीचा आयुष्यभर खूप फायदा घेऊ शकता.

किती वेळा?

मानसिक प्रतिमा पाहण्याचा पहिला पैलू म्हणजे वारंवारता (frequency). तुम्ही एखादं खास ध्येय साध्य होण्यात किंवा एखाद्या खास घटनेत किंवा परिस्थितीमध्ये तुमच्या सर्वोत्कृष्ट कामगिरीची मानसिक प्रतिमा किती वेळा पाहता? तुम्ही जितक्या जास्त वेळा तुमच्या सर्वोत्कृष्ट कामगिरी आणि परिणामांच्या स्पष्ट मानसिक प्रतिमेची पुनरावृत्ती कराल, तुमचं अवचेतन मन त्याला तितक्याच लवकर स्वीकारेल आणि तितक्याच लवकर ती प्रत्यक्ष साकार होईल.

किती दीर्घ काळापर्यंत?

मानसिक प्रतिमा मनात पाहण्याचं दुसरं तत्त्व म्हणजे मानसिक प्रतिमेचा कालावधी. म्हणजे तुम्ही ती प्रतिमा तुमच्या मेंदूत किती काळापर्यंत पाहता. शांततेच्या अवस्थेत तुम्ही नेहमीच काही सेकंद आणि काही वेळा तर काही मिनिटांपर्यंत तुमच्या सर्वश्रेष्ठ

कामगिरीची मानसिक प्रतिमा कायम ठेवू शकता. तुम्ही तुमची मानसिक प्रतिमा जितकी जास्त वेळ ठेवाल, तिची छाप तुमच्या अवचेतन मनावर तितकीच खोलवर पडेल, तितक्याच वेगानं ती तुमच्या पुढील कामगिरीतही दिसून येईल.

किती स्पष्टपणे?

मानसिक प्रतिमेचं तिसरं तत्त्व म्हणजे *स्पष्टता* किंवा *नेमकेपणा.* तुम्ही किती स्पष्टपणे तुमच्या मेंदूत तुम्हाला अपेक्षित असलेलं ध्येय किंवा परिणाम पाहता? त्यातूनच ते किती लवकर साकार होणार हे निश्चित होतं. मानसिक प्रतिमा पाहण्याची ही वस्तुस्थिती आकर्षणाचा नियम आणि अनुरूपतेच्या नियमाची शक्ती स्पष्ट करते. तुमच्या इच्छेचा नेमकेपणा सरळसरळ हे निश्चित करतो, की ती गोष्ट तुमच्या आजूबाजूच्या जगात किती लवकर प्रकट होते.

इथं एक रोचक बिंदू आहे. तुम्ही तुमच्यासाठी एखादं नवं ध्येय निश्चित करता, तेव्हा त्या ध्येयाची प्रतिमा सर्वसाधारणपणे तुमच्यासाठी अस्पष्ट आणि धूसर असेल. यशस्वी ध्येय अखेर कसं दिसेल याचा तुम्हाला अजिबातच अंदाज नसण्याची शक्यता आहे. पण तुम्ही जितक्या जास्त वेळा ते लिहाल, त्याचं विश्लेषण कराल आणि त्याची मनात पुनरावृत्ती कराल, ते कायम तितकं स्पष्ट होत जाईल. अखेरीस ते तुमच्या समोर आरशासारखं स्वच्छ होईल. मग एका बिंदूवर ध्येय अचानक तुमच्या आयुष्यात तुम्ही केलेल्या कल्पनेप्रमाणेच प्रकट होईल.

किती सखोल?

मानसिक कल्पनेचं चौथं तत्त्व म्हणजे सखोलता. म्हणजे तुम्ही तुमच्या प्रतिमेबरोबर किती भावना जोडता... वास्तविक मानसिक प्रतिमा पाहण्याची प्रक्रिया सर्वांत महत्त्वपूर्ण आणि शक्तिशाली भाग आहे. पण तुमच्या भावना पुरेशा प्रबळ असल्यास आणि तुमची प्रतिमा पुरेशी स्पष्ट असल्यास कित्येकदा तुमचं ध्येय तत्काळ साकार होईल.

निसर्ग तटस्थ आहे

वारंवारता, काळ, स्पष्टता आणि सखोलता ही तत्त्वं तुम्हाला मदतही करू शकतात आणि त्रासदायकही ठरू शकतात, हे स्वाभाविक आहेत. निसर्गाप्रमाणेच मानसिक प्रतिमेची शक्तीही तटस्थ असते. दुधारी तलवारीप्रमाणे ही कोणत्याही दिशेला चालवता येते. ती तुम्हाला यशस्वी बनवू शकते आणि अपयशीदेखील... मानसिक प्रतिमा तुम्हाला ते देईल, ज्याची तुम्ही स्पष्टतेनं आणि सखोलतेनं कल्पना करता, भलेही ती गोष्ट चांगली असो किंवा वाईट.

उदाहरणार्थ, चिंता हे नकारात्मक ध्येयनिश्चितीचं एक रूप आहे. या भीतीबरोबरच त्या गोष्टीबाबत विचार करणं, कल्पना करणं आणि मानसिक प्रतिमा पाहण्याची प्रक्रिया आहे, जी तुम्हाला नको असते. तुम्ही चिंता करता त्या वेळी तुम्ही मानसिक प्रतिमेचा नकारात्मक वापर करत असता. त्यामुळे ज्या समस्या तुम्हाला नको असतात, त्याच तुमच्या आयुष्याकडे आकर्षित होऊ शकतात. जॉब ३:२५मध्ये जॉब सांगतो, ''ज्या गोष्टीची मला खूप भीती होती, तीच माझ्या समोर आली आहे''. त्याचा अर्थ नकारात्मक मानसिक प्रतिमेचे नको असलेले परिणाम आहेत. मानसिक प्रतिमेच्या शक्तीचा तुम्ही कसा वापर करता याबाबत तुम्हाला खूप सावध राहिलं पाहिजे.

आपल्या स्वप्नातील घराचं डिझाइन बनवणं

लग्नानंतर आमच्याकडे खूप कमी पैसे होते आणि जेव्हा मी माझा बिझनेस सुरू केला तेव्हा तो थोडाफार पैसाही लगेचच संपला. इतर दाम्पत्यांप्रमाणेच आम्हीही आमचं स्वप्नातलं घर असेल याबाबत बोलत राहायचो. आमच्या संपूर्ण कुटुंबासाठी आदर्श घरात राहण्याची स्वप्न पाहायचो. अखेरीस आम्ही निर्णय घेतला, की स्वप्नातलं घर मिळवण्यासाठी मानसिक प्रतिमेच्या शक्तीचा उपयोग करायचा.

पण त्या वेळी आम्ही भाड्याच्या घरात राहत होतो आणि आमच्याकडे खूप कमी पैसा असतानाही आम्ही अनेक मासिकांचं सदस्यत्व घेतलं होतं. त्यात देशात विकायला असलेल्या सुंदर घरांचं वर्णन असायचं. आम्ही *बेटर होम्स अँड गार्डन्स* आणि *आर्किटेक्चरल डायजेस्ट* ही मासिकं वाचायला सुरुवात केली. वीकएंडला आम्ही शहरातल्या सर्वांत चांगल्या परिसरात विकायला असलेलं घरं पाहायला जायचो. आम्ही सुंदर, महागडी घरं पाहायचो आणि त्या वातावरणात जगण्याची कल्पना करायचो.

ही प्रक्रिया उपयुक्त ठरेल या विश्वासानं आम्ही एक स्क्रॅपबुक तयार केलं. त्यात सुंदर घरांची छायाचित्रं आणि त्यांचं वर्णन होतं. आम्हाला आदर्श घरात हव्या असलेल्या एकूण ४२ वस्तूंची यादी केली.

यादरम्यान मी नोकरी करत राहिलो, माझा बिझनेस वाढवत राहिलो, आमचं उत्पन्न वाढत राहिलं आणि आमची बचतही वाढत राहिली. ही प्रक्रिया सुरू केल्यावर एका वर्षात आम्ही भाड्याचं घर सोडून एका सुंदर परिसरात विकत घेतलेल्या घरात राहायला गेलो. ते कित्येक बाबतींत आदर्श होतं, पण हे आमच्या स्वप्नातलं घर नाही हे आम्ही मनात जाणून होतो.

धीर अनिवार्य आहे

दीड वर्षानंतर आम्ही पुन्हा एकदा घराचा परिसर बदलला आणि सॅन दिएगोला गेलो. महिनाभर शहरभरात विक्रीला असलेली एक डझनापेक्षा जास्त घरं पाहून

आम्ही अशा एका घरात गेलो, जे दोन दिवसांपूर्वी विक्रीच्या यादीत आलं होतं. त्या घराकडे पाहताच तत्काळ आम्हाला कळलं, की आम्हाला स्वप्नातलं घर मिळालं आहे. आम्ही काहीही न बोलता एकमेकांकडे पाहिलं आणि घर नीट पाहिलं. आम्हा दोघांचंही मत तेच होतं.

दोन महिने व्यवहार केल्यानंतर त्या घराची किंमत निश्चित झाली. त्यानंतर पाच महिने आर्थिक व्यवस्था करण्यात गेले. पण योग्य वेळी आम्ही आमच्या स्वप्नातल्या घराचे मालक झालो आणि तेव्हापासून तिथंच राहत आहोत. कालांतरानं आम्हाला कळलं, की आमच्या आदर्श घरासाठी आम्ही तयार केलेल्या ४२ बिंदूंच्या यादीतील ३१ बिंदू या घरात होते.

चपळतेने विचार करा

बहुतांश लोक शारीरिकदृष्ट्या तंदुरुस्त आणि चपळ होऊ इच्छितात. मानसोपचार तज्ज्ञ तुम्हाला सांगतील, की तुम्ही चपळतेने विचार कराल तेव्हाच हे शक्य आहे. त्यासाठी तुम्ही चपळतेची मानसिक प्रतिमा तयार करा. याची एक पद्धत म्हणजे ज्याचं शरीर चपळ, सडपातळ आहे अशा माणसाचा एक फोटो घ्या. त्या फोटोत त्याच्या डोक्याच्या जागी तुमचं डोकं लावा. तो फोटो तुमच्या फ्रिजवर चिकटवा. त्याच्या खूप प्रती काढा आणि त्या तुमच्या घरात जागोजागी लावा.

तुम्ही जेव्हा सुंदर शरीराबरोबर तुमचं छायाचित्र पाहाल, तेव्हा प्रत्येक वेळी तुमचं अचेतन मन ते ग्रहण करेल. अखेरीस तुम्हाला कळेल, की तुम्ही कमी खात आहात आणि जास्त व्यायाम करत आहात. तुमची बाह्य स्थितीच तुमच्या आंतरिक प्रतिमेअनुसार होऊन जाईल.

तुमच्या आत्म्याचा जोडीदार निवडा

अविवाहित लोक मला नेहमी विचारतात, की आत्म्याचा जोडीदार (पती/पत्नी) कसा शोधायचा? मी त्यांना विचारतो, की त्यांच्या आत्म्याचा जोडीदार कसा दिसेल याची त्यांनी यादी आणि प्रतिमा तयार केली आहे का? मग ते गोंधळतात आणि कित्येकदा तर त्यांना अपमान झाल्यासारखं वाटतं. ते म्हणतात, ''मी त्याला भेटेन, तेव्हा आपोआप ओळखेन''.

पण असं होत नाही. *निष्काळजीपणामुळे अपघात होऊ शकतो.* तुम्हाला काय हवं आहे हे तुमच्याच मनात स्पष्ट नसेल, तर तुमच्याकडे अखेरीस भलतीच गोष्ट येते. मी अविवाहित लोकांना सल्ला देतो, की त्यांनी शांतपणे बसून त्यांच्या आदर्श व्यक्तीचे सविस्तर तपशील लिहावेत आणि आपल्या आत्म्याच्या जोडीदामध्येही असावेत असं वाटत असलेला प्रत्येक गुण लिहावा. मी त्यांना वय, स्वभाव,

व्यक्तिमत्त्व, आवडी-निवडी, जीवनमूल्यं, पार्श्वभूमी, हास्यबोध, महत्त्वाकांक्षांचे स्तर अशा सर्व गोष्टींबाबत स्पष्ट असण्यास सांगतो.

त्यानंतर जे काही होतं, ते आश्चर्यकारक आहे. माझा एक चांगला मित्र आहे. त्यानं माझ्या तीन सेमिनारमध्ये भाग घेतला होता. त्यानंतर तो हे काम करू लागला. दहा महिन्यांनंतर तो अशा महिलेला भेटला, जी त्यानं लिहिलेल्या तपशिलाप्रमाणेच हुबेहूब होती. लवकरच त्यांनी विवाह केला. त्यांना दोन सुंदर मुलं झाली आणि भेटीच्या पहिल्या क्षणापासूनच ते सुखी आहेत.

तुम्ही अविवाहित असल्यास तुम्हीही ही पद्धत अजमावून पाहायला हवी. जे काही घडेल, त्यामुळे तुम्हाला सुखद आश्चर्य वाटेल.

जसं आत, तसं बाहेर

मानसिक प्रतिमेचा वापर करून तुम्ही तुमच्या आयुष्यातील प्रत्येक क्षेत्र अधिक चांगलं करू शकता. या पुस्तकात आधी मी 'आदर्शीकरणाच्या' प्रयोगाबाबत सांगितलं आहे. या प्रक्रियेत एक आदर्श प्रतिमा तयार केली जाते, की तुमचं आयुष्य भविष्यात कसं दिसेल. आदर्शीकरण हे मानसिक प्रतिमा पाहण्याचंच एक रूप आहे. लक्षात ठेवा, तुम्हाला दिसत नसलेल्या टार्गेटवर तुम्ही नेम धरू शकत नाही. पण तुम्हाला काय हवं आहे याबाबत तुम्ही स्पष्ट असल्यास अखेरीस तुम्ही ते साध्य कराल.

अभ्यास करण्याची सर्वांत चांगली वेळ

ध्येयनिश्चितीप्रमाणेत मानसिक प्रतिमा पाहण्याची सर्वश्रेष्ठ वेळ ही रात्री उशिरा आणि सकाळी लवकर हीच आहे. तुम्ही झोपायला जाण्यापूर्वी तुमच्या ध्येयांची मानसिक प्रतिमा अशा प्रकारे पाहता, जणूकाही ती आधीच साकार झाली आहेत, म्हणजे तुमचं अचेतन मन त्यांना जास्त सखोल स्तरावर स्वीकारते. मग पुढच्या दिवशी अचेतन मन तुमच्या शब्दांना आणि कामांना अशा प्रकारे व्यवस्थित करते, की तुम्ही तसंच करावं आणि बोलावं जे तुमच्या ध्येयांना प्रत्यक्षात जवळ घेऊन येईल.

मानसिक प्रतिमा पाहण्याची आणखी एक चांगली वेळ आहे सकाळची. तुम्हाला दिवसभरात काय मिळवायचं आहे याबाबतच्या स्पष्ट मानसिक प्रतिमा, तुम्ही केलेल्या कल्पनेअनुसार आणि त्याच वेळेअनुसार अपेक्षित परिणाम साध्य करू शकता- ही शक्यता वाढवतात.

सर्व सुधारणांची सुरुवात

मी पुन्हा एकदा सांगतो, तुमच्या आयुष्यातील सर्व सुधारणा तुमच्या मानसिक प्रतिमेच्या सुधारणांपासून सुरू होतात. तुम्हाला जे व्हायचं आहे, तुम्हाला ज्या प्रकारे

आयुष्य जगायचं आहे, तुम्ही जी ध्येयं साध्य करू इच्छिता त्या सर्व प्रतिमांचा आजच तुमच्या मेंदूत पूर येऊ द्या. मासिकं आणि वृत्तपत्रांत येणाऱ्या छायाचित्रांतून तुमची ध्येयं आणि इच्छांनुरूप असलेली छायाचित्र कापून ठेवा. ती छायाचित्रं ठिकठिकाणी लावा. त्यांचं नियमित विश्लेषण करा. त्याविषयी सतत बोलत रहा. सातत्यानं त्यांची कल्पना करा.

आयुष्यात सकारात्मक मानसिक प्रतिमा पाहण्याची सवय लावून घ्या. सातत्यानं तुमच्या आदर्श ध्येयांची आणि आदर्श भविष्याची कल्पना करा आणि 'स्वप्नं पहा.' त्यामुळे तुमच्या शक्यता बाकी कोणत्याही पद्धतीनं साकार होणार नाहीत, इतक्या वेगानं साकार होतील.

तुमच्या ध्येयांची मानसिक प्रतिमा सातत्याने पहा

१. तुमचं आयुष्य प्रत्येक दृष्टीनं आदर्श आहे याची भविष्यात जाऊन कल्पना करा. ते कसं दिसेल? तुमचं उत्तर काहीही असलं, तरी या प्रतिमेची कायम कल्पना करा.

२. तुम्हाला जे मिळवायचं आहे, तुम्हाला ज्या व्यक्तीसारखं व्हायचं आहे, त्यांची छायाचित्रं कापून ठेवा. ती छायाचित्रं पाहून तुमचं व्यक्तिमत्त्व तसं साकार करण्यासाठी काय करता येईल याचा विचार करा.

३. प्रत्येक महत्त्वपूर्ण घटनेपूर्वी मानसिक अभ्यास करा. तुमच्या मेंदूच्या डोळ्यांनी तुमचं प्रत्येक काम किंवा प्रयत्न यांमध्ये स्वतःला सर्वश्रेष्ठ कामगिरी करताना पहा.

४. तुमच्या मेंदूला स्पष्ट, रोमांचक, भावनात्मक छायाचित्रांचा नियमित आहार द्या. तुमच्या कल्पना तुमच्या आयुष्यातील आगामी आकर्षणांचा प्रिव्ह्यू आहे हे लक्षात ठेवा.

५. तुमच्या स्वप्नातलं घरं, तुमच्या स्वप्नातला बिझनेस, तुमच्या स्वप्नातलं करिअर यांची सविस्तर रूपरेषा तयार करा. प्रत्येक बाबतीत त्या आदर्श रूपरेषेचं प्रत्येक तत्त्व लिहून काढा. दररोज त्यांची मानसिक प्रतिमा अशा प्रकारे पहा, जणू ते साकार झालं आहे.

मानसिक प्रतिमा पाहण्याच्या या प्रक्रियेला तुमच्या आयुष्याचा नियमित भाग बनवा. स्वतःच्या आणि तुमच्या आयुष्याच्या मनाजोग्या रोमांचक मानसिक प्रतिमा बनवण्यासाठी नियमितपणे वेळ द्या. मग पूर्ण विश्वास ठेवा, की तुम्ही जेव्हा तयार व्हाल तेव्हा तुमच्या प्रतिमा नेमक्या त्याच पद्धतीनं साकार होतील.

१७
तुमच्या अतिजागृत मनाला सक्रिय करा

व्यक्तिसापेक्ष मेंदू संपूर्णपणे वस्तुनिष्ठ मेंदूच्या नियंत्रणात राहतो. व्यक्तिसापेक्ष मेंदूवर जो ठसा उमटतो, त्याला तो संपूर्ण निष्ठेनं अंतिम परिणामापर्यंत घेऊन जातो.

–थॉमस ट्रोवर्ड

कल्पना करा, की तुम्ही नुकतेच एखाद्या नव्या घरात राहायला आला आहात आणि त्याचा जुना मालक जाण्यापूर्वी तुम्हाला एकट्याला बाजूला घेऊन जातो. तो सांगतो, की तळघरात एक खास खोली आहे, त्यात एक अद्भुत कम्प्यूटर ठेवलेला आहे. तुम्ही त्या कम्प्यूटरमध्ये कोणत्याही ध्येयाचं किंवा प्रश्नाचं प्रोग्रॅमिंग करू शकता आणि तो तुम्हाला योग्य वेळी अगदी अचूक उत्तर सांगेल. त्याने प्रत्येक वेळी यशस्वीरीत्या काम केलं होतं आणि उत्तर अगदी अचूक असल्याचं सिद्ध झालं होतं. कल्पना करा, की त्यामुळे तुमच्या जीवनात किती अविश्वसनीय फरक पडू शकतो.

वस्तुस्थिती अशी आहे, की तुमच्याकडे असा कम्प्यूटर उपलब्ध आहे. तो प्रत्येक वेळी तुमच्यासाठी उपलब्ध आहे. त्याला 'अतिजागृत मेंदू' असं म्हटलं जातं. इतिहासात शोधली गेलेली ही सर्वांत प्रबळ शक्ती आहे आणि तुम्ही हवं तेव्हा त्याचा वापर करू शकता.

'तुम्ही ज्याविषयी जास्तवेळ विचार करता, तेच तुम्ही होता', आणि 'तुम्ही तुमच्या डोक्यात सतत जे ठेवता, ते तुम्ही साध्य करू शकता', हे मी या पुस्तकात पुन्हा पुन्हा सांगितलं आहे. त्याशिवाय आपण आकर्षणाच्या आणि अनुरूपतेच्या नियमांबाबत तसंच तुम्हाला काय व्हायचं, मिळवायचं आणि करायचं आहे हे नेमकेपणानं निश्चित करण्याच्या महत्त्वाबद्दलही बोललो होतो. प्रत्येक बाबतीत मी अप्रत्यक्षरीत्या अतिजागृत मेंदूच्या शक्तीचा उल्लेख करत होतो.

युगायुगांचं रहस्य

अतिजागृत मेंदूबाबतचं ज्ञान हजारो वर्षं जुनं आहे आणि त्याचा उल्लेखही संपूर्ण इतिहासात सापडतो. पण, हे गुप्त ज्ञान बहुतांश वेळा योगी आणि गूढ विद्या जाणणाऱ्यांपर्यंतच मर्यादित राहिलं. सर्वसामान्य मनुष्य ते मिळवू शकत नव्हता आणि ते केवळ प्राचीन जगातील रहस्यमय संप्रदायांत कित्येक वर्षांच्या निष्ठापूर्वक अभ्यासानंतरच शिकवलं जायचं. गेल्या शंभर वर्षांतच अतिजागृत मेंदूबाबतचं ज्ञान खुलं झालं आहे. पण असं असूनही हे ज्ञान काही लोकांपुरतंच मर्यादित राहिलं आहे.

एकामध्ये तीन मेंदू

मानसोपचाराचे संस्थापक सिग्मंड फ्रॉइड यांनी १८९५मध्ये तीन मेंदूंविषयी म्हणजेच 'इगो', 'ईड' आणि 'सुपरइगो' यांबाबत लिहिलं आणि त्यांचं बहुतांश काम अनुभूतीच्या या तीन वेगवेगळ्या तत्त्वांवर आधारित होतं.

इगोचं वर्णन 'मी आहे' किंवा जागरूक आणि चौकस असलेला मेंदूचा भाग म्हणून केलं गेलं. तो बाहेरच्या जगाशी लढतो, विश्लेषण करतो, निर्णय घेतो आणि पाऊल टाकतो. आपण त्याला जागरूक *(चेतन)* मेंदू म्हणतो.

सिग्मंड फ्रॉइड यांचा 'ईड' हा मेंदूचा अचेतन भाग आहे, ज्याला आपण अचेतन मन म्हणतो. अचेतन मन स्मृतींचं आणि भावनांचं विशाल भांडार आहे, जिथं आपले सगळे जुने विचार, निर्णय आणि अनुभव एकत्र होतात. अचेतन मन स्वचलित असते. अचेतन मन आपलं शरीर चालवते आणि आपल्या विचारांना, भावनांना भूतकाळाच्या अनुभवांनुसार ठेवतं.

सिग्मंड फ्रॉइड ज्याला 'सुपरइगो' किंवा विचाराचा तिसरा आयाम म्हणतात, त्याला राल्फ वाल्डो इमर्सन यांनी 'ओव्हरसोल' म्हटलं होतं. फ्रॉइड यांचे विद्यार्थी अल्फ्रेड एडलर यांनी त्याला 'सामूहिक अचेतन' (collective unconscious) अशी संज्ञा दिली होती, तर फ्रॉइड यांच्यापासून स्वतंत्र होत कार्ल यंग यांनी त्याला 'अधिचेतन' (Superconscious) असं नाव दिलं होतं. नेपोलियन हिल यांनी त्याला 'अमर्यादित प्रज्ञा' असं म्हटलं होतं. अमेरिकेतील जवळपास सर्वच यशस्वी लोकांनी आपल्या करिअरमध्ये त्याचा सातत्यानं वापर केला होता आणि आपल्या बहुतांश महत्त्वपूर्ण यशासाठी, उपलब्धींसाठी त्यालाच श्रेय दिल्याचं त्यांनी सांगितलं होतं.

इटालिअन मानसशास्त्रज्ञ रॉबर्टो असॅगियोली आणि बाकी लोकांनी त्याला 'अतिजागृत मेंदू' किंवा 'दैवी मेंदू' म्हटलं होतं. तुम्ही त्याला काहीही नाव द्या, ही एक महान शाश्वत शक्ती आहे. तिचा वापर करून तुम्ही कोणत्याही वेळी तुम्हाला जे खरोखरंच साध्य करायचं आहे असं कोणतंही ध्येय साध्य करू शकता. केवळ

तुम्ही त्यासाठी मनापासून आणि दीर्घ काळ इच्छा प्रकट केली पाहिजे, त्यासाठी कठोर मेहनत घेतली पाहिजे.

सर्व यशांचं स्रोत

इतिहासातील सर्व क्षेत्रांमध्ये प्रयत्नांविना मिळालेलं सर्व महान यश (Breakthrough) अतिजागृत कार्यपद्धतीचाच परिणाम आहे. तुमच्या मनात अचानक एखादा महान विचार आला किंवा ज्ञान जागृत झाले आणि एखादी अडचण सुटली किंवा एखादी द्विधा दूर झाली तर तुम्हाला अतिजागृत अनुभव आला होता, यावर विश्वास ठेवा. महान वैज्ञानिक यश मूलतः अतिजागृततेशीच संबंधित होतं. जसं डीएनएचा शोध किंवा सिरॅमिकला विजेशी जोडण्याचा विचार, यांसारख्या सुपर कंडक्टिव्हिटीचा शोध प्रशस्त केला.

महान संगीतकारांनी त्यांच्या संगीत रचनांमध्ये पुन्हा पुन्हा आपल्या अतिजागृत मेंदूचा वापर केला. मोझार्ट लिहिण्यापूर्वी आपल्या मनात संपूर्ण ऑपेरा पाहायचे. तो प्रत्येक दृष्टीनं आदर्श असायचा. मग ते आपल्या मनातल्या प्रतिमेतून तो ऑपेरा कागदावर उतरवायचे. त्यात एकही चूक नसायची. तो ऑपेरा एकही बदल न करता प्रेक्षकांसमोर सादर केला जायचा. संगीताच्या इतिहासात अशी गोष्ट आधी कधीच घडली नव्हती.

बिथोवन यांना बहिरेपण आल्यानंतर त्यांनी आपल्या महान संगीतरचनांची निर्मिती केली. कागदावर उतरवण्यापूर्वी ते आपल्या रचना डोक्यात पाहू शकत होते आणि ऐकू शकत होते. भौतिकशास्त्रज्ञ स्टीफन हॉकिंग लू गेहरिग्ज या आजारानं इतके पंगू झाले होते, की त्यांना एक अक्षर लिहिण्यासाठीही एका खास कम्प्यूटरची गरज होती. पण आपल्या अतिजागृत मेंदूचा वापर करून त्यांनी *अ ब्रिफ हिस्ट्री ऑफ टाइम* हे पुस्तक लिहिलं. त्या आधारे ते जगातील सर्वांत बेस्ट सेलिंग लेखकांपैकी एक झाले.

चिरंतन महान संशोधक

थॉमस एडिसन यांनी यूएस पेटंट ऑफिसकडून १०९३ पेटंट मिळवले. त्यातील बहुतांश सर्वांचं ते हयात असतानाच व्यावसायिक उत्पादन होऊ लागलं होतं. १९३१मध्ये त्यांच्या मृत्यूच्या वेळी १७ टक्के अमेरिकी कर्मचारी थॉमस एडिसन यांच्या उत्पादनांची निर्मिती आणि वितरण करत होते.

एडिसन यांनी अशक्य वाटणाऱ्या समस्या सोडवण्यासाठी आपल्या अतिजागृत मेंदूचा वापर केला आणि विद्युत, मोशन पिक्चर्स, साउंड रेकॉर्डिंग ट्रान्समिशनसहित शेकडो अन्य क्षेत्रांमध्ये संशोधन घडवले. आपल्या अतिजागृत

मेंदूपर्यंत पोहोचण्यासाठी ते दिवसभरात नियमितपणे वामकुक्षी घेत आणि त्यांना ते ज्ञान प्राप्त होत असे ज्याच्या आधारावर त्यांना विविध संशोधन शक्य झाले.

महान नियम

तुम्ही कोणतीही महान आणि प्रेरणादायी कलाकृती पाहता, अजरामर साहित्य किंवा सुंदर कविता वाचता, अप्रतिम संगीत ऐकता किंवा उल्लेखनीय इमारत पाहता तेव्हा तुम्ही अतिजागृत मेंदूच्या सक्रियतेचे परिणाम पाहत असता.

अतिजागृत कामकाजाचा नियम, जो कदाचित आजपर्यंत शोधला गेलेला सर्वांत महत्त्वाचा मानसिक नियम आहे. तो असा : **जागृत मनामध्ये सातत्यानं ठेवला गेलेला कोणताही विचार, योजना किंवा ध्येय अखेरीस अतिजागृत मेंदू साकार करते.**

जरा विचार करा, तुम्हाला खरोखर जे काही व्हायचं, मिळवायचं किंवा करायचं आहे, ते तुमच्यासाठी शक्य आहे. हे काय आहे याबाबत तुम्हाला स्पष्टता आली आणि ते तुमच्या अतिजागृत मेंदूपर्यंत नियमितपणे पोहोचवू शकलात, तर तुम्ही ते साकार करू शकाल. तुमचा अतिजागृत मेंदू काय करू शकतो याला काहीही मर्यादा नाही, मर्यादा तीच आहे जी तुम्ही तुमच्या मेंदूला आणि कल्पनेला घालता.

योग्य कार्यस्थिती

तुम्ही शांत, आत्मविश्वासपूर्ण आणि निवांत अपेक्षेच्या मानसिक अवस्थेमध्ये असता तेव्हा अतिजागृत मेंदू सर्वांत चांगल्या पद्धतीनं काम करतो. तुम्ही एकांतात निवांतपणाचा (relaxation) अभ्यास करत असता, तुमच्या सर्व चिंता बाजूला ठेवता आणि शांत बसता किंवा निसर्गाच्या सान्निध्यात असता तेव्हा तुमचा अतिजागृत मेंदू काम करू लागतो.

तुम्ही मौनात जाता आणि तुमच्या आतला हळुवार आवाज ऐकता, तेव्हा तुम्ही अतिजागृत मनाची कुजबुज ऐकू लागता.

तुमची *अंतर्दृष्टी* (intuition) तुमच्या नव्या घराच्या तळघरात ठेवलेल्या कम्प्यूटरशी समतुल्य आहे. तो अतिजागृत मेंदूबरोबरचा तुमचा संपर्क आहे. कित्येकदा तुमची अंतर्दृष्टी मौनात तुमच्याशी इतक्या मोठ्या आवाजात बोलेल की त्याद्वारे दिलेले विचार किंवा ज्ञान यांमुळे तुमचं संपूर्ण आयुष्य बदलून जाईल.

ग्रीक शास्त्रज्ञ आर्किमिडिज यांना वस्तुंच्या विस्थापनाबाबत अतिजागृत प्रेरणेची चमक अंघोळ करताना दिसली. ते इतके रोमांचित झाले की बाथरूममधून

बाहेर पडले आणि अथेन्सच्या रस्त्यावर नग्नावस्थेतच 'युरेका!' (मी हे शोधलं आहे) असं धावत ओरडू लागले. तुमच्या मनात असा एखादा महान विचार येतो किंवा ज्ञान जागृत होतं ज्यामुळे एखादी समस्या सोडवली जाते किंवा तुम्हाला तुमच्या ध्येयाच्या दिशेने प्रवृत्त केलं जातं, तेव्हा तुम्हालाही असंच वाटतं.

तुमच्या अतिजागृत मनाला सक्रिय करणं

तुमचा अतिजागृत मेंदू स्पष्ट, लिखित आणि निश्चित ध्येयांनी प्रेरित होतो. त्यामुळे प्रबळ इच्छा व्यक्त करावी, मानसिक प्रतिमा नियमितपणे पाहावी आणि त्या दिशेने निरंतर मेहनत करावी.

तुम्ही निवांत असता, विशिष्ट परिणामाची मनात प्रतिमा पाहता आणि त्यात भावना भरून त्याची मनापासून इच्छा व्यक्त करता तेव्हा तुम्ही तुमच्या अतिजागृत मनाला प्रेरित करता. जेणेकरून त्यातून ते ध्येयं साध्य करण्याचा विचार आणि ऊर्जा तुम्हाला मिळेल.

कित्येकदा अतिजागृत प्रेरणा तुम्हाला इतकं जास्त ऊर्जावान किंवा रोमांचित करू शकते, की तुम्ही इतर कोणत्याही गोष्टीबाबत विचार करण्यासाठी किंवा झोपण्यासाठीही असमर्थ व्हाल. अशा वेळी तुम्ही मनात येणारा प्रत्येक विचार सविस्तर लिहून काढला पाहिजे. त्यामुळे तुमचा मेंदू रिकामा होईल आणि तुम्ही पुन्हा झोपू शकाल.

योगायोग आणि समकालीनता

योगायोग आणि *समकालीनता* ही दोन लक्षणं अतिजागृत मनाद्वारे स्पष्ट होतात. त्यांचा अनुभव तुम्हाला आयुष्यभर येत राहतो. तुम्ही तुमच्या अतिजागृत मनाचा जितका जास्त वापर करता, तुम्हाला या दोन्हीच्या अद्भुत अनुभवांचा तितकाच जास्त आनंद मिळतो.

योगायोग म्हणजे आयुष्याच्या वाटेवर सुखद शोधाची प्रक्रिया आहे. तुमच्याकडे असलेल्या एका स्पष्ट ध्येयाची मानसिक प्रतिमा तुम्ही सतत पाहता, त्या दिशेनं तुम्ही दररोज काम करता. त्यामुळे तुमच्या आयुष्यात अनपेक्षित सुखद घटना आणि अनुभव येऊ लागतात, तुम्हाला जास्त वेगानं तुमचं ध्येय साध्य करण्यासाठी मदत मिळते.

एखादी व्यक्ती तुम्हाला मासिकातला लेख दाखवू शकतो किंवा तुमच्या समोर अशी गोष्ट बोलू शकतो, ज्याबद्दल तुम्हाला माहीत नाही. तुम्ही टीव्हीवर असा एखादा कार्यक्रम पाहू शकता ज्यात तोच विचार किंवा ज्ञान असेल, ज्याची तुम्हाला

विशिष्ट अशी समस्या सोडवण्यासाठी गरज असेल किंवा जे तुमच्या एखाद्या विशिष्ट प्रश्नाचं उत्तर असेल. तुम्हाला नेहमी अशा संकटाचा किंवा तात्पुरत्या अपयशाचा सामनाही कराव लागेल जे तुमच्यासाठी त्याक्षणी अत्यंत योग्य सिद्ध होईल.

चांगल्याचा शोध घ्या

रोचक गोष्ट म्हणजे, तुम्ही प्रत्येक स्थितीमध्ये चांगल्याचा शोध घेतल्यास तुम्हाला नेहमी तेच दिसेल. तुमच्या बरोबर चांगल्या गोष्टी घडण्याची अपेक्षा करण्याचा दृष्टिकोनच त्यांना पुन्हा पुन्हा येण्यासाठी प्रेरित करतो. तुम्ही योगायोगाच्या जादूवर विश्वास ठेवल्यास तुम्हाला पुन्हा पुन्हा योगायोगाचा अनुभव येईल. त्यामुळे तुम्हाला तुमच्या आयुष्यातील खरी ध्येयं साध्य करण्यासाठी मदत होईल.

अर्थाशी संबंधित घटना

'समकालीनता' असं म्हटलं जाणारं दुसरं लक्षण तुम्हाला नियमितपणे अनुभवास येईल. या ब्रह्मांडाचे पोलादी नियम, म्हणजे कारण आणि परिणामाच्या नियमापेक्षा एका विशेष अर्थानं भिन्न आहेत. कारण आणि परिणामाचा नियम सांगतो, की प्रत्येक गोष्ट एखाद्या खास कारणामुळे होते आणि प्रत्येक परिणामाचं कारण शोधता येऊ शकतं.

समकालीनतेमध्ये एकाच वेळी घडणाऱ्या दोन घटनांमध्ये एकमात्र संबंध तो अर्थ असतो, जो तुम्ही तुमच्या जीवनाच्या विविध क्षेत्रांमध्ये ध्येय निश्चित करून त्यांना देता.

एक उदाहरण पाहू. तुम्ही तुमचं उत्पन्न दुप्पट करण्याचं ध्येय निश्चित करता. पुढच्या आठवड्यात तुम्ही अगदीच अनपेक्षितपणे नोकरी सोडता किंवा तुम्हाला नोकरीवरून काढून टाकलं जातं. सुरुवातीला तर तो धक्का असतो. पण, तुम्ही तुमच्या एखाद्या खास क्षेत्रात काम करण्याविषयी विचार केला आहे का, असं कोणीतरी मित्र तुम्हाला विचारतो. पण असं कळतं, की तुम्ही गेल्या वर्षी त्या क्षेत्रासंबंधी काही लेख वाचले आहेत आणि तुम्ही त्या क्षेत्रात जाण्याबाबत विचारही केला आहे. पण ते कसं करायचं हे तुम्हाला माहीत नाही. तुम्ही त्याबाबतीत अधिक शोधण्याचा निर्णय घेता. तुम्ही त्यासंबंधी एखादी विकास करणारी कंपनी शोधता. तिथे नोकरीसाठी मुलाखत देता आणि कामही सुरू करता. केवळ वर्षभरानंतर तुमच्या लक्षात येतं, की तुम्ही तुमच्या पहिल्या नोकरीपेक्षा दुप्पट कमावू लागला आहात आणि या कामात तुम्हाला जास्त मजाही येत आहे.

आता या दोन वेगवेगळ्या घटकांमध्ये कारण आणि परिणाम यांचा थेट संबंध नाही, असं तुमच्या लक्षात येईल. या दोन्ही घटना वेळ आणि स्थान या बाबतीत

वेगवेगळ्या दिसतात. पण त्यात एक गोष्ट समान असते. त्या दोन्ही घटनांनी 'उत्पन्न दुप्पट करणं' हे तुम्ही स्वतःसाठी निश्चित केलेलं खरं ध्येय साध्य करण्यात तुम्हाला मदत केली.

तुमच्या अतिजागृत मेंदूला प्रेरित करण्याच्या दोन पद्धती

तुमच्या अतिजागृत मेंदूला काम करण्यासाठी प्रेरित करण्याच्या दोन पद्धती आहेत. पहिली, तुम्ही तुमच्या ध्येयावर तुमच पूर्ण लक्ष केंद्रित करा आणि ते साध्य करण्यासाठी प्रामाणिकपणे काम सुरू करा. मग तुम्ही जे काही करत आहात, त्यात स्वतःला संपूर्णपणे झोकून द्या. सदैव त्याच बाबतीत विचार करा, त्याच बाबतीत बोला, ते लिहा, ते पुन्हा लिहा आणि दररोज त्याचं विश्लेषणही करा. ते ध्येय साध्य करण्यासाठी ज्या कोणत्या गोष्टीची मदत मिळेल, तिच्याशी जोडले जा आणि ते ध्येय साध्य करू शकणारं प्रत्येक काम करा.

तुम्ही तुमच्या ध्येयाच्या दिशेनं सतत, संकल्पवान, प्रगतिशील कामाप्रति समर्पित होता, तेव्हा तुमच्या बरोबर सर्व प्रकारच्या योगायोगाच्या आणि समकालीनतेच्या घटना घडू लागतील. लोक तुमची मदत करण्यासाठी अनपेक्षित ठिकाणांहून हजर होतील. तुम्हाला फोन कॉल आणि मदतीचे प्रस्ताव मिळू लागतील. तुम्हाला यापूर्वी कधी मिळाले नसतील, असे विचार आणि माहिती मिळू लागेल. तुम्हाला तुमच्या ध्येयाकडे जास्त वेगानं घेऊन जाणारे विचार मनात येऊ लागतील, तसं ज्ञान मिळू लागेल.

तुमच्या अतिजागृत मनाला प्रेरित करण्याची दुसरी पद्धत म्हणजे तुम्ही संपूर्णपणे शिथिल (रिलॅक्स) व्हा आणि तुमच्या मेंदूला दुसरीकडे कुठेतरी गुंतवा. उदाहरणार्थ, तुम्ही सुट्टीवर जाता तेव्हा बाकी कामकाजात इतके व्यग्र होता, की तुमच्या ध्येयांबाबत किंवा समस्यांबाबत विचारच करत नाही. तुम्ही जितके जास्त रिलॅक्स व्हाल, शारीरिक आणि मानसिकदृष्ट्याही, तितकंच तुमचं अतिजागृत मनही जास्त वेगानं काम करू लागेल. त्याबरोबरच तुम्हाला गरजेअनुसार विचार आणि ज्ञानही देऊ लागेल. दुसऱ्या शब्दांत, तुम्ही 'जितके जास्त प्रयत्न करत नाही' तितक्याच वेगानं तुमचं अतिजागृत मन तुमच्यासाठी काम करू लागेल.

तुम्ही तुमच्या प्रत्येक ध्येयासाठी दोन्ही पद्धतींचा वापर करून पाहिला पाहिजे. सर्वांत आधी एकाग्र मनानं ध्येयावर काम करा. समस्या सोडवण्यासाठी तुमच्या शंभर टक्के ऊर्जेचा वापर करा. त्यानंतरही तुम्हाला मनाजोगं यश मिळत नसल्यास तुमच्या मेंदूला अन्यत्र कुठेही गुंतवा. काही वेळ आराम करा. सुट्टी घ्या. शारीरिक व्यायाम करा किंवा चित्रपट पाहायला जा. काही काळ या संदर्भातील सर्व गोष्टी पूर्णपणे विसरून जा. मग योग्य वेळी तुमचं अतिजागृत मन काम करू लागेल आणि तुमच्यासमोर आपोआप उत्तर प्रकट होईल.

अगदी योग्य उत्तर

तुमचं अतिजागृत मन तुम्हाला तुमच्या गरजेअनुसार नेमकं उत्तर अगदी योग्य वेळी सुचवेल. त्यासाठी जेव्हा तुम्हाला अतिजागृत प्रेरणा मिळेल, तेव्हा तुम्ही तातडीनं काम केलं पाहिजे. वेळ घालवू नका. ही सर्वसाधारणपणे *कालबद्ध* माहिती असते. तुम्हाला काम करण्याची किंवा फोन करण्याची आंतरिक प्रेरणा मिळाल्यास त्यावर तत्काळ काम करा. अतिजागृत चमकेवर काम करण्यानेच अतिरिक्त अतिजागृत ज्ञान आणि प्रेरणा सक्रीय होतात. त्या तुम्हाला मदत करतील.

तीन खास गुण

अतिजागृत विचार किंवा उपाय यांत तीन गुण असतात :

- पहिला गुण, हा समस्येच्या प्रत्येक पैलूचं उत्तर देईल किंवा तुमचं ध्येय साध्य करण्यासाठी आवश्यक असलेली ती प्रत्येक गोष्ट देईल. उत्तर प्रत्येक बाबतीत अगदी पूर्ण असेल.
- दुसरा गुण, ही 'स्पष्टतेची अंध करणारी चमक' असेल. अतिजागृत प्रेरणा सहज, सरळ आणि परिस्थितीनुसार पूर्णपणे उपयुक्त असेल.
- तिसरा गुण, अतिजागृत उपायाने तुम्ही आनंदाची आणि रोमांचितपणाची *उत्कटता मिळवाल.* तसंच तुम्हाला खूप उल्लासही वाटेल. हा तुमच्या सर्वांत चमकदार क्षणांपैकी एक ठरेल जो तुमच्या दीर्घ काळ स्मरणात राहील.

तुम्हाला अतिजागृत उपाय मिळतो, तेव्हा त्याबरोबर ऊर्जा, उत्साह आणि प्रेरणाही मिळते, ज्याची गरज तुम्हाला तत्काळ पावलं टाकण्यासाठी असते. तुम्हाला तत्काळ उपाय लागू करण्याची उत्कट इच्छा होईल. ते काम करण्यासाठी तुम्हाला बाकी गोष्टी सोडाव्याशा वाटतील आणि तुम्ही नेहमी योग्य असाल.

विश्वास ही प्रमुख गरज आहे

तुमचं अतिजागृत मन तुमची सर्वांत प्रबळ शक्ती आहे. ही तुमच्यासाठी प्रत्येक वेळी उपलब्ध आहे तसंच ती सुलभही आहे. तुम्हाला तुमचं अतिजागृत मन 'डायल' करण्यासाठी केवळ तुमच्या इच्छेबाबत संपूर्ण स्पष्ट होण्याची गरज असते. त्यानंतर तुम्हाला पूर्ण शांती आणि विश्वास यांच्यासह खात्री बाळगावीच लागते की, तुम्हाला हवं असलेलं उत्तर तुमच्याकडे नेमक्या त्याच वेळी येईल, जेव्हा तुम्ही त्यासाठी तयार असाल.

तुम्ही या महान शक्तीमध्ये जितके जास्त रिलॅक्स, निवांत होता आणि जास्तीतजास्त विश्वास ठेवता, ती शक्ती तितकंच चांगलं आणि वेगानं काम करेल. ''लोक आपला आतला आवाज ऐकू लागतात, तेव्हा ते महान होऊ लागतात'', असं म्हटलं गेलं आहे. तुम्ही तुमच्या अंतर्दृष्टीचा आवाज ऐकण्याची आणि तुमच्या आतल्या आवाजावर विश्वास ठेवण्याची नियमित सवय लावून घ्याल तेव्हा कदाचित तुम्ही कधी चुका करणार नाही. तुमच्या अतिजागृत मनाचा वापर करून तुम्ही तुमचं संपूर्ण आयुष्य या महान ब्रह्मांडीय शक्तीच्या सामंजस्यात आणू लागाल. तुम्ही एका पाठोपाठ एक ध्येय साध्य करू लागाल आणि तुमच्या प्रत्येक कामात जास्त वेगानं पुढे जाल. तुमचा प्लग एखाद्या ब्रह्मांडीय ऊर्जास्रोताच्या सॉकेटमध्ये लावल्यासारखा तुम्हाला जाणवेल. ही ऊर्जा तुम्हाला खूप कमी प्रयत्नांमध्ये खूप जास्त मिळवण्यासाठी सामर्थ्यवान बनवते. असं तुमच्या बाबतीत आधी कधी झालं नव्हतं.

तुमच्या आयुष्याकडे वळून पहा, विचार करा आणि तुमच्या अतिजागृत मनाने तुमच्यासाठी काम केलेले ते क्षण आठवा. भूतकाळात ते अनुभव कोणत्याही नियोजनाशिवाय आणि योगायोगानं आले होते. पण, तुमच्या ध्येयांच्या बाबतीत संपूर्ण स्पष्टता विकसित करून, त्यांचं नियमित विश्लेषण करून आणि मानसिक प्रतिमा पाहून तुम्ही या अतिजागृत शक्तीचा उपयोग तुमच्या संपूर्ण आयुष्यात सातत्यानं आणि सुनिश्चित पद्धतीनं करू शकता आणि त्यातून लाभ घेऊ शकता.

✵ तुमच्या अतिजागृत मनाला सक्रिय करा

१. तुमच्या आयुष्याकडे वळून पहा. तुम्हाला आलेला असा अतिजागृत अनुभव आठवा, ज्यानं तुमची समस्या सोडवली होती किंवा तुम्हाला एखादं ध्येय साध्य करण्यासाठी समर्थ केलं होतं. त्या प्रक्रियेवर विचार करा आणि ते तुम्ही पुन्हा कसं करू शकता याचा विचार करा.
२. आपली सर्वांत महत्त्वाची ध्येयं, आपले प्रमुख निश्चित उद्देश निवडा आणि पुन्हा पुन्हा त्यांची प्रतिमा मनात पहा. ती प्रतिमा अगदी योग्य वेळी साकार होईल याची खात्री बाळगा.
३. एकांतात राहण्याची आणि ध्यान करण्याची नियमित सवय लावून घ्या. यादरम्यान तुमच्या मनाला रिलॅक्स, निवांत होऊ द्या आणि योग्य प्रश्नाचं योग्य उत्तर तुमच्या डोक्यात येईपर्यंत एक विषय दुसऱ्या विषयावर तरंगू द्या.
४. तुमच्या डोक्यात अतिजागृत विचार येताच तत्काळ त्यावर कार्यवाही करण्याची सवय लावून घ्या. थांबू नका. तुम्ही या शक्तीवर विश्वास ठेवता तेव्हा केवळ सर्वश्रेष्ठच गोष्टी होऊ शकतात, असा पूर्ण विश्वास ठेवा.
५. तुमच्या समस्येला एकल मानसिकतेच्या एकाग्रतेनं सोडवण्याचा प्रयत्न करा आणि हे काम न केल्यास तुमचा मेंदू अन्यत्र गुंतवा. अगदी योग्य वेळी तुमच्या अंतर्दृष्टीने आदर्श उपाय निर्माण होईल किंवा तुमच्या आयुष्यात प्रकट होईल.

तुमचा अतिजागृत मनावर ज्या प्रमाणात विश्वास असतो, त्याच प्रमाणात ते तुमच्यासाठी काम करतं. तुम्हाला योग्य वेळी अचूक उत्तर मिळेपर्यंत नियमितपणे सारं काही सोडण्याचा आणि धीरानं वाट पाहण्याचा अभ्यास करा.

१८
नेहमी लवचीक रहा

मी जेव्हा अखेरीस हा निर्णय घेतो, की एखादा परिणाम खरोखरच साध्य करण्यालायक आहे, तर मी त्यावर काम करायला लागतो आणि तो परिणाम मिळेपर्यंत एकामागोमाग एक प्रयत्न करत राहतो.

–थॉमस एडिसन

काही लोक स्वाभाविकतः बाकी लोकांपेक्षा जास्त यशस्वी आणि सुखी असतील. काही लोक जास्त पैसे कमावतील, अधिक चांगलं आयुष्य जगतील, जास्त समाधानाचा आनंद घेतील, त्यांचे संबंध जास्त सुखद असतील आणि ते त्यांच्या समाजासाठी जास्त योगदान देतील. बाकी लोक तसं करू शकणार नाहीत.

कन्सास सिटीतील मॅनिंगर इन्स्टिट्यूटनं काही काळापूर्वी एक सर्वेक्षण केलं होतं. एकविसाव्या शतकात यश आणि आनंद मिळवण्यासाठी सर्वांत महत्त्वाचे गुण कोणते आहेत? व्यापक शोधानंतर त्यांचा निष्कर्ष असा होता, की तुम्ही तीव्र परिवर्तनाच्या काळात जो सर्वांत महत्त्वाचा गुण विकसित करता, तो म्हणजे लवचिकपणा.

लवचिकपणाच्या (Flexibility) विरुद्ध आहे कठोरता (Rigidity) म्हणजे नवी माहिती किंवा परिस्थिती आल्यावर परिवर्तन करण्याची इच्छा नसणं. लवचीक विचारांच्या विरुद्ध आहे निश्चित किंवा यांत्रिकी विचार. प्रत्येक परिस्थितीत स्वयंचलित आणि आधीपासूनच निश्चित पद्धतीनं प्रतिक्रिया देणं हे आयुष्याचा खुल्या विचारांनी सामना करण्याच्या विरुद्ध आहे. त्यासाठी तुम्हाला जर सर्वसामान्य माणसापेक्षा जास्त कर्तृत्वाची, करण्याची आणि मिळवण्याची इच्छा असेल तर तुमच्यासाठी लवचिकपणाचा गुण खूप महत्त्वाचा आहे.

परिवर्तनाचा वेग

आज कदाचित तुमचं आयुष्य प्रभावीत करणारं सर्वांत महत्त्वाचं तत्त्व आहे परिवर्तनाचा वेग. इतिहासात सर्वांत तीव्र वेगानं परिवर्तन होत असलेल्या काळात आपण राहत आहोत. हा वेग वर्षागणिक वाढतोच आहे.

आज परिवर्तन केवळ जास्त तीव्रच नाही, तर ते *अनिरंतर* (Discontinuous) देखील आहे. हे सतत होत नाही, तर सुरू होतं, बंद होतं आणि मग भविष्य सांगता येणार नाही त्या दिशेनं जाऊ लागतं. परिवर्तन प्रत्येक बाजूनं आपल्याकडे येत आहे आणि इतक्या वेगवेगळ्या पद्धतींनी येत आहे, की पुढे काय होऊ शकतं याचा अदमास घेणंही अशक्य आहे.

भविष्यही सांगता येणार नाही असा परिवर्तनाचा पाया, आधार आहे. त्यामुळे आपल्याला रातोरात आपल्या चांगल्या योजना आणि विचार नाइलाजानं सोडण्याची वेळ येते. कारण एका नव्या आणि अनपेक्षित दिशेला एक अगदी नवा आणि अनपेक्षित विकास झाला आहे. त्यासाठी आपल्याला आपला विचार आणि संभाव्य कार्यदिशा यांच्या बाबतीत लवचीक राहण्याची गरज आहे.

तणावाचं प्रमुख कारण

'गोष्टी कशा असायला हव्यात' या बाबतीत कट्टर विश्वास असलेल्या लोकांना परिवर्तनामुळे खूप ताण जाणवतो. ते जे काम करत आहेत, त्या गोष्टीवर ते प्रेम करू लागतात. ते त्यांच्या वर्तमान पद्धती आणि प्रक्रिया यांच्यावर प्रेम करू लागतात. त्यांना बदलायची इच्छा नसते, भलेही ते चुकीचे असण्याचे ठोस पुरावे का मिळेनात... तुमच्या बाबतीत असं होऊ देऊ नका.

तुम्ही जे करत आहात, त्या बाबतीत तुम्ही 'हे परिणामकारक आहे का? याचे मनासारखे परिणाम मिळत आहेत का? सध्याची स्थिती हे काम करण्याची सर्वांत चांगली दिशा आहे का?' हा एकच प्रश्न विचारला पाहिजे. एखादा खास निर्णय किंवा कामाची दिशा योग्य किंवा चुकीची असण्याचा एकमेव स्तर हा आहे, की तुम्ही निश्चित केलेलं ध्येय किंवा मनासारखे परिणाम प्राप्त करण्यासाठी पात्र आहात का? हे परिणामकारक आहे का, असं सतत विचारत रहा.

परिवर्तन करणारे तीन घटक

आज तीन घटक असे आहेत जे परिवर्तनाला बळ देतात आणि त्यांचा वेग वाढवतात. त्यांच्यातील प्रत्येकाची शक्ती एकमेकांमुळे कित्येक पटींनी वाढते.

परिवर्तनाचा पहिला घटक आहे, आपल्या जीवनातील प्रत्येक क्षेत्रातील माहिती आणि ज्ञानाचा विस्फोट. स्पर्धात्मक बाजारात एक नवीन शोध किंवा माहिती रातोरात आपल्या बिझनेसचं रूप पालटू शकते. एखादे नवे उत्पादन किंवा सेवा आल्यामुळे एखादं लोकप्रिय उत्पादन किंवा सेवा किंवा प्रमुख उद्योग उद्ध्वस्त होऊ शकतो. कारण नवं उत्पादन तोच परिणाम जास्त वेगानं, जास्त चांगल्या पद्धतीनं, जास्त स्वस्तात किंवा जास्त सहजपणे देऊ शकतो.

सप्टेंबर २०११सारखी एखादी महत्त्वाची घटना, शेअर बाजारातील जोरदार झटके, एखाद्या राजकीय पक्षाचं किंवा उद्योगाचं स्कँडल रातोरात संपूर्ण बिझनेस किंवा उद्योगाचा विचार, कामं, विक्री आणि स्थिती बदलू शकतात.

उदाहरणार्थ, १९८०मध्ये सोव्हिएत संघात विघटन झाल्यावर पोलादी पडदा कोसळला आणि शीतयुद्ध सुरू झालं. संपूर्ण अमेरिकेतील संरक्षण उद्योगाला वाईट पद्धतीनं हादरे बसले. लाखो उच्च शिक्षित आणि पात्रताधारक स्त्री-पुरुषांना नोकरीवरून काढून टाकण्यात आलं. देशभरातील कित्येक उद्योग बंद पडले आणि देशातील काही भागांत मंदी आली. परिवर्तनाचा प्रभाव जबरदस्त होता आणि त्यापासून बचावणं शक्य नव्हतं. केवळ लवचीक असणारे लोक परिणामकारक पद्धतीनं त्याला तोंड देऊ शकले.

नव्या माहितीसाठी खुले रहा

लवचिकता कायम राहण्यासाठी तुम्हाला नेहमी खुलं राहावं लागेल. तुमच्या बिझनेसमध्ये किंवा तुमच्या ध्येयांच्या उपलब्धीमध्ये तुम्हाला मदत करतील किंवा तुम्हाला त्रास होईल असे नवे विचार, ज्ञान आणि माहिती यांच्या बाबतीत चौकस राहावं लागेल. तुमची संपत्ती निर्माण होण्यासाठी किंवा नष्ट होण्यासाठी केवळ एक नवीन विचारच पुरेसा आहे. एक विचार तुम्हाला पैशाच्या मार्गावर चालवू शकतो किंवा खाली पाडू शकतो. योग्य वेळी मात्र एक माहितीही तुमचा खूप सारा वेळ, अडचणी आणि पैसा वाचवू शकते. त्या माहितीची उणीव तुम्हाला खूप महागात पडू शकते.

सर्व लीडर्स अभ्यासू असतात. तुमच्या क्षेत्रातील अद्ययावत ज्ञान आणि माहिती तुमच्यासाठी अनिवार्य आहे. तुमच्या उद्योगाशी संबंधित मासिकं आणि अन्य साहित्य वाचत रहा. तुमच्या क्षेत्रातील बेस्ट सेलिंग पुस्तकं वाचत रहा. सेमिनार आणि संमेलनांमध्ये जा. तुमच्या उद्योगाच्या संघटनांमध्ये सहभागी व्हा आणि तुमच्या व्यवसायातील लोकांशी नेटवर्किंग करा. शक्ती नेहमी त्याच व्यक्तीकडे असते, ज्याच्याकडे सर्वांत चांगली आणि सर्वांत नवी माहिती असते.

नवतंत्रज्ञानाचा ज्वर

परिवर्तन करणारा दुसरा घटक आहे नव्या तंत्रज्ञानाचा तीव्र विकास. प्रत्येक वैज्ञानिक किंवा तांत्रिक ज्ञानामुळे तंत्रज्ञानात प्रगती होते. त्याचं ध्येय लोकांना आणि कंपन्यांना मदत करण्याचं असतं. जेणेकरून ते जास्त वेगानं, अधिक चांगल्या पद्धतीनं, स्वस्तात, सहजतेनं काम करू शकतील. तंत्रज्ञानातील प्रगतीचा वेग दररोज वाढत आहे.

नियम हा आहे, की जो कोणी कारागीर आहे तो कालबाह्य झाला आहे. बाजारात शेल्फवर ठेवलेलं नवं हायटेक उपकरण उघडण्यापूर्वी जुनं होतं. आज नव्या तंत्रज्ञानाचं शेल्फ लाइफ केवळ सहा महिने राहिलं आहे. त्यानंतर त्या जागी काहीतरी नवी वस्तू येते. ती त्या कामाला अधिक वेगवान आणि स्वस्त बनवते. तुम्ही तुमच्या उत्पादनाच्या किंवा सेवेच्या जागी एखादी नवीन उत्पादन किंवा सेवा आणण्याचा विचार करत नसाल, तर तुमचे प्रतिस्पर्धी दिवसरात्र जागे राहून तुमचं दिवाळं वाजवण्याच्या पद्धती शोधत आहेत यावर तुम्ही विश्वास ठेवू शकता.

बेडूकउडी मारणं

आज बिझनेसमध्ये टिकून राहणं हे बेडूकउडी (leapfrog) मारण्याचा अंतहीन खेळ खेळण्यासारखं आहे. तुम्ही तुमच्या प्रतिस्पर्ध्यावर उडी मारण्याची पद्धत शोधता आणि तुमच्या ग्राहकांना अधिक चांगली, जास्त वेगवान, जास्त स्वस्तात सेवा देण्याची पद्धत शोधता. मग तुमचा प्रतिस्पर्धी एखादं नवं उत्पादन किंवा सेवा आणून तुमच्यापेक्षा मोठी उडी मारतो. तुम्ही लगेच स्वतःला सावरता आणि नवसंशोधन करून किंवा सुधारणा करून तुमच्या प्रतिस्पर्ध्यापेक्षा वरती उडी मारता. त्यानंतर पुन्हा एकदा तुमचा प्रतिस्पर्धी तुमच्यापेक्षा मोठी उडी मारतो आणि हा खेळ असाच अंतहीन, शेवट नसल्याप्रमाणे सुरू राहतो.

व्यवहारातून बाहेर होण्याचा वेग वाढवण्याचा योग्य सिद्धान्त तुमची उत्पादनं, तुमच्या सेवा, तुमच्या प्रक्रिया आणि विशेषतः तुमची विक्री, विपणन यांच्या रणनीतीलाही लागू होतो. जो कोणी या वेळी काम करत आहे, तो लवकरच काम करणं बंद करेल किंवा ग्राहक त्यामुळे कंटाळून जातील किंवा तुमचे प्रतिस्पर्धी त्याची नक्कल करतील किंवा ते सध्याच्या बाजारातील ग्राहकांना पूर्वीप्रमाणे आकर्षित करू शकणार नाहीत.

तुमची नक्कल होईल याची तयारी ठेवा

काही काळापूर्वी मी १० हजार डॉलर्स देऊन एक जाहिरात संस्थेकडून माझ्यासाठी एक जाहिरात करून घेतली आणि एका राष्ट्रीय वृत्तपत्रात छापून आणली. त्याचा खूप चांगला परिणाम झाला आणि मला खूप चांगल्या प्रतिक्रिया आल्या. आम्ही लोक पुढचा आठवडा एकमेकांची पाठ थोपटत राहिलो. तोपर्यंत आम्हाला एकही जाहिरात दिसली नाही. एका प्रतिस्पर्ध्याने अगदी आमच्यासारखीच जाहिरात प्रसिद्ध केली. त्यासाठी आम्ही पैसे दिले होते. मात्र, त्याचा लाभ तो घेत होता. त्याचं ध्येय आमचं उत्पादन नाही, तर त्याचं उत्पादन विकण्याचं होतं. आम्हाला येणाऱ्या प्रतिसादांचं प्रमाण कमी होऊन ५० टक्के झालं आणि ते कमीच होत गेलं. त्याबाबतीत आम्ही काहीच करू शकत नव्हतो.

तुम्ही तुमच्या बिझनेसच्या प्रत्येक पैलूसंदर्भात बॅकअप योजना सतत तयार ठेवल्या पाहिजेत. तुम्ही जे काही करत आहात, ते लवकरच परिणामकारक ठरायचं बंद होईल आणि त्याची जागा दुसरी काहीतरी गोष्ट घेईल, ती जास्त चांगल्या पद्धतीनं काम करेल यात तुम्हाला अजिबातच शंका असता कामा नये.

आरामदायी कक्षेपासून दूर रहा

मी आधीही 'आरामदायी कक्षे'चा उल्लेख केला आहे. लोक, संस्था त्यात कशा फसतात, ते परिणामकारक असो किंवा नसो, त्याच गोष्टी पुन्हा पुन्हा करतात हेही सांगितलं आहे. कित्येकदा तुमच्या दीर्घकालीन यशाला अल्पकालीन यशाचा सर्वांत मोठा धोका असतो. कोणत्याही क्षेत्रात यश मिळाल्यावर तत्काळ अहंकाराची भावना आणि बदलण्याची अनिच्छा निर्माण होते. त्यामुळे तुम्ही बाजारातील नव्या वस्तुस्थितीला लगेचच प्रतिसाद देऊ शकत नाही. तुमच्या बाबतीत असं होऊ देऊ नका.

प्रतिस्पर्ध्यांचा दबाव अनंत आहे

परिवर्तनाला प्रेरित करणारं तिसरं तत्त्व आहे *प्रतिस्पर्धा.* त्यात खूप लवचिकपणाची आवश्यकता असते. आज तुमचे प्रतिस्पर्धी स्थानिक, राष्ट्रीय आणि आंतरराष्ट्रीय पातळीवर पूर्वीपेक्षा जास्त संकल्पवान आणि सर्जनशील झाले आहेत. ते सातत्याने तुमच्या ग्राहकांना खेचण्यासाठी, तुमचा सेल्स चोरण्यासाठी, तुमचा कॅशफ्लो कमी करण्यासाठी आणि शक्य झालं तर तुम्हालाच बिझनेसमधून बाहेर काढण्यासाठी मार्ग शोधत आहेत. ते आक्रमक पद्धतीनं त्यांची उत्पादनं किंवा सेवा विकत आहेत आणि बाजारात तुमची स्थिती दुर्बल करण्यासाठी त्यांच्या प्रत्येक तर्काचा, लाभाचा वापर करत आहेत. तुमचे स्पर्धक आक्रमक पद्धतीनं नवी माहिती आणि तंत्रज्ञान यांचा उपयोग करत आहेत. जेणेकरून ते तुम्हाला जुनं सिद्ध करून प्रतिस्पर्धी फायदा मिळवू शकतील.

आज ग्राहक किंवा खरेदीदार यांच्यापेक्षा कंपन्या, उत्पादनं, सेवा आणि विक्री प्रतिनिधी जास्त झाले आहेत. स्पर्धा दिवसेंदिवस अधिक कठीण आणि खोल होत आहे. तुम्हाला या बाजारात राहायचं असल्यास, समृद्ध व्हायचं असल्यास जास्त एकाग्र आणि संकल्पवान व्हावं लागेल. त्यापेक्षा महत्त्वाचं म्हणजे, तुम्हाला लवचीक व्हावं लागेल.

प्रत्येक गोष्ट नियमितपणे शून्य आधारित करणं

या पुस्तकात मी आधी 'शून्य आधारित विचारा'च्या महत्त्वावर बोललो आहे. त्यात तुम्ही तुमच्या सध्याच्या आयुष्याच्या आणि कामकाजाच्या प्रत्येक भागाची

पडताळणी करता. लवचिकपणा कायम ठेवण्यासाठी शून्य आधारित विचार हेही एक महत्त्वाचं साधन आहे.

स्वतःला सतत विचारत रहा की, वर्तमानातील ज्ञानाच्या आधारे पुन्हा सुरू करू शकणार नाही, अशी कोणती गोष्ट मी आज करत आहे?

आपल्या आयुष्याचा आणि बिझनेसचा प्रत्येक भाग पहा. तुम्हाला तणाव, विरोध किंवा यश असं काहीही जाणवलं, की 'शून्य आधारित विचारा'चा प्रश्न विचारा. तुम्हाला पुन्हा सुरुवात करायची इच्छा नसलेली अशी काही गोष्ट असल्यास तत्काळ ती सोडण्याची योजना करा आणि तुमची संसाधनं, ऊर्जा दुसऱ्या मार्गावर घेऊन जा. तिथं तुम्हाला अधिक चांगले परिणाम मिळू शकतात.

तुमच्या अहंकाराला तुमच्या निर्णयशक्तीवर किंवा सहजबुद्धीवर पडदा टाकू देऊ नका. *कोण योग्य आहे* यापेक्षा जास्त *काय योग्य आहे* याची काळजी करा. अखेरीस तुमचे बहुतांश निर्णय चुकीचे ठरतील ही वस्तुस्थिती तुम्ही लक्षात ठेवली पाहिजे. नवीन माहिती, तंत्रज्ञान किंवा स्पर्धा समोर आल्यावर लवचीक होण्यासाठी तयार रहा.

तीन जादूई विधानं

उलथापालथ होत असलेल्या काळात लवचीक राहण्यासाठी पुन्हा पुन्हा म्हणू शकता अशी तीन विधानं आहेत. इथं ती तीनही विधानं सांगितली आहेत.

पहिलं – *'मी चुकीचा होतो'*. बहुतांश लोक बहाणे सांगतील, धोका देतील, नकार देतील, पण ते चुकीचे होते हे स्वीकार करणार नाहीत. आपली चूक न स्वीकारल्यानं परिस्थिती जास्त बिघडते. कारण तुमच्या आजूबाजूच्या प्रत्येक व्यक्तीला तुम्ही चुकीचे आहात हे माहीत असतं. केवळ तुम्हालाच हे माहीत नसतं, की ज्या व्यक्तीला तुम्ही धोका देण्याचा प्रयत्न करत आहात, ती तुम्हीच स्वतः आहात. तुम्हाला तुमच्या चुकांची जाणीव झाल्यावर आपल्या चुका ताबडतोब मान्य करणं, समस्या सोडवणं आणि ध्येयं साध्य करण्यासाठी पुढे जाणं ही सर्वांत स्मार्ट गोष्ट तुम्ही करू शकता.

सामान्यतः मोठ्या कंपन्यांतील आणि संस्थातील प्रमुख लोकांचा ८० टक्के वेळ आणि ऊर्जा ते चुकीचे आहेत हे लपवण्यात जातो. त्यांना त्यांच्या चुका मान्य करायच्या नसतात. एखादी स्पष्ट चूक मान्य करण्यास नकार देण्यामुळे कित्येक कंपन्या उद्‌ध्वस्त होतात.

तुम्ही आदर्श नाही, हे स्वीकारा

लवचीक राहण्यासाठी तुम्ही दुसरी संकल्पना शिकली पाहिजे. ती आहे, 'मी चूक केली.' आश्चर्याची गोष्ट म्हणजे खूप वेळ, ऊर्जा आणि पैसा केवळ यांसाठी वाया

जातो, कारण काही लोकांचा अहम् खूप मोठा असल्यानं त्यांच्याकडून चूक झाली आहे, हे ते मान्यच करत नाहीत. अर्थात, त्यांच्या आजूबाजूच्या प्रत्येक व्यक्तीला ते स्पष्ट दिसत असतं.

'मी चुकीचा होतो' किंवा 'मी चूक केली' असं तुम्ही म्हणता तेव्हा मुद्दा बऱ्याच अंशी संपतो. त्यानंतर प्रत्येक व्यक्ती प्रश्न सोडवण्याच्या किंवा ध्येय साध्य करण्याच्या दिशेनं जाऊ शकते. आपण चुकीच्या दिशेने जात आहोत याचा स्वीकार करण्यास व्यक्ती जोपर्यंत तयार नसते, तोपर्यंत प्रत्येक गोष्ट थांबते.

आम्ही राष्ट्रीय राजकारणात हे वारंवार पाहिलं आहे, की एखाद्या व्यक्तीकडून झालेली मोठी चूक मान्य न केल्यामुळे त्यात सहभागी प्रत्येक व्यक्तीचा आणि साधारणपणे संपूर्ण देशाचा वेळ तसंच ऊर्जा वाया गेली आहे.

नव्या माहितीची तत्काळ अंमलबजावणी करा

तुम्ही तिसरी संकल्पना तत्काळ आणि सहजतेनं शिकली पाहिजे. ती म्हणजे 'मी माझा निर्णय बदलला आहे'. असं समजा, तुम्ही आधी उपलब्ध माहितीच्या आधारावर काहीतरी निर्णय घेतला होता. आता तुम्हाला जुन्या माहितीच्या विरोधात असलेली नवी माहिती मिळाली आहे. त्यामुळे तुम्ही तुमचा निर्णय बदलला आहे, हे तुम्हाला नेमकेपणानं स्वीकारता आलं पाहिजे.

चुकीचं असणं, चूक करणं किंवा आपला निर्णय बदलणं ही काही दुर्बलता किंवा चारित्र्यातील दोष नाही. खरं तर ज्ञान, तंत्रज्ञान आणि स्पर्धा या क्षेत्रांत तीव्र परिवर्तनाच्या काळात ही साहस, चरित्र आणि लवचिकपणाची खूण आहे, की तुम्ही लवकरात लवकर 'आपलं नुकसान कमी करण्यासाठी' इच्छुक राहावं आणि प्रत्येक कामात वस्तुस्थितीच्या सिद्धान्ताचा अभ्यास करावा.

जग जसं असं आहे, त्याच्याशी त्याच प्रकार दोन हात करण्यासाठी सज्ज रहा. तुमची जशी इच्छा आहे किंवा भूतकाळात होती, त्याच रूपात जगाकडे पाहू नका. वस्तुस्थितीला तोंड द्या, भले ती कशीही असो. स्वतःच्या आणि आजूबाजूच्या प्रत्येक व्यक्तीप्रति प्रामाणिक रहा.

नव्या वस्तुस्थितीबाबत खुले रहा

नवी माहिती, तंत्रज्ञान आणि स्पर्धेच्या जगात तुमच्या ध्येयांचं आणि उद्दिष्टांचं पुनःमूल्यांकन करण्यासाठी नेहमीच खुले रहा. तुम्ही आज जे काही मानता, त्या आधारावर हे काम करण्याची ही सर्वश्रेष्ठ दिशा आहे का? नसल्यास, तुम्हाला कोणती गोष्ट केली पाहिजे, तुम्ही आणखी काय करू शकता?

जर हे एखादं ध्येय आहे आणि ते ध्येय निश्चित करताना त्या वेळची परिस्थिती नाट्यमयरीत्या बदलली असल्यास, अजूनही तुम्हाला ते प्राप्त करण्याची तीव्रता आहे का आणि त्यासाठी तुम्ही संघर्ष तसंच त्याग करणार आहात का हे सुनिश्चित करा. तुम्ही तुमचा निर्णय बदलला असल्यास किंवा पूर्वीइतकं ते ध्येय तुमच्यासाठी तितकं महत्त्वाचं नसल्यास ते सोडून देण्यासाठी आणि नवीन ध्येय निश्चित करण्यासाठी तयार रहा.

तीव्र परिवर्तनाच्या काळात कधीही परिवर्तन झालं तरी ते ओळखा आणि स्वीकारण्यासाठी सर्वांत पुढे राहण्याचा संकल्प करा. परिस्थितीचा नैसर्गिक आणि स्वाभाविक भाग असल्याप्रमाणे त्याबाबत तुम्ही अपेक्षा करा. तुमच्या विचाराप्रमाणे किंवा अपेक्षेप्रमाणे गोष्टी घडत नसल्यास त्रास करून घेण्यास नकार द्या.

संबंधांमध्ये लवचीक रहा

तुमच्या आयुष्यातील महत्त्वाचे लोक, कुटुंबातील सदस्य, मित्र, सहकारी आणि ग्राहक यांच्याप्रती लवचीक रहा. भिन्न दृष्टिकोन आणि भिन्न विचारांबाबत खुले रहा. तुम्ही चुकीचे असू शकता हे स्वीकारण्यासाठी सतत इच्छुक रहा. कारण सर्वसाधारणपणे तुम्ही चुकीचे असता.

चांगला श्रोता असणं हा सर्वश्रेष्ठ लीडरचा एक गुण असतो. ते खूप प्रश्न विचारतात आणि इरादा निश्चित करण्यापूर्वी किंवा अंतिम निष्कर्षाप्रत पोहचण्यापूर्वी जास्तीतजास्त माहिती मिळवतात. ते जेव्हा काही चूक करतात तेव्हा ते अपयश मान्य करतात आणि आपलं नुकसान लवकर कमी करतात. जेणेकरून जास्त मोठ्या आणि अधिक चांगल्या गोष्टींकडे त्यांना जाता येईल.

प्रारंभिकतेचा सिद्धान्त

लवचिकपणाचा आणखी एक पैलू आहे, जो तुम्ही तुमच्या उर्वरित आयुष्यासाठी आणि करिअरमध्ये लक्षात ठेवला पाहिजे. शास्त्रज्ञ आणि तत्त्वज्ञ फुलर यांनी त्याला 'सुरुवातीचा सिद्धान्त' (theory of precession) असं नाव दिलं आहे. हे शब्द एखाद्या सामान्य शब्दकोशात किंवा एन्सायक्लोपीडियामध्ये मिळत नाहीत. बॅब्सन कॉलेजचे डॉ. रॉबर्ट रॉनस्टॅड यांनी याला 'गल्लीचा सिद्धान्त' (corridor principle) म्हटलं आहे. नेपोलियन हिल यांनी अमेरिकेतील सर्वांत यशस्वी व्यक्तींद्वारे त्याच्या शोधाचा उल्लेख करत म्हटलं आहे, की प्रत्येक अडचणीत किंवा अडथळ्यात त्याच्या समान किंवा त्यापेक्षाही जास्त मोठी संधी किंवा लाभाची बीजं दडलेली असतात.

या सिद्धान्ताचा अर्थ असा आहे, की तुम्ही तुमच्यासाठी एखादं नवं ध्येय निश्चित करता तेव्हा तुम्ही कोणती पावलं टाकली पाहिजेत आणि कोणत्या दिशेनं जायला हवं हा एक सामान्य विचार तुमच्या डोक्यात असेल. पण, जवळपास निश्चितपणे तुमच्या मार्गात तुमच्या समोर अनपेक्षित अडथळे येतील. त्यामुळे तुमच्यासाठी त्या मार्गानं पुढे जाणं अशक्य होईल. तुमच्या समोर भिंत किंवा अडचण येताच तुमच्यासाठी आणखी एक नवीन संधी खुली होईल आणि तुम्हाला तुमच्या ध्येयाकडे घेऊन जाणाऱ्या नव्या गल्लीत घेऊन जाईल.

हे अनेकदा होऊ शकतं आणि काही वेळा तुमची सुरुवात चुकीची ठरू शकते. जवळपास प्रत्येक बाबतीत तुम्हाला कोणत्यातरी अशा क्षेत्रात मोठं यश मिळेल, ज्याच्या सुरुवातीला तुम्ही योजनाही आखली नव्हती. त्यामुळे लवचीक राहणं ही किल्ली आहे.

स्पष्टही रहा आणि लवचीकही

आता लवचिकपणाचा सर्वांत महत्त्वाचा नियम सांगतो. '**आपल्या ध्येयाबाबत स्पष्ट रहा, पण ते साध्य करण्याच्या प्रक्रियेबाबत लवचीक रहा.**'

नेहमी आपल्या अतिजागृत मनाच्या प्रभावाबाबत खुले रहा. भाग्यशाली शोध आणि समकालीन घटना यांच्या शक्यतेप्रती संवेदनशील रहा. इतर लोकांचे विचार, प्रेरणा आणि ज्ञान यांबाबत खुले रहा. मॅथ्यू १८:१३मध्ये येशू ख्रिस्त सांगतात, ''तुम्हाला जर स्वर्गाच्या साम्राज्यात यायचं असेल तर तुम्हाला एखाद्या लहान मुलासारखं व्हावं लागेल''.

या शब्दांची एक व्याख्या अशी आहे, की तुम्हाला खुल्या मनाचं, लवचीक, शांत, आत्मविश्वासपूर्ण आणि जिज्ञासू व्हावं लागेल, तरच तुमच्या ध्येयाच्या दिशेने तुमच्या प्रवासात तुमच्या आजूबाजूला प्रकट होणाऱ्या नव्या संधी, शक्यता तुम्ही ओळखू शकाल.

परिस्थिती कशीही असली, तरी लवचीक आणि खुलं राहण्याचा संकल्प करा. लक्षात ठेवा, एखादं काम करण्याची किंवा एखादं ध्येय साध्य करण्याची जवळपास नेहमीच कोणती ना कोणती अधिक चांगली पद्धत असते. ती पद्धत कोणती असू शकते, याबाबतीत चौकस आणि जागरूक राहणं हे तुमचं ध्येय आहे. ती पद्धत शोधा आणि मग शक्य तितक्या लवकर त्या बाबतीत पावलं टाका. त्यामुळे तुम्ही नेहमी तुमच्या ध्येयापर्यंत कित्येकदा तर अनपेक्षित आणि आश्चर्यकारक पद्धतीनं पोहोचाल.

नेहमी लवचीक रहा

१. मी माझ्या आयुष्यात खरोखर काय करू इच्छितो, हा प्रश्न स्वतःला नियमितपणे विचारत रहा. त्यानंतर तुमची वर्तमानातील ध्येयं आणि कामं तुमच्या उत्तराच्या अनुरूप असतील हे निश्चित करा.

२. तुमच्या आयुष्याबाबत आणि ध्येयांबाबत पूर्णपणे प्रामाणिक तसंच यथार्थवादी रहा. जग तसं आहे, तसंच पाहण्याचा संकल्प करा. तुम्हाला जसं पाहायचं आहे किंवा ते कसं असलं असतं, या नजरेने त्याच्याकडे पाहू नका. या अभ्यासातून कोणत्या परिवर्तनांचा उपाय मिळतो?

३. आयुष्यात ज्या कोणत्या क्षेत्रात तुम्हाला तणाव किंवा विरोधाचा अनुभव येत असेल तिथे तुम्ही चुकीचे असू शकता किंवा तुम्ही चूक केली आहे हे स्वीकारण्यासाठी तयार रहा. शक्य तिथे, आजच स्वतःचं नुकसान कमी करण्याचा संकल्प करा.

४. परिस्थिती बदलली किंवा तुम्हाला नवीन माहिती मिळाली, तर आपला निर्णय बदलण्यासाठी सज्ज रहा आणि नव्या माहितीच्या आधारे एक नवीन निर्णय घ्या. वर्तमानात अधिक समजूतदारपणा दिसत नसेल त्या दिशेने टिकून राहण्यास नकार द्या.

आपल्या समोर येणाऱ्या प्रत्येक समस्येत किंवा अडचणीत डोकावून पहा आणि त्यातील मौल्यवान धडे किंवा फायदे कोणते आहेत याचा शोध घ्या. तुम्हाला नवीन माहितीच्या किंवा अनुभवाच्या आधारावर तुमच्या प्रगतीची किंवा कामाची दिशा बदलायला हवी आहे का? तसं असल्यास ते ताबडतोब करा.

१९
तुमच्या जन्मजात सर्जनशीलतेचे कुलूप उघडा

तुमच्या डोक्यात जे काही विचार, जी काही तथ्यं येतात, त्यांपासून लाभ घेण्याचा संकल्प करा. त्यांच्याकडून तुमच्यासाठी कामं करवून घ्या आणि त्याचा फायदा घ्या. गोष्टी जशा आहेत, तसा त्यांचा विचार करू नका. तर त्या ज्या रूपात असू शकतात तसा त्यांचा विचार करा. केवळ स्वप्नं पाहू नका, निर्मितीही करा.

–रॉबर्ट कॉलियर

टॉनी बुझान मेंदूतज्ज्ञ आहेत. ते मेन्साचे माजी अध्यक्ष आहेत. सरासरी आयक्यू टेस्टमध्ये २ टक्के गुण मिळवलेल्या लोकांसाठीच मेन्सा संस्था खुली आहे. त्यांनी रचनात्मकता, शिकणं आणि बुद्धी यांबाबत अनेक पुस्तकं लिहिली आहेत. त्यांच्या आणि या क्षेत्रातील कित्येक तज्ज्ञांनुसार, सर्वसामान्य मनुष्याच्या मानसिक शक्यता या अमर्याद आहेत; परंतु त्यांचा तितकासा वापर होत नाही.

तुमच्या नियोकॉर्टेक्स म्हणजे विचार करणाऱ्या मेंदूत जवळपास शंभर अब्ज पेशी किंवा न्यूरॉन्स असतात. त्यातील प्रत्येक पेशी एखाद्या साळिंदरासारख्या थिरकत असते. तिचे वीस हजार गँग्लिया किंवा फायबर्स त्याला मेंदूच्या अन्य पेशींशी जोडतात. त्या पेशीही एकमेकांमध्ये हजारो-लाखो पेशींशी जोडलेल्या असतात. त्यातून एखाद्या मोठ्या शहराला उजळवणाऱ्या किंवा वीज देणाऱ्या इलेक्ट्रिक ग्रिडसारखी संरचना तयार होते. प्रत्येक पेशीत आणि प्रत्येक सांध्यात मानसिक ऊर्जा किंवा माहिती असते. ती प्रत्येक दुसऱ्या पेशीसाठी उपलब्ध असते. त्याचा अर्थ असा, की तुमच्या मेंदूची जटिलता तुमच्या कल्पनेच्या पलीकडे आहे.

टॉनी बुझान आणि इतर मेंदूतज्ज्ञांच्या म्हणण्यानुसार तुमच्या मेंदूच्या जोडणीतील समन्वयांची आणि परिवर्तनांची संख्या ज्ञात ब्रह्मांडातील अणुंच्या संख्येपेक्षाही जास्त आहे. त्या संख्येचा अंदाज येण्यासाठी तुम्हाला १ हा अंक लिहिल्यानंतर आठ पानं ० (शून्य) लिहावा लागेल. ओळीनंतर ओळ, पानानंतर पान...

व्यापक राखीव क्षमता

आधी उल्लेख केल्यानुसार सर्वसामान्य लोक त्यांच्या संपूर्ण आयुष्यात आणि कामात त्यांच्या मेंदूची केवळ १ ते २ टक्के क्षमतेचाच वापर करतात. बाकी 'राखीव क्षमता' आहे. तिचा क्वचितच उपयोग होतो. बहुतांश लोक 'जेव्हा कधी कबरीत जातात, तेव्हा त्यांचं संगीतही त्यांच्या बरोबर दफन होतं'.

तुम्हाला तुमच्या आयुष्यात चमत्कारिक परिणाम मिळवण्यासाठी कोणताही चमत्कार करण्याची गरज नाही. वर्तमानात तुम्ही तुमची जितकी मानसिक शक्ती वापरत आहात त्यापेक्षा तिचा थोडा जास्त वापर तुम्हाला करायचा आहे, एवढंच! तुमच्या विचार करण्याच्या क्षमतेत केलेली ही छोटीशी सुधारणा तुमच्या आयुष्यात खोलवर बदल घडवू शकते. त्या आधारे आगामी महिन्यांत किंवा वर्षांमध्ये तुम्ही इतकं काही साध्य करू शकाल, जे पाहून तुम्ही आणि बाकी लोकही आश्चर्यचकित होतील.

रशियातील प्रा. सर्जेई येफ्रामोव यांनी काही वर्षांपूर्वी केलेल्या संशोधनानुसार तुम्ही तुमच्या सध्याच्या मानसिक क्षमतेच्या केवळ ५० टक्के वापर केला, तरी तुम्ही एक डझन विद्यापीठांत पीएच.डी. करू शकता. सहजपणे एक डझन भाषा शिकू शकता आणि *एनसाइक्लोपीडिया ब्रिटानिकाचे* सर्व बावीस खंड तोंडपाठ करू शकता.

तुम्हाला तुमचं उत्पन्न दुप्पट करायचंय?

तुम्ही या क्षणी तुमच्या केवळ दोन टक्के मानसिक शक्यतांचा वापर करत असाल आणि ते वाढवून चार टक्के केल्यास तुमचं उत्पन्न दुप्पट करू शकता, तुमच्या व्यवसायात वेगानं प्रगती करू शकता, तुमच्या क्षेत्रात शिखरावर पोहोचू शकता आणि तुमच्या आयुष्याचा कायापालट करू शकता. तुम्ही तुमच्या पाच टक्के किंवा सहा टक्के किंवा सात टक्के शक्यतांचा वापर करू शकलात, तर तुमच्या आजूबाजूच्या प्रत्येक व्यक्तीला आश्चर्य वाटेल अशा स्तरावर तुम्ही कामगिरी करू शकाल. जगातील महान प्रतिभावंतांपैकी एक असलेले अल्बर्ट आइन्स्टाइन यांनीही शक्तिशिखरावर असताना त्यांच्या १० ते १५ टक्क्यांपेक्षा जास्त मानसिक क्षमतेचा वापर केला नाही असा अंदाज होता.

सर्जनशीलता ही एक नैसर्गिक योग्यता आहे

तीन ते पाच वर्षांच्या मुलांचं परीक्षण केलं असता त्यांच्यातील ९५ टक्के मुलं खूप सर्जनशील असल्याचं आढळून आलं. त्याच मुलांचं किशोरावस्थेत पुन्हा परीक्षण केलं असता केवळ पाच टक्केच अधिक सर्जनशील असल्यानं आढळलं. यादरम्यान त्यांच्या बाबतीत काय घडलं? ती मुलं शाळेत गेल्यावर त्यांना सांगण्यात आलं, की

तुम्हाला पुढे जायचं असल्यास सर्वांबरोबर चालावं लागेल. शिक्षकांना आव्हान देता कामा नये किंवा असामान्य विचारांचा सल्ला देता कामा नये, हे ते शिकले. त्यांच्या मित्रांकडून आवडलं जाण्याच्या आणि स्वीकारलं जाण्याच्या प्रयत्नांत त्यांची सर्जनशीलता इंधनाशिवाय विझून जाणाऱ्या आगीसारखी विझून गेली.

चांगली बातमी अशी आहे, की सर्जनशीलता ही जन्मजात योग्यता आहे. ती प्रत्येक व्यक्तीमध्ये भरपूर प्रमाणात असते. सर्जनशीलता जन्मजात आहे, ही तुमच्या जेनेटिक तंत्राचा भाग आहे, अनोख्या रूपात प्रत्येक व्यक्तीमध्ये असणारी ही एक शक्ती आहे. प्रत्येक व्यक्ती सर्जनशील आहे. संपूर्ण ९५ टक्के लोकसंख्येत जीनियस स्तरावर नाही, तर असामान्य स्तरावर काम करण्याची योग्यता आहे, केवळ स्थिती आणि परिस्थिती योग्य असली पाहिजे.

तिचा वापर करा किंवा ती गमवा

तुमची सर्जनशीलता स्नायूंसारखी असते. तुम्ही तिचा वापर केला नाही तर ती गमावता. स्नायूंप्रमाणेच तुम्ही तिचा वापर न केल्यास आणि नियमित व्यायाम न केल्यास ती कमजोर आणि प्रभावहीन होते. विचार निर्माण करण्याच्या तुमच्या योग्यतेचा सातत्यानं वापर केला पाहिजे. तरच तुम्ही ती उत्तम स्थितीमध्ये ठेवू शकाल.

सुदैवानं, तुम्ही कोणत्याही वेळी तुमच्या सर्जनशीलतेचा वापर सुरू करू शकता आणि ती जास्त उंच पातळीवर घेऊन जाऊ शकता. तुम्ही खरं तर तुमच्या मेंदूमध्ये जास्त न्यूरॉन्स आणि डेन्ड्राइट्स सक्रिय करू शकता आणि जास्त जवळचं कनेक्शन बनवू शकता. तुमच्या वर्तमान मानसिक स्थितीचा जास्त उपयोग केल्यास तुम्ही अधिक चांगल्या पद्धतीनं आणि नेमकेपणानं विचार करण्यासाठी समर्थ होता.

संपत्तीसाठी विचार हा नवा स्रोत आहे

आज आपण माहितीच्या जगात जगत आहोत. 'विचार' तुमच्या उर्वरित आयुष्यातील नव्या संपत्तीसाठी प्रमुख स्रोत असेल. प्रत्येक समस्या सोडवण्याची गुरुकिल्ली विचारांमध्ये असते. कोणतंही ध्येय साध्य करण्यासाठी हे सर्वांत महत्त्वाचं साधन आहे. नवा विचार निर्माण करण्याची तुमची क्षमता जवळपास अमर्याद असल्याने तुम्ही निश्चित केलेलं ध्येय साध्य करण्याची तुमची क्षमताही अमर्याद आहे.

सर्व संपत्ती मूल्य वाढवल्याने येते. दुसऱ्यापेक्षा जास्त, अधिक चांगलं, स्वस्त, जास्त वेगवान आणि जास्त सहजपणे काम केल्यामुळे येते. धनवान होण्यासाठी मूल्य वाढवण्याचा एक चांगला विचार पुरेसा असतो.

तुमच्याकडे स्पष्ट आणि लिखित ध्येय, मनातल्या प्रतिमा आणि भावना असतात तेव्हा तुम्ही तुमच्या जागृत, अचेतन आणि अतिजागृत मनाला प्रेरित

करता. जेणेकरून तुमच्या मनासारखं ध्येय साध्य करण्यासाठी विचारांचा प्रवाह सतत निर्माण होत राहील.

प्रत्येक समस्या सोडवा

तुम्ही सोडवू शकत नाही अशी कोणतीही समस्या नाही. तुम्ही ओलांडू शकत नाही अशी कोणतीही बाधा नाही. तुम्ही साध्य करू शकत नाही असं कोणतंही ध्येय नाही. त्यासाठी तुम्हाला केवळ तुमच्या सर्जनशील मेंदूचा वापर करायचा आहे, जसं आज आहे. तुमच्यामध्ये या क्षणी इतकी जास्त बुद्धी आणि मानसिक क्षमता आहे, की तुम्ही शंभर वर्षं जगलात तरीही तिचा पूर्ण वापर करू शकत नाही. पण, याचा अर्थ असा नाही की, आतापर्यंत तुम्ही तुमची संपूर्ण मानसिक शक्ती वापरली नाही म्हणून आजपासूनच तिचा वापरच करू शकणार नाही.

कित्येकदा शारीरिक तसंच मानसिक तंदुरुस्ती एकसारखी असते. तुम्हाला शारीरिकदृष्ट्या तंदुरुस्त व्हायचं असल्यास वर्कआउट आणि शारीरिक व्यायाम करावा लागेल. तुम्हाला शारीरिक स्नायू घडवायचे असतील तर वजन उचलून, डम्बेल्स, बारबेल्स उचलण्याची कसरत करून तुमच्या स्नायूंना नवं रक्त पोहोचवावं लागेल. तुम्ही तुमच्या स्नायूंवर जितका जास्त ताण द्या, ते काळानुरूप तितकेच जास्त मजबूत होत जातील.

तुमच्या मेंदूचंही असंच आहे. मानसिक स्नायू घडवण्यासाठी तुम्हाला *मानसिक वजन उचलावं* लागेल. तुम्हाला तुमच्या मेंदूवर जास्त दबाव आणि ताण द्यावा लागेल, तुमची सर्व मानसिक ऊर्जा विचार आणि उपाय शोधण्यावर केंद्रित करावी लागेल. जेणेकरून तुमच्या ध्येयाच्या मार्गात येणाऱ्या सर्व समस्या सोडवल्या जातील.

नियमितपणे विचारमंथन करा

बुद्धी अधिक चांगली करण्याचं आणि सर्जनशीलता वाढवण्याचं सर्वांत शक्तिशाली तंत्र आहे, ज्याला मी 'विचारमंथन' म्हणतो. त्याची काम करण्याची पद्धत सरळ आहे. परिणामही आश्चर्यकारक आणि आयुष्य बदलणारे आहेत.

विचारमंथनाची प्रक्रिया कागदापासून सुरू होते. या कागदावर तुम्ही तुमचं ध्येय प्रश्नाच्या रूपात लिहून काढा. हा प्रश्न जितका सरळ आणि स्पष्ट असेल, त्याची प्रतिक्रिया म्हणून येणाऱ्या उत्तरांची गुणवत्ताही तितकीच चांगली असेल.

उदाहरणार्थ, ''मी जास्त पैसे कसे कमावू शकतो?'' हा प्रश्न लिहिण्याऐवजी ''मी पुढच्या चोवीस महिन्यांत माझं उत्पन्न दुप्पट कसं करू शकतो?'' असं तुम्ही लिहिलं पाहिजे.

त्यापेक्षाही चांगलं म्हणजे, तुम्ही आज ५० हजार डॉलर्स दरवर्षी कमवत असल्यास ''३१ डिसेंबर (नेमकं वर्ष लिहा) पर्यंत दरवर्षी एक लाख डॉलर कसे कमावू शकतो?'' असा तुमचा प्रश्न असायला हवा.

तुमचं प्रत्येक उत्तर 'तीन पी असणाऱ्या फॉर्म्युल्याचा वापर करून लिहिलं जायला हवं. ते वैयक्तिक (personal), सकारात्मक (positive) आणि वर्तमान काळात (present) असायला हवं. वेगळ्या शब्दांत सांगायचं तर तुमची उत्तरं संकल्पाद्वारे किंवा जागृत मनाद्वारे अचेतन मनाला दिलेल्या निर्देशांनुरूप लिहिली जायला हवीत. साधारणपणे तुम्ही कागदावर उत्तरं लिहाल आणि ती विसरून जाल. पण काही काळानंतर अतिजागृत मनाच्या कार्यपद्धतीच्या फलस्वरूप तुम्ही तुमच्या आयुष्यात अशा संधी आकर्षित कराल, त्यामुळे तुमचं उत्तर सक्रिय होऊन काम करू लागेल.

या पद्धतीवर प्रभुत्व मिळवणं

तुम्ही कागदावर तुमचा प्रश्न लिहून घ्या, मग त्या प्रश्नाची कमीतकमी वीस उत्तरं देण्याची स्वतःला शिस्त लावून घ्या. तुम्ही वीसपेक्षा जास्त उत्तरं लिहू शकता, पण कमीतकमी वीस उत्तरं देणं अनिवार्य आहे.

पहिली तीन ते पाच उत्तरं सोपी असतील. 'जास्त मेहनत करा', 'लवकर सुरुवात करा आणि उशिरापर्यंत काम करा', 'जास्त मूल्यं असलेली कामं करा' अशा उत्तरांचा तुम्ही पटापट विचार करू शकता.

तुमची पुढची पाच उत्तरं जरा अवघड असतील. प्रश्नाचं उत्तर देण्यासाठी तुम्हाला कमी स्पष्ट पण जास्त सर्जनशील पद्धतीनं, मेहनतीनं विचार करावा लागेल आणि जास्त खोलात जावं लागेल.

तुमची अखेरची दहा उत्तरं सर्वांत अवघड असतील. कित्येक लोकांना हे इतकं कठीण वाटतं, की त्यांचा मेंदू जणू रिकामा होऊन जातो. त्यांचे डोळे कोरडे होतात. त्यांच्या मेंदूत रक्ताचा प्रवाह वेगानं झाल्यामुळे त्यांना चक्कर येऊ लागते. 'मानसिक वजन उचलण्याच्या' प्रक्रियेमुळे हे असं होतं.

अर्थात, कितीही वेळ लागला, तरी या अभ्यासाच्या सुरुवातीला तुम्हाला स्वतःला शिस्त लावून घ्यावी लागेल. जेणेकरून तुमच्याकडे वीस उत्तरं होत नाहीत तोपर्यंत तुम्ही लिहीत राहाल. कित्येकदा तुमचं उत्तर इतकं क्रांतिकारी असेल, की त्यामुळे तुमचे हजारो डॉलर्स, शेकडो तासांची मेहनत वाचेल. जो तुमचं आयुष्य आणि करिअर बदलतो, तो तुमचा प्रेरित विचारच तुमचं शेवटचं उत्तर असतो.

एक काम निवडा

तुमच्याकडे कमीतकमी वीस उत्तरं झाल्यावर तुमची यादी पुन्हा पहा आणि उत्तरांचं विश्लेषण करा. मग तुम्ही तुमच्या ध्येयाकडे जास्त वेगानं जाण्याचं किंवा समस्या सोडवण्यासाठी तत्काळ करू शकता असं, कमीतकमी एक काम निवडा.

तुम्ही वीस उत्तरांच्या यादीतून सर्वांत चांगलं उत्तर निवडून ते एका नव्या कागदावर प्रश्नाच्या रूपात लिहिल्यास प्रक्रियेचा प्रभाव तुम्ही कित्येक पटींनी वाढवू शकता. तुम्ही या प्रश्नांचीही वीस उत्तरं देऊ शकता का हे पहा. हा संयुक्त अभ्यास न्यूट्रल कारच्या एक्सलरेटरवर पाय ठेवल्याप्रमाणे तुम्हाला मानसिकदृष्ट्या चपळ करेल. तुमचा मेंदू मानसिक ऊर्जेनं चमकेल, नाचेल आणि ख्रिसमस ट्रीच्या चमकत्या दिव्याप्रमाणे विचारांनी झगमगेल.

उदाहरणार्थ, ''मी पुढच्या चोवीस महिन्यांत १००,००० डॉलर्सपर्यंत माझं उत्पन्न दुप्पट कसं करू शकतो?'' हा तुमचा पहिला प्रश्न असू शकतो. ''मी दररोज दोन तास जास्त काम करतो'', हे तुमचं उत्तर असू शकतं.

तुम्ही ही उत्तरं एका नव्या कागदावर प्रश्नाच्या रुपात लिहू शकता. ''मी दररोज दोन जास्त जास्तीचा उत्पादक वेळ मिळवण्यासाठी काय करू शकतो?'' मग तुम्ही वीस वेगवेगळ्या गोष्टी लिहायला सुरुवात करा. त्यातून तुम्ही दररोज दोन अतिरिक्त तास उत्पादक कामासाठी वेळ काढू शकता.

तुम्ही कोणतंही उत्तर निवडा, त्यानुसार तत्काळ कामाला लागा. कोणतीतरी गोष्ट करा, काहीतरी करा. तुम्ही या अभ्यासानं जितक्या वेगानं काम करता, दिवसभर तुमच्या विचारांचा प्रवाह तितकाच जास्त आणि निरंतर राहील. तुम्ही हे विचार निर्माण केले, पण त्या-अनुरूप काम केलं नाही, तर सर्जनशील प्रवाह मंदावेल आणि थांबेल.

प्रत्येक ध्येयावर विचारमंथनाचा प्रयोग करा

हा अभ्यास करण्यासाठी सर्वांत चांगली वेळ सकाळची आहे. तुमच्या स्पायरल वहीत तुमचं ध्येय पुन्हा लिहिल्यानंतर लगेच... दररोज सकाळ तुम्ही एक ध्येय एका प्रश्नाच्या रूपात लिहू शकता आणि मग त्या प्रश्नाची वीस उत्तरं शोधू शकता. तुम्ही तत्काळ तुमच्या एखाद्या उत्तरावर काम करून अंमलबजावणी करण्याच्या मागे लागू शकता.

ध्येय पुरेसं मोठं आणि महत्त्वाचं असल्यास तुम्ही त्या ध्येयाबाबत हा अभ्यास पुन्हा पुन्हादेखील करू शकता. तुम्ही तेच उत्तर पुन्हा पुन्हा लिहीत असल्याची चिंता करू नका. तुम्ही याचा जितका जास्त अभ्यास कराल तितकेच तुम्ही अनपेक्षित

क्रांतिकारक विचारांना प्रेरित करण्याची शक्यता जास्त असेल. प्रेरणेची चमक येण्यात काही दिवस किंवा आठवडे मेहनत करावी लागू शकते. पण तुम्ही धैर्यवान आणि संकल्पवान रहा, ती चमक नक्की येईल.

विचार उत्पन्न होण्याची संग्रहित शक्ती

कल्पना करा, की तुम्ही आठवड्यातील पाच दिवस दररोज हा अभ्यास करत आहात. तुमच्या मेंदूला आराम मिळण्यासाठी, तो रिलॅक्स होण्यासाठी तुम्ही वीकएंडला सुट्टी घेऊ शकता. तुम्ही हा अभ्यास दर आठवड्याला पाच दिवस केल्यास पुढील बारा महिन्यांत तुम्ही पाच हजार विचार निर्माण कराल. तुम्हाला तुमच्या सुट्टीच्या काळात याबाबत विचार करण्याची गरजही पडणार नाही.

तुम्हाला तुमच्या ध्येयांकडे जास्त वेगाने घेऊन जाणारा एक नवीन विचार तुम्ही दररोज लागू केल्यास दर आठवड्याला पाच विचार होतील आणि दरवर्षी २५० विचार! याचा अर्थ असा, की तुम्ही आयुष्यात दरवर्षाला २५० नव्या विचारांवर काम करता.

आता इथं एक प्रश्न आहे की, हा अभ्यास नियमित केल्यामुळे तुमच्या आयुष्यावर आणि भविष्यावर काही परिणाम होईल असं तुम्हाला वाटतं का? बहुतांश लोकांकडे वर्षभर खूप कमी विचार असतात, अशा जगात या अभ्यासामुळे तुम्ही तुमच्या क्षेत्रात जास्त चांगल्या स्थितीत असाल? तुम्ही दररोज हे काम केल्यास लवकरच कोणत्याही गोष्टीत श्रीमंत आणि यशस्वी होऊ शकता असं तुम्हाला वाटतं का? मला वाटतं, उत्तर स्पष्ट आहे.

एका चांगल्या विचारामुळे तुमची खूप वर्षांची कठोर मेहनत किंवा हजारो डॉलर्स वाचू शकतात. खूप चांगल्या विचारांचा संग्रह तुम्हाला अपयशाविना श्रीमंत, खूश आणि यशस्वी करू शकतो.

उपायावर लक्ष केंद्रित करा

आधी सांगितल्यानुसार यशस्वी लोक प्रामुख्यानं *उपाय*केंद्रित असतात. खरं म्हणजे, आयुष्यातील समस्या आणि आव्हानं न संपणारी आहेत. समस्यांच्या या नदीत अधूनमधून येणाऱ्या संकटांमुळे केवळ खंड पडतो. त्यामुळे तुलनात्मकदृष्ट्या समस्या छोट्या होतात.

तुम्ही व्यग्र आयुष्य जगत असाल तर कदाचित तुम्हाला दोन-तीन महिने कोणत्या ना कोणत्या संकटांचा अनुभव येत असेल. तुमच्या आयुष्यात व्यावसायिक संकटं असतील, कौटुंबिक संकटं असतील, आर्थिक संकटं असतील, आरोग्याशी

संबंधित संकटं असतील आणि अन्य कितीतरी संकटं असतील. समस्या आणि संकटं कधी थांबत नाहीत. ती समुद्राच्या लाटांप्रमाणे सातत्यानं येतच राहतात. या समस्यांना आणि संकटांना प्रत्युत्तर देणं या एकमात्र पैलूवर तुम्ही नियंत्रण ठेवू शकता. हीच तुमच्या यशाची गुरुकिल्ली आहे.

यशस्वी लोक समस्यांना परिणामकारक पद्धतीनं सामोरे जातात. अयशस्वी लोक असं करत नाहीत. यशस्वी लोक खोलवर श्वास घेतात, रिलॅक्स होतात आणि नेमकेपणानं विचार करतात. ते प्रत्येक स्थितीत चांगल्याच्या शोधात असतात. ते महत्त्वाच्या धड्याचा, बोधाचा शोध घेत असतात. सर्वांत महत्त्वाचं, काय झालं होतं आणि त्यासाठी कोण दोषी आहे याचा विचार करण्याऐवजी ते शक्य त्या उपायांवर लक्ष केंद्रित करतात.

प्रत्येक समस्येशी प्रभावी पद्धतीनं दोन हात करा

गणितातील प्रश्न सोडवण्याची एक प्रक्रिया असते, त्याच प्रकारे बिझनेसमधील आणि आयुष्यातील समस्या सोडवण्याचीही एक प्रक्रिया असते. ती शिकून घेऊन तुमच्या करिअरमध्ये तिचा वापर करू शकता. त्यासाठी तुम्ही समस्या सोडवण्याचं काम योजनाबद्ध आणि व्यवस्थितपणे करण्याची आवश्यकता असते.

- ***पहिलं पाऊल : समस्येची स्पष्ट शब्दांत व्याख्या करा***

योग्य पद्धतीनं व्याख्या केल्यानं समस्या अर्धी सुटते. समस्या नेमक्या पद्धतीनं स्पष्ट न करताच लोक उपायाच्या शोधात कितीतरी वेळ वाया घालवतात हे आश्चर्यजनक आहे.

- ***दुसरं पाऊल : या समस्येची सर्व संभावित कारणं कोणती आहेत, हे विचारा.***

समस्येच्या स्पष्ट आणि अस्पष्ट या दोन्ही प्रकारच्या कारणांचा शोध घ्या. समस्या कशी सुरू झाली, तिचं मूळ कुठे आहे, ती कशी निर्माण झाली, कोणतं महत्त्वाचं तत्त्व बदलल्यामुळे समस्या निर्माण झाली, कोणत्या मान्यतांमुळे ती निर्माण झाली? ज्या प्रकारे डॉक्टर एखाद्या रुग्णाची सखोल तपासणी करतो, त्याच प्रकारे तुम्हाला कोणतीही समस्या सोडवण्याचा प्रयत्न करण्यापूर्वी समस्येचा पूर्ण तपास करायला हवा.

- ***तिसरं पाऊल : सर्व शक्य उपाय काय आहेत हे विचारा.***

समस्येची व्याख्या केल्यावर थेट उपायांवर उडी मारणाऱ्या सर्वसामान्य लोकांच्या स्वाभाविक प्रवृत्तीपासून दूर रहा. नेहमी विचारा, ''दुसरा उपाय काय आहे?''

कित्येकदा सर्वांत चांगला उपाय काहीही न करणं हा असतो. कित्येकदा सर्वांत चांगला उपाय जास्त माहिती गोळा करणं हा असतो. कित्येकदा सर्वांत चांगला उपाय म्हणजे, 'ही समस्या माझी नाही' असं समजून घेऊन त्याबाबतची जबाबदारी असलेल्या अन्य कोणाकडे तरी पाठवणं, हा असतो.

- ***चौथं पाऊल : या उपायातून काय साध्य व्हायला हवं हे विचारा.***

तुम्ही काही शक्य उपाय शोधल्यास त्यांची पडताळणी करायला हवी. कोणता उपाय किती प्रभावी आहे याचं मूल्यांकन कसं करायचं? तुम्हाला त्या उपायातून काय साध्य करायचं आहे ही एकमेव पद्धत तुम्हाला आधीच निश्चित करायची आहे.

ऑपरेशन यशस्वी झालं, पण रुग्णाचा मृत्यू झाला, हे वाक्य तुम्ही ऐकलंच असेल. आपण उपाय शोधतो आणि त्यानुसार काम करू लागतो, पण समस्या केवळ तशीच राहते असं नाही, तर आपण पावलं टाकल्यानंतर स्थिती आणखी बिघडते.

समस्या सोडवण्याच्या वेळी तुमच्या डोक्यात आलेल्या उपायामुळे तुमचा मनाजोगा उद्देश साध्य होत असल्याची खात्री करून घ्या.

- ***पाचवं पाऊल : उपाय लागू करण्याची निश्चित जबाबदारी एक तर स्वत: घ्या किंवा इतरांवर सोपवा***

तुम्ही आदर्श उपाय निवडल्यावर त्यानुसार कार्यवाही करण्यासाठी एक अंतिम कालावधी निश्चित करा. उपाय यशस्वी ठरेल की नाही हे तुम्ही निश्चित करेपर्यंत विशिष्ट कालावधी तयार करा.

समस्या सोडवण्याचा वार्तालाप एखाद्या विशिष्ट उपायापर्यंत घेऊन जात नाही. त्यामुळे व्यक्तिगत जबाबदारी आणि अंतिम कालावधी निश्चित केला जात नाही आणि हीच एक समस्या बनते जी वारंवार येते आणि सोडवलीही जात नाही, ती तशीच राहते.

एखादी समस्या सोडवण्याच्या या सुनियोजित पद्धतीचा अभ्यास तुम्हाला त्याची सवय होईपर्यंत करत रहा. या पद्धतीचा वापर केल्यामुळे तुम्ही किती जास्त प्रभावी होता आणि त्याचे किती चांगले परिणाम होतात हे पाहून तुम्ही आश्चर्यचकित व्हाल.

विजयाची आणि यशाची चावी

इतिहासातील युद्ध आणि युद्धकलांच्या अभ्यासात छोट्या सेनेने मोठ्या सेनेला पराभूत केलं, अशा स्थितींनी मला नेहमीच मंत्रमुग्ध केलं आहे. प्रत्येक बाबतीत

माझ्या निदर्शनास आलं, की संख्यात्मकदृष्ट्या छोटी सेना आक्रमणात आणि अंमलबजावणीमध्ये मोठ्या संख्येने असलेल्या सेनेच्या तुलनेत जास्त व्यवस्थित, सुनियोजित आणि नेमकी होती.

अशाच प्रकारे, सर्वसामान्य माणसाकडे समस्या सोडवण्याची योग्य पद्धत किंवा उपाय असल्यास तो कोणत्याही योजना किंवा पद्धतींशिवाय आपल्या समस्या सोडवण्याचा प्रयत्न करणाऱ्या जास्त बुद्धिमान किंवा उच्चशिक्षित लोकांपेक्षा पुढे निघून जाऊ शकतो.

विचारमंथन आणि सुनियोजित नीती या दोन पद्धती तुमच्या आयुष्यातील अपरिहार्य समस्या आणि आव्हानं यांवर विजय मिळवण्यासाठी जबरदस्त फायदेशीर ठरतात.

हे लिहा

नेहमी कागदावर विचार करा. गोष्टी लिहून काढा. तुम्ही लिहिता तेव्हा मेंदू आणि हात यांत काहीतरी होतं. समाविष्ट केलेल्या मुद्द्यांबाबत तुम्हाला स्पष्टता आणि समज यांची जास्त जाणीव होते. तुम्ही अधिक चांगला विचार करता. तुमची अनुभूती पूर्वीपेक्षा जास्त टोकदार होते. तुम्ही एखाद्या गोष्टीबाबत विचार करता तेव्हा निर्णय घेण्यापूर्वी प्रत्येक गोष्ट लिहिल्यामुळे तुम्ही खरं तर जास्त स्मार्ट आणि सर्जनशील होता.

बुद्धीबळातील पुढच्या चालींचा विचार करा

तुम्ही अतिशय सशक्त सर्जनशील विचाराचा अभ्यास करू शकता. त्याला 'परिस्थिती नियोजन' असं म्हटलं जातं. परिस्थिती नियोजन करताना तुम्ही आयुष्याच्या खेळात कित्येक पावलं पुढचा विचार करून भविष्यात काय होऊ शकतं याचा विचार करता.

अर्थात, भविष्य बहुतांश अनोळखी आणि अनिश्चित असतं. पण, आजच्या निश्चित प्रवृत्ती भविष्यातही कायम राहतील. खंड न पडल्यास तुमच्या आजूबाजूला घडणाऱ्या काही घटना या प्रवृत्तींना प्रभावित करतील. त्या घटना अनपेक्षित असू शकतात. त्यामुळे तुम्हाला तुमच्या योजना बदलण्याची गरज पडू शकते.

दोन प्रश्नांची उत्तरे द्या

परिस्थिती नियोजनात तुम्ही स्वतःला दोन प्रश्न विचारता. पहिला – पुढील महिन्यांत किंवा वर्षांत अशा कोणत्या तीन वाईट गोष्टी आहेत ज्यांचा तुमच्या बिझनेसवर किंवा वैयक्तिक आयुष्यावर नकारात्मक परिणाम होऊ शकतो?

त्या लिहून काढा. संपूर्ण निर्ममतेनं प्रामाणिक रहा. सर्वश्रेष्ठतेची इच्छा किंवा आशा ठेवू नका. उदाहरणार्थ कल्पना करा, की तुमच्या सर्वांत चांगल्या ग्राहकांचा बिझनेस उद्ध्वस्त होईल किंवा तुमच्याकडून खरेदी केलेल्या प्रॉडक्ट किंवा सेवांसाठी भरपाई करण्यास ते असमर्थ ठरतील. तेव्हा तुम्ही काय कराल? तुमची प्रतिक्रिया काय असेल? तुम्ही या वाईट शक्यतेपासून स्वतःचं रक्षण करण्यासाठी काय पावलं टाकू शकता?

त्यानंतर आगामी महिन्यांत किंवा वर्षांमध्ये होणाऱ्या सर्वांत चांगल्या तीन गोष्टी कोणत्या हे स्वतःला विचारा.

या दोन प्रश्नांची उत्तरं मिळाल्यावर तुम्ही कोणत्याही घटनेसाठी स्वतःला तयार करण्याच्या उद्देशानं विचारमंथन करू शकता. एखाद्या आपत्तीची शक्यता असल्यास त्यातून 'मी माझं रक्षण कसं करू शकतो', हे स्वतःला विचारा. मग या प्रश्नाची वीस उत्तरं तयार करा.

जर ही संभावित संधी असल्यास, ही संधी प्रत्यक्षात उतरण्याची शक्यता कशी वाढवता येईल किंवा तिचा लाभ आज कसा घेता येईल, हे स्वतःला विचारा. या प्रश्नाचीही वीस उत्तरं लिहा.

तुम्ही जेव्हा हे स्वतःला विचारता तेव्हा तळपत्या विजेसारखे विचारांना आणि ज्ञानाला प्रेरित करता. तुम्ही या मुख्य प्रश्नांबाबत जितका जास्त विचार करता, तितकी तुम्हाला ज्ञानाची आणि प्रेरणेची चमक मिळावी आणि त्यातून संधींना कवेत घेण्यासाठी किंवा धोक्यांपासून वाचण्यासाठी समर्थ व्हावं म्हणून तुमच्या अतिचेतन मनाला अधिकाधिक प्रेरित करता.

तुमचे पर्याय तयार ठेवा

तुमच्या व्यक्तिगत जीवनसिद्धान्ताचा खूप महत्त्वाचा भाग पर्याय तयार करणं आहे. तुमच्याकडे जितके जास्त सुविकसित प्रकल्प असतात, तितकेच जास्त तुम्ही स्वतंत्र असता, हा नियम आहे.

तुमचं ध्येय यशस्वी, सुखी आणि स्वतंत्र होण्याचं आहे, तर तुमच्याकडे पर्याय असले पाहिजेत. प्रत्येक परिस्थितीत तुम्ही जी पावलं टाकू शकता, ती एकापेक्षा जास्त असायला हवीत. तुम्ही कधीही अशा एखाद्या जागी फसू नका, जिथं तुमच्या समोर केवळ एकच मार्ग खुला असेल.

जेव्हा तुम्ही तुमचं पहिलं काम कराल, पहिली गुंतवणूक कराल किंवा आयुष्याच्या कोणत्याही टप्प्यावर सुरुवात कराल, तेव्हा तुम्हाला तत्काळ त्याचा काहीतरी पर्याय शोधायला सुरुवात केली पाहिजे. जेणेकरून एखादी गडबड झाल्यास अडचण निर्माण होणार नाही.

प्लॅन बी विकसित करा

एकोणिसाव्या शतकात जर्मनीतील 'आयरन चान्सलर' ऑट्टो वॉन बिस्मार्क यांना त्यांच्या काळातील थोर नेता मानलं जायचं. त्यांनी प्रतिस्पर्धी देशांना, प्रांतांना आणि शक्तींना एकमेकांविरोधात भडकावून जर्मनीला एकीकृत देश बनवण्याचं काम केलं. त्यांचं राजकीय आयुष्य तडजोडीची अंतहीन प्रक्रिया होतं आणि त्यात हार-जीत होत राहायची.

मुख्य योजनेवर तडजोड करण्यापूर्वीच बॅकअप प्लॅन करण्यासाठी बिस्मार्क प्रसिद्ध होते. 'प्लॅन बी' किंवा 'बिस्मार्क प्लॅन' या नावानं तो प्रसिद्ध झाला. तुमच्याकडेही तुमच्या व्यावसायिक आणि वैयक्तिक आयुष्यातील प्रमुख भागांसाठी नेहमी 'प्लॅन बी' असायला हवा.

तुमचा 'प्लॅन बी' काय आहे? तुमची सध्याची नोकरी, करिअर किंवा काम यांत अडचणी आल्यास तुमचा बॅकअप प्लॅन काय आहे? तुमची सध्याची गुंतवणूक परिणामकारक नसल्यास किंवा तुम्ही सर्वश्रेष्ठ पद्धतीनं केलेल्या योजना काम करत नसल्यास तुमचा बॅकअप प्लॅन काय आहे? तुमच्याकडे पर्याय काय आहेत? तुम्ही उद्या रस्त्यावर आलात किंवा तुम्हाला पुन्हा सुरुवात करावी लागली तर तुम्ही काय कराल?

तुमच्याकडे जितके जास्त पर्याय असतात, तितकंच जास्त मानसिक स्वातंत्र्यही असतं. कोणत्याही परिस्थितीत तुम्ही जितक्या जास्त पर्यायांचा विचार करता आणि ते विकसित करता, तुमच्याकडे तितकीच जास्त शक्ती असते. तुम्ही काम करत असलेली योजना अयशस्वी झाल्यावर जितक्या जास्त पर्यायी योजना असतात, तुमच्याकडे तितकाच जास्त आत्मविश्वास असतो. त्यासाठी तुम्ही आयुष्यात 'कार्य-स्वातंत्र्याची' मर्यादा वाढवून घेण्याची महत्त्वाची गोष्ट करू शकता. सध्या गोष्टी कितीही चांगल्या पद्धतीनं होत असल्या, तरी पर्याय तयार करण्याच्या सर्जनशीलतेचा सातत्यानं वापर करा.

दीर्घकालीन विचार

तुमच्या बिझनेस आणि करिअरमध्ये शक्य असेल तितका अधिकाधिक पैसा मिळवणं आणि आर्थिक स्वातंत्र्य मिळवणं, हे तुमचं अंतिम ध्येय आहे. आपल्या समाजात संपूर्ण उन्नती, संपूर्ण आर्थिक स्वातंत्र्य कोणत्या ना कोणत्या प्रकारचं मूल्य जोडल्याने मिळतं. मूल्य जोडल्यावर वाढलेलं उत्पन्न, लाभ किंवा लाभांशाच्या रूपात तुम्ही स्वतः त्या मूल्याचा थोडा भाग मिळवता. हा बाजाराच्या अर्थशास्त्राचा मूलभूत नियम आहे आणि बहुतांश मूलभूत आर्थिक नियमांनुसार आपल्या सध्याच्या

समाजात काम करणाऱ्या अधिक लोकांना याबाबत माहिती नाही किंवा त्यांनी चुकीचं समजून घेतलं आहे.

तुमच्या विचारमंथन अभ्यासात तुम्ही एक प्रश्न असा विचारू शकता, की मी आज माझ्या ग्राहकांसाठी माझं मूल्य वाढवण्यासाठी काय करू शकतो?

तुम्ही विचारू शकता की, माझे आदर्श ग्राहक कोण आहेत? मी माझ्या आदर्श ग्राहकांना सामान खरेदी करण्यासाठी जास्त आकर्षित करण्यासाठी काय करू शकतो?

सर्वांत चांगलं म्हणजे, तुम्ही स्वतःला विचारा की जे ग्राहक मला मिळवायचे आहेत ते मिळवण्यासाठी मला काय करावं लागेल? तुम्ही कोणती गोष्ट जास्त करू शकता, जेणेकरून तुम्ही त्या प्रकारच्या जास्त ग्राहकांचे हक्कदार व्हाल, जे तुम्हाला खरोखरच हवे आहेत?

तुमचं मूल्य सतत वाढवा

नेहमी कोणत्या ना कोणत्या प्रकारे जास्त वेगवान, अधिक चांगल्या, जास्त स्वस्त किंवा जास्त सहजपणे काम करून स्व-मूल्य वाढवण्याच्या पद्धती शोधण्यासाठी तुमच्यातील सर्जनशीलतेचा वापर करत रहा. 'डिझर्व्ह' या शब्दाचं लॅटिन मूळ आहे 'सेवेद्वारा', त्याच प्रकारे तुम्हाला तुमच्या ग्राहकांची अधिक चांगली सेवा करून जास्त मोठे पुरस्कार प्राप्त करण्याच्या पद्धती नेहमी शोधत राहिल्या पाहिजेत.

शेवटच्या विश्लेषणात - समाजाचा एक सदस्य म्हणून आर्थिक प्रणालीचा 'खेळाडू' म्हणून तुम्ही तुमच्या प्रतिस्पर्ध्यांच्या तुलनेत लोकांना किती चांगली सेवा देऊ शकता या योग्यतेवर तुम्हाला संपत्ती, पुरस्कार मिळतील. दररोज तुमची कंपनी, तुमचा उद्योग आणि तुमच्या जगाप्रति स्वतःला जास्त मूल्यवान करण्याच्या पद्धती शोधत रहा. त्यासाठी तुमच्या बुद्धीचा आणि सर्जनशीलतेचा वापर करा. तीच वैयक्तिक प्रतिभेची खरी ओळख आहे.

✵ तुमच्या जन्मजात सर्जनशीलतेचे कुलूप उघडा

१. तुमचं सर्वांत महत्त्वाचं ध्येय किंवा सर्वांत महत्त्वाची समस्या लिहा. ते एका कागदावर सर्वांत वर प्रश्नाच्या रूपात लिहा. मग तुम्ही त्या प्रश्नाची वीस उत्तरं लिहा आणि त्यातील कोणत्याही एका उत्तराची तत्काळ अंमलबजावणी करण्याची स्वतःला शिस्त लावा.

२. प्रत्येक समस्या संपुष्टात आणण्याचं सुनियोजित धोरण ठरवा. सर्वांत आधी तिची नेमकी व्याख्या करा. मग शक्य त्या उपायांचा विचार करा, त्यानंतर निर्णय घ्या आणि लवकरात लवकर उपायांची अंमलबजावणी करा.

३. कागदावर विचार करा. प्रत्येक समस्येचा किंवा ध्येयाचा सविस्तर तपशील लिहा आणि मग समस्या सोडवण्यासाठी किंवा ध्येय साध्य करण्यासाठी सरळ, व्यावसायिक पद्धतींचा शोध घ्या.

४. पुढच्या काही महिन्यांमध्ये तुमच्या बाबतीत कोणत्या सर्वांत चांगल्या किंवा वाईट घटना घडणार आहेत, हे ओळखा. तुम्ही सर्वांत वाईट परिणाम कमी करण्यासाठी किंवा लाभ वाढवण्यासाठी किंवा सर्वांत चांगल्या परिणामांची शक्यता वाढवण्यासाठी काय करू शकता, हे निश्चित करा.

तुमच्याकडे जितके पर्याय असतात, तितकंच जास्त स्वातंत्र्य असते. तुमच्या व्यावसायिक आणि व्यक्तिगत आयुष्यातील प्रत्येक क्षेत्रासाठी 'प्लॅन बी' तयार करा.

२०
दररोज काहीतरी करा

माझं यश दररोज हातांनी करण्याच्या कामांवर कठोर मेहनत घेतल्याचा परिणाम आहे.

–जॉनी कार्सन

काही लोक बाकी लोकांपेक्षा का यशस्वी असतात, याचा अभ्यास करण्यासाठी बरीच वर्षं अनेक संशोधनं करण्यात आली. शेकडो–हजारो विक्री प्रतिनिधींशी, कर्मचाऱ्यांशी आणि व्यवस्थापकांशी चर्चा करण्यात आली. त्यांचा अभ्यास, संशोधन करण्यात आलं, जेणेकरून यशाच्या सर्वसाधारण गुणांची ओळख व्हावी. यशाचं एक खूपच महत्त्वाचं तत्त्व पुन्हा पुन्हा मिळालं. ते म्हणजे 'कर्म–केंद्रित' होण्याचा गुण.

यशस्वी लोक खूपच कर्म–केंद्रित असतात. ते अयशस्वी लोकांपेक्षा जास्त वेगानं पुढे जातात. ते जास्त व्यग्र असतात. ते जास्त आणि खूप मेहनतीनं प्रयत्न करतात. ते सकाळी थोडं लवकर उठतात आणि संध्याकाळी थोड्या उशिरापर्यंत काम करतात. ते नेहमीच गतिशील असतात.

दुसरीकडे, अयशस्वी लोक शेवटच्या क्षणी कामाला सुरुवात करतात आणि संधी मिळताच ते काम सोडून देतात. ते कॉफी ब्रेक, लंच ब्रेक, वैद्यकीय रजा आणि सुट्ट्यांच्या दर मिनिटाची पूर्ण काळजी घेतात. ते कित्येकदा सांगत राहतात, ''मी ऑफिसमध्ये नसतो तेव्हा कामाचा अजिबात विचार करत नाही''.

अपयशाची कहाणी

आमच्याकडे एक कर्मचारी होता. तो नेहमी उशिरा यायचा. आम्ही त्याच्याशी याबाबतीत बोललो, तेव्हा त्यानं सांगितलं, की त्याला ट्रॅफिकमुळे उशीर होतो. घरातून लवकर निघावं, जेणेकरून ट्रॅफिकची समस्या येणार नाही, असं आम्ही त्याला सुचवलं. ते ऐकून त्याला धक्का बसला. तो म्हणाला, ''मी घरातून लवकर निघालो आणि ट्रॅफिक नसेल तर मी वेळेपूर्वी ऑफिसला पोहोचेन. मी असं कसं करू शकतो?''

आता हे सांगण्याची गरज नाही, की आम्ही लवकरच त्याला आमचं ऑफिस सोडायला सांगितलं आणि जबाबदारी तसंच समर्पणाची जाणीव असलेल्या दुसऱ्या व्यक्तीला कामावर घेतलं. कालांतरानं आम्ही ऐकलं, की तो उशिरा येणारा कर्मचारी त्याच्या पूर्ण करिअरमध्ये अर्धवेळाच्या कामांत आणि शेवट नसलेल्या अशा बेरोजगारीच्या चक्रात अडकून राहिला. त्याच्या दृष्टिकोनामुळे तो पुन्हा पुन्हा अपयशी होणं निश्चित होतं.

भरपाईचा नियम

'कॉम्पेन्सेशन' या आपल्या प्रसिद्ध निबंधात राल्फ वॉल्डो इमर्सन यांनी लिहिलं होतं, की तुम्हाला आयुष्यात नेहमी योगदानाच्या मूल्याइतकीच भरपाई मिळेल. तुम्हाला तुमच्या पुरस्कारांची संख्या वाढवायची असल्यास तुमच्या परिणामांची गुणवत्ता आणि संख्या वाढवावी लागेल. तुम्ही जास्त गोष्टी बाहेर काढू इच्छित असल्यास तुम्हाला जास्त गोष्टी आत टाकाव्या लागतील. त्याशिवाय दुसरा कोणताही उपाय नाही.

नेपोलियन हिल यांच्या निदर्शनास आलं, की यशस्वी स्त्री तसंच पुरुष ज्यांच्यापैकी बहुतांश लोकांनी गरिबीतून आणि शून्यातून सुरुवात केली होती, त्यांनी आयुष्याच्या सुरुवातीलाच स्वतःला एक मैलापर्यंत पुढे जाण्याची सवय लावून घेतली होती आणि हा त्यांचा प्रमुख गुण होता. एका जुन्या म्हणीनुसार त्यांना आढळलं, की 'अतिरिक्त मैलाच्या रस्त्यावर कधी ट्रॅफिक जॅम होत नाही.'

'सेल्फ-मेड' मिलिअनेअर्सचा गुण

सेल्फ-मेड मिलिअनेअर्सच्या एका अभ्यासात अभ्यासकांनी शून्यापासून सुरुवात करून आपल्या करिअरमध्ये मिलिअनेअर झालेल्या हजारो स्त्री-पुरुषांशी संवाद साधला. या सर्व सेल्फ मेड मिलिअनेअर्सचं एकमत होतं, की त्यांनी केलेल्या भरपाईच्या जास्त कामामुळे त्यांना नेहमी यश मिळालं. त्यांनी त्यांच्या कामातूनच सवय लावून घेतली होती, की त्यांना जितकं मिळेल, त्यापेक्षा ते जास्त काम करतील. त्यांच्याकडून जितकी अपेक्षा केली जायची, ते त्यापेक्षा जास्त योगदान देण्याच्या पद्धती शोधत राहायचे.

करिअरमध्ये आयुष्यभर यश

मी बिझनेस पदवीच्या विद्यार्थ्यांसमोर भाषण देतो, तेव्हा ते थोड्या चिंतेनं मला नेहमी विचारतात, की कामकाजाच्या जगात यशस्वी होण्यासाठी काय करायला हवं यासाठी मी काही विचार किंवा सूचना देऊ शकतो का? मी त्यांना नेहमी एक सल्ला

देतो. तो तरुणपणात माझ्यासाठी परिणामकारक होता आणि तो प्रत्येक व्यक्तीच्या करिअरच्या प्रत्येक अवस्थेत परिणामकारक असतो.

माझ्या सल्ल्याचे दोन भाग आहेत. पहिला, तुम्ही तुमच्या नव्या कामात प्रभुत्व मिळवताच तुमच्या बॉसला सांगा, की मला जास्त जबाबदारी हवी आहे. तुम्ही या संस्थेत जास्तीतजास्त योगदान देण्याचा संकल्प केला आहे आणि मिळत असल्यास जास्त जबाबदारी हवी आहे असं सांगा.

मी एका मोठ्या कंपनीत तरुण एक्झिक्युटिव्ह म्हणून सुरुवातीला हे वागायला सुरुवात केली तेव्हा माझे बॉस मान हलवून हसले आणि मी रस दाखवल्याबद्दल मला त्यांनी धन्यवाद दिले. पण, काही आठवड्यांपर्यंत काहीच झालं नाही. काही दिवसांनंतर मी माझ्या बॉसला अहवाल द्यायचो आणि परत येताना जास्त जबाबदारी हवं असल्याचं सांगायचो.

तुम्हाला संधी मिळेल

त्यानंतर काही आठवड्यांनी माझ्या बॉसनं मला अभ्यासासाठी आणि मूल्यांकनासाठी एक प्रकल्प दिला. एखाद्या कुत्र्यानं हाड दिसल्यावर उडी मारावी तशी मी त्या प्रकल्पावर उडी मारली आणि धावू लागलो. मी दिवसरात्र आणि वीकएंडला त्या प्रकल्पावर मेहनत घेतली. मी अभ्यास केला आणि क्रमवार तपशील मांडला. त्यानुसार अहवाल बनवून एक प्रस्ताव तयार केला. सोमवारी सकाळी प्रकल्पावर पूर्ण प्रस्ताव तयार करून बॉससमोर गेलो. स्वाभाविकपणे त्यांना आश्चर्य वाटलं. ते म्हणाले, ''काही घाई नव्हती. तू एक-दोन आठवड्यांच्या आधीच परत येशील अशी मला अपेक्षा नव्हती''.

त्यांच्या बोलण्यावर मी धन्यवाद व्यक्त करून त्यांना म्हणालो, ''तुम्ही सांगितल्यानुसार या प्रकल्पाचं मूल्यांकन पूर्ण झालं आहे आणि आता खरोखरच जास्त जबाबदारी मला मिळाली तर आवडेल''.

त्या प्रकल्पाच्या मूल्यांकनानंतर लवकरच परिस्थिती बदलू लागली. एका आठवड्यानंतर मला आणखी एक छोटंसं काम देण्यात आलं, जे माझ्या कार्यकक्षेच्या बाहेरचं होतं. मी पुन्हा एकदा ते काम पकडलं आणि माझ्या योग्यतेअनुसार तातडीनं पूर्ण केलं. एक-दोन आठवड्यांनी बॉसनं आणखी एक काम मला दिलं आणि आठवड्यांनंतर आणखी एक काम...

प्रत्येक बाबतीत काम काहीही असलं, त्याविषयी मला काहीही माहिती असली किंवा नसली तरी माझ्या रिकाम्या वेळात आणि वीकएंडला मी ते काम पूर्ण करण्याच्या तत्काळ मागे लागलो. मी ते काम पूर्ण करायचो आणि लवकरात लवकर बॉससमोर त्याचे निष्कर्ष सादर करायचो.

मिळालेल्या संधीवर वेगानं काम करा

करिअरमध्ये यशस्वी होण्याची इच्छा असलेल्या प्रत्येक व्यक्तीला मी दुसरा सल्ला असा देऊ इच्छितो, की तुम्ही मागितलेली जबाबदारी एकदा तुम्हाला मिळाल्यावर ती पटापट, चांगल्या रीतीनं पूर्ण करा आणि लवकरात लवकर बॉससमोर जाऊन उभे रहा. जणू तुमच्या हातात पिन काढलेला हातबॉम्बच असावा. वेगानं काम करा, वेळ घालवू नका.

तुम्ही जास्त जबाबदाऱ्यांची मागणी करत राहता आणि ती कामं लवकर पूर्ण करता तेव्हा इतरांवर तुमची खूप सकारात्मक छाप पडते.

लवकरच माझ्या बॉसनं मला 'सर्वांत कामाचा माणूस' म्हणून ओळखलं. तत्काळ करायचं कोणतंही काम आल्यावर ते कित्येक एक्झिक्युटिव्ह तिथं वर्षानुवर्षं काम करत असूनही अन्य कोणत्याही एक्झिक्युटिव्हऐवजी मला बोलवायचे. मी त्या संस्थेत वेगानं वर जाऊ लागलो.

संधीसाठी तयार रहा

एके दिवशी त्यांनी मला एक खूप महत्त्वाचं काम दिलं. सामना संपत असताना फूटबॉलचा पास दिला जावा, तसंच हे काम होतं. मी तातडीनं ते काम घेऊन गोलच्या दिशेनं गेलो. वेगानं काम करून, हजार मैलांची भरारी मारून दिवस-रात्र मेहनत करून मी एका घोटाळ्याचा शोध लावला आणि कंपनीचे दोन दशलक्ष डॉलर्स वाचवले. मी दोन दिवसही उशीर केला असता तर कंपनीने तो पैसा कायमचा गमावला असता.

त्या यशानंतर भिंत तुटली. पहिल्यांदा तर मला एक मोठी कामगिरी देण्यात आली आणि मग एका नव्या विभागाची जबाबदारी सोपवण्यात आली, मग आणखी एका नव्या विभागाची, मग तिसऱ्या विभागाची... त्या कंपनीत मी दोन वर्षे काम केल्यानंतर तीन विभागांची जबाबदारी सांभाळत होतो. मी जवळपास ५० दशलक्ष डॉलरचं बिझनेस कामकाज चालवत होतो आणि तीन ऑफिसांमध्ये पन्नासपेक्षा जास्त लोकांचं व्यवस्थापन करत होतो.

यादरम्यान माझे सहकारी बरोबर नऊ वाजता यायचे, एकमेकांबरोर आरामात जेवायचे आणि संध्याकाळी मद्यपान करण्यासाठी दररोज संध्याकाळी पाच वाजता ऑफिसातून बाहेर पडायचे. ते एकमेकांना सांगायचे, की मी नशीबवान होतो किंवा बॉसला आवडायचो म्हणून मी प्रगती करू शकलो. त्यांनी कधी जास्त जबाबदारी घेण्याचं किंवा जास्त वेगानं काम करण्याचं महत्त्व शिकूनच घेतलं नाही.

यशाचं रहस्य

अमेरिकेच्या चेंबर ऑफ कॉमर्सच्या अध्यक्षांनी काही वर्षांपूर्वी निवृत्त होताना आयोजित केलेल्या डिनरमध्ये एक गोष्ट सांगितली. ते अमेरिकेतील सर्वांत सन्मानित व्यावसायिकांपैकी एक होते. त्यांनी उच्च गुणवत्तेच्या कामाची अशी प्रतिमा निर्माण केली होती, ज्या बाबतीत बिझनेमधील प्रत्येक व्यक्ती स्वप्न पाहते.

ते म्हणाले, की तरुणपणात अपयशी आणि गोंधळलेले असताना त्यांनी एका हायस्कूलच्या सूचना फलकावर राखाडी रंगाच्या लंचबॅगवर एक म्हण पाहिली. त्या सूचना फलकाजवळून जाताना त्यांनी त्या लंचबॅगवरचे शब्द वाचले. ते शब्द होते, 'तुमच्याकडून जितक्या कामाची अपेक्षा केली जाते, त्यानंतर तुम्ही जितकं जास्त काम करता, त्याच प्रमाणात आयुष्यातलं तुमचं यश निश्चित होतं'.

त्यांनी श्रोत्यांना सांगितलं, की त्या शब्दांनी त्यांचं आयुष्य बदललं. आपल्या करिअरमध्ये त्या वेळी त्यांना वाटायचं, की इतरांच्या अपेक्षेअनुसार आणि सोपवलेलं काम केलं तर ते पुरेसं असतं. पण त्या क्षणानंतर त्यांच्याकडून जितक्या कामाची अपेक्षा केली गेली त्यापेक्षा जास्त काम करण्याचा संकल्प त्यांनी केला. नेहमी एक मैल पुढे राहण्याचा आणि भरपाईपेक्षा जास्त काम करण्याचा त्यांनी संकल्प केला. त्या दिवसानंतर ते बाकी करिअरमध्ये थोडं जास्त लवकर उठले, थोडी जास्त मेहनत केली आणि उशिरापर्यंत थांबून काम केलं. ते एका कामातून दुसऱ्या कामापर्यंत आणि एका ग्राहकापासून दुसऱ्या ग्राहकापर्यंत जास्त वेगानं गेले.

नेहमी हेच होतं. ते जितक्या वेगानं पुढे गेले, त्यांना तितकाच अनुभव मिळाला. त्यांना जितका जास्त अनुभव मिळाला, ते त्यांच्या कामात तितकेच अधिक चांगले होत गेले. ते जितके चांगले होत गेले, त्यांना कमी वेळात तितकेच जास्त चांगले परिणाम मिळत गेले. काही काळातच त्यांना जास्त भरपाई मिळू लागली आणि त्यांची जास्त प्रगती होत गेली.

नेहमी अपेक्षेपेक्षा जास्त काम केल्यामुळे आणि जास्त वेगानं पुढे गेल्यामुळे ते त्यांच्या करिअरच्या फास्ट ट्रॅकवर पोहोचून अधिक वेगानं पुढे जाऊ लागले. लवकरच त्यांना पदोन्नती देऊन एका नव्या विभागात पाठवण्यात आलं. मग एका नव्या उद्योगात जबाबदारीचं काम देण्यात आलं. प्रत्येक बाबतीत त्यांची रणनीती एकच होती. मिळणाऱ्या भरपाईपेक्षा जास्त काम करणं. अपेक्षेपेक्षा जास्त काम करणं. एक मैल जास्त चालणं, व्यग्र राहणं, चालत राहणं, काम करत राहणं, वेळ वाया न घालवणं.. त्यांनी पुन्हा कधी मागे वळून पाहिलं नाही.

संस्थापक पितामह यांची बुद्धिमत्ता

थॉमस जेफरसन यांनी लिहिलं होतं, ''कधीही आळस न करण्याचा संकल्प करा. एखादी व्यक्ती आपला वेळ वाया घालवत नसेल, तर तिला वेळेच्या कमतरतेची तक्रार करण्याची संधीच मिळणार नाही. हे आश्चर्यकारक आहे, की कितीतरी करता येऊ शकतं, केवळ आपण करत राहिलं पाहिजे''.

नंतर त्यांनी लिहिलं, ''उगवत्या सूर्यानं आयुष्यात मला कधी अंथरुणावर पाहिलं नाही''

वेळ तर कोणत्याही परिस्थितीत निघून जाईल

हा एक महत्त्वाचा बिंदू आहे. वेळ तर कोणत्याही परिस्थितीत निघून जाईल. तुमच्या आयुष्याचे आठवडे, महिने आणि वर्षं कोणत्याही परिस्थितीत निघून जाणारच आहेत. एकमात्र प्रश्न आहे, की या काळात तुम्ही काय करणार आहात?

कारण दिवस कोणत्याही परिस्थितीत निघून जाणार आहेत, तर थोडी लवकर सुरुवात का करू नये? थोडी जास्त मेहनत करून काम केलं आणि थोडं जास्त उशिरापर्यंत केलं तर? स्वतःला देवदूत का मानू नये? एखादं काम पटापट आणि चांगल्या पद्धतीनं करण्याची गरज असेल तेव्हा ज्याचा शोध प्रत्येक व्यक्ती घेईल असा 'सर्वांत कामाचा माणूस' म्हणून स्वतःची प्रतिमा का निर्माण करू नये? त्यामुळे तुमचं करिअर इतक्या वेगानं धावू लागेल की तुम्ही कल्पनाही करू शकणार नाही.

चालत रहा, पुढे जात रहा

उच्च उत्पन्नाची किल्ली 'यशाच्या गतीचा सिद्धान्त' आहे. हा सिद्धान्त सांगतो, की तुम्हाला गतिमध्ये (momentum) आणण्यासाठी खूप ऊर्जा लागते. पण एकदा का तुम्ही गतीमध्ये येता, तेव्हा ती गती कायम राखण्यासाठी कमी ऊर्जेची गरज असते.

हा गतिसिद्धान्त अन्य एखाद्या गोष्टींसारखाच यशालाही लागू पडतो. यशस्वी लोक व्यग्र असतात. ते लवकर उठतात आणि चालू लागतात, दिवसभर चालत राहतात. ते जितका वेळ काम करतात, ते खरोखरच काम करतात. ते कायम गतिशील राहतात.

आपल्या वेळेचं नियोजन सावधगिरीनं करा

यशस्वी लोक त्यांच्या दिवसांचं आणि तासांचं नियोजन अतिशय सावधगिरीनं करतात. अगदी पंधरा मिनिटांसारख्या कमी कालावधीचंही. या मुद्द्यावर झालेल्या प्रत्येक अभ्यासात वेळेचं शिस्तबद्ध नियोजन आणि उच्च उत्पन्न यांचा थेट संबंध

असल्याचं दिसून येतं. आपल्या समाजातील सर्वोच्च उत्पन्न मिळवणारे व्यावसायिक, ज्यांच्यातील २५ टक्के अमेरिकेतील सेल्फ मेड मिलिअनेअर्स आहेत त्याचबरोबर वकील, डॉक्टर आणि अन्य वैद्यकीय व्यावसायिक आहेत. ते सर्व त्यांच्या वेळेचं व्यवस्थापन त्यांच्या प्रत्येक केसवर किंवा प्रत्येक रुग्णावर खर्च झालेल्या मिनिटांसंदर्भात करतात.

जे लोक आपल्या समाजात सर्वांत कमी कमावतात ते त्यांच्या वेळेच्या बाबतीत दिवस, आठवडा किंवा महिन्याच्या संदर्भात विचार करतात. त्यांना दिवसाचा पहिला अर्धा भाग वाया घालवण्यात काहीही अडचण नसते. दुपारी जरा वेग येईल असं सांगून ते त्यांचा तर्क सिद्ध करण्याचा प्रयत्न करतात. कित्येकदा हे लोक आठवड्याचे पहिले दोन दिवस वाया घालवतात आणि बाकी दिवसांत वेग घेता येईल असा विचार करतात. कित्येकदा तर असा विचार करून महिन्यातील एक-दोन आठवडे ते असेच वाया घालवतात.

मासिक ध्येयांचा घातक दोष

मी कित्येक वर्षांपासून असंख्य विक्री संस्थांबरोबर काम करत आहे. या संस्थांचे ८० टक्के विक्री प्रतिनिधी मासिक ध्येयांवर काम करतात. त्याचा परिणाम असा असतो, की ते महिन्याच्या पहिल्या तीन आठवड्यांमध्ये आरामाची, निवांतपणाची बासरी वाजतात आणि मग शेवटच्या आठवड्यात अचानक तुफानी वेगानं कामाच्या मागे लागतात. आपल्याला दिलेल्या कोट्याची विक्री पूर्ण करण्यासाठी अस्वस्थ होऊन काम करतात.

पण शीर्षस्थ लोक असं करत नाहीत. शीर्षस्थ लोक महिन्याच्या पहिल्या दिवशीही तितक्याच एकाग्रतेनं आणि प्रामाणिकपणे काम करतात, जितकं त्यांनी मागच्या महिन्याच्या शेवटच्या दिवशी केलं होतं. ते मॅरेथॉन धावणाऱ्यांसारखं सतत धावत राहतात. ते सकाळी सात किंवा साडेसात वाजता आपल्या गाडीच्या एक्सलरेटवर पाय ठेवतात. ते बाकी कोणाच्याही आधी सुरुवात करून ट्रॅफिकला हरवतात. कारण बाकी लोक वेगानं पळण्यासाठी फ्रीवेवर पोहोचतात.

सतत ऊर्जा उत्पन्न करा

मानसिक आणि शारीरिकदृष्ट्या तुम्ही जितक्या जास्त वेगानं चालता, तुमच्याकडे तितकी जास्त ऊर्जा असते. तुम्ही जितक्या जास्त वेगानं चालता, तुम्ही तितकेच जास्त खूश, उत्साही आणि सर्जनशील होता. तुम्ही जितक्या जास्त वेगानं चालता, तुम्ही तितकंच जास्त काम करता, तुम्हाला तितकंच जास्त उत्पन्न मिळतं आणि तुम्हाला तितकंच जास्त यशस्वी असल्यासारखं वाटतं.

'गतिसिद्धान्त' तुमच्या आयुष्यालाही लागू करा. एकदा सुरुवात केली की सातत्यानं पुढे जात रहा. वेळ व्यवस्थापन तज्ज्ञ एलन लॅकिन यांनी सांगितलं होतं, ''तीव्र गती यशासाठी अनिवार्य आहे''. टॉम पीटर्स यांनी सांगितलं होतं, की सर्व यशस्वी लोकांमध्ये कामाची प्रवृत्ती असते. जास्त काम करण्याची गुरुकिल्ली म्हणजे तुम्ही तुमचं सर्वांत महत्त्वाचं काम निवडा आणि मग तात्कालिकतेच्या जाणिवेनं त्यामागे लागा. हीच यश आणि उच्च उपलब्धीची गुरुकिल्ली आहे.

दररोज काहीतरी करा

१. आजच आयुष्यात आपली गती वाढवण्याचा संकल्प करा. एका कामापासून दुसऱ्या कामापर्यंत वेगानं जा. वेगानं चाला. कामात वेग असू द्या.
२. कल्पना करा, की तुम्ही उद्या एका महिन्यासाठी कुठंतरी जात आहात आणि तुम्हाला जाण्यापूर्वी प्रत्येक काम संपवायचं आहे. तितक्याच कठोर मेहनतीनं आणि वेगानं काम करा, जसं तुम्ही सुट्टीवर जाण्याआधी करता.
३. तणावानं भरलेल्या वेळेच्या नियोजनाचा अभ्यास करा. कल्पना करा, की काम संपवण्यासाठी केवळ अर्धाच वेळ हातात उपलब्ध आहे. त्यात तुम्ही दिवसभर तात्कालिकतेच्या जाणिवेनं काम करता.
४. सातत्यानं जबाबदारी मागत रहा आणि जेव्हा तुम्हाला ती मिळेल, तेव्हा काम वेगानं आणि चांगल्या पद्धतीनं पूर्ण करा. ही सवय तुमच्यासाठी सातत्यानं नव्या संधीची दारं उघडत राहील.

आजपासून एक तास लवकर उठण्याचा आणि तत्काळ काम सुरू करण्याचा संकल्प करा. लंच आणि कॉफी ब्रेकच्या दरम्यानही काम करा. पुढच्या दिवसाच्या तयारीसाठी एक तास जास्त थांबा. हे अतिरिक्त काम तुमची उत्पादकता दुप्पट करेल आणि तुमचं करिअर फास्ट ट्रॅकवर पोहोचेल.

२१
यशस्वी होईपर्यंत करत रहा

परिश्रमाने आणि योग्यतेने जवळपास प्रत्येक काम शक्य आहे.
महान कामं शक्तीनं नाही, तर एकाग्रतेनं होतात.
–सॅम्युएल जॉन्सन

तुमच्या आयुष्यात प्रत्येक महान यश हा एकाग्रतेचा परिणाम आहे. तुम्हाला काय हवं आहे, हा निर्णय घेण्याची तुमच्यात योग्यता असायला हवी. त्यानंतर तुम्ही कामाला सुरुवात करता. मग अनेक अडचणी आणि आव्हानं असूनही तुम्ही तुमचं ध्येय साध्य करेपर्यंत काम करत राहता. हीच तुमची यशनिश्चितीची सर्वांत महत्त्वाची गोष्ट आहे. एकाग्रतेचा दुसरा पैलू म्हणजे साहस किंवा धाडस.

कदाचित, तुम्ही ज्या सर्वांत मोठ्या आव्हानाला सामोरे जाल, ते आहे भीतीवर विजय मिळवणं आणि धाडसाची *सवय* लावून घेणं. विन्स्टन चर्चिल यांनी लिहिलं होतं, ''धाडसाला सर्वांत महत्त्वाचा गुण मानलं गेलं आहे आणि ते अगदी योग्य आहे. कारण बाकी सर्व गुण त्यावरच अवलंबून असतात''.

भीतीवर विजय

भीती हा माणसाचा सर्वांत मोठा शत्रू आहे आणि कायमच राहिला आहे. फ्रँकलीन डी. रूझवेल्ट यांनी म्हटलं होतं, ''आपण केवळ एकाच गोष्टीला घाबरायला हवं आणि ती म्हणजे स्व-भीती''. त्यांचं असं म्हणणं होतं, की ज्या गोष्टीला आपण घाबरतो, त्या वास्तविक गोष्टीशिवाय भीतीच्या भावनेमुळे तणाव, दबाव आणि दुःख निर्माण होतं.

तुम्ही धाडसाची आणि अतूट विश्वासाची सवय जेव्हा स्वतःला लावून घेता तेव्हा तुमच्यासाठी शक्यतांचं एक संपूर्ण नवं जग खुलं होतं. जरा विचार करा, तुम्हाला जर जगातल्या कोणत्याही गोष्टीची भीती वाटेनाशी झाली, तर तुम्ही कोणती स्वप्नं पाहण्याची किंवा काय बनण्याची आणि करण्याची हिंमत करू शकता?

तुम्ही प्रत्येक आवश्यक गोष्ट शिकू शकता

सुदैवानं, यशाच्या प्रत्येक कौशल्याप्रमाणे धाडसाची सवयही *शिकता* येते. त्यासाठी तुम्हाला भीतीवर मात करण्यासाठी कष्ट घ्यावे लागतील. याबरोबरच तुमच्या जीवनात अनिवार्य चढ-उतार असूनही बेधडकपणे काम करण्यासाठी ताकदवान बनवेल असं धाडस आणि आत्मविश्वास निर्माण करण्यासाठीही मेहनत करावी लागेल.

सिंडिकेटेड कॉलमिस्ट एन लँडर्स यांनी लिहिलं होतं, ''संपूर्ण मानवतेच्या दृष्टीनं सर्वांत उपयोगी सल्ला कोणता असं मला विचारलं, तर तो असा आहे, की अडचणींना आयुष्याचा अनिवार्य घटक समजून त्यांची अपेक्षा ठेवा. त्या येतील तेव्हा आपलं डोकं उंच करा आणि त्यांच्याशी नजर भिडवून म्हणा, 'मी तुमच्यापेक्षा जास्त मोठा आहे, तुम्ही मला हरवू शकत नाही.' हाच *दृष्टिकोन* विजयाकडे घेऊन जातो''.

भीतीची कारणं आणि उपाय

भीतीतून बाहेर पडण्याचा आणि धाडस विकसित करण्याचा सुरुवातीचा बिंदू म्हणजे, आपल्यात भीतीची प्रवृत्ती निर्माण करणाऱ्या त्या तत्त्वांकडे लक्ष देणं.

आपल्याला माहीत आहे, की भीतीचं मूळ आपल्या बालपणातील जडणघडणीमध्ये असतं - सर्वसाधारणपणे एक किंवा दोन्ही पालकांकडून करण्यात आलेली नुकसानकारक टीका. त्यामुळे दोन प्रकारच्या भीतींचा अनुभव येतो. पहिली म्हणजे अपयशाची भीती. त्यामुळे आपण 'मला नाही जमणार, मला नाही जमणार', असा विचार करू लागतो. दुसरी म्हणजे स्वीकारलं न जाण्याची भीती. त्यामुळे आपण 'मला हे करावं लागेल, मला हे करावं लागेल', असा विचार करू लागतो.

या दोन भीतींमुळे आपल्याला आपला पैसा किंवा वेळ किंवा एखाद्या संबंधात भावनात्मक गुंतवणूक गमावण्याची भीती असते. आपण इतरांचं मत किंवा शक्य असलेल्या टीकेसंदर्भात गरजेपेक्षा जास्त संवेदनशील होतो. कित्येकदा तर इतरांच्या पसंतीला उतरणार नाही अशी गोष्ट करण्यासाठी आपण घाबरतो. आपली भीती आपल्याला पंगू बनवते आणि आपल्या स्वप्नांच्या तसंच ध्येयांच्या दिशेने सर्जनात्मक काम करण्यापासून रोखते. आपण अडखळतो, निर्णय न घेण्याचे बळी ठरतो आणि शेवटी कुंठित असल्याचं आपल्याला जाणवतं. आपण 'मला करावं लागेल, पण मी नाही करू शकत' किंवा 'मी करू शकत नाही, पण मला करावं लागेल', या दुहेरी दुष्टचक्रात फसतो.

भीती आणि अज्ञान एकत्र असतात

अज्ञानामुळेही भीती असू शकते. आपल्याकडे मर्यादित माहिती असल्यावर आपण आपल्या कामांच्या परिणामांबाबत तणावग्रस्त आणि असुरक्षित होऊ शकतो. अज्ञानामुळे आपण परिवर्तनाला घाबरतो, अज्ञानाला किंवा अनोळखी गोष्टींना भितो आणि कोणत्याही नव्या किंवा वेगळ्या गोष्टीचा प्रयत्न करायला घाबरतो.

त्याउलटही खरं आहे. एखाद्या खास क्षेत्रात अधिक माहिती मिळवून आणि अनुभवांची जोड देऊन आपण त्या क्षेत्रात जास्त धाडस आणि आत्मविश्वास मिळवतो. तुमच्या आयुष्यात असाही भाग असेल, जिथं तुम्हाला जराही भीती वाटत नाही, कारण तुम्ही त्या क्षेत्रात प्रभुत्व मिळवलं आहे. जसं कार चालवणं, स्कीइंग करणं, विक्री करणं किंवा व्यवस्थापन करणं. तुमच्या ज्ञानाने आणि अनुभवामुळे तुम्हाला त्या गोष्टीशी दोन हात करण्यात संपूर्णपणे सक्षम असल्याचं जाणवतं, मग काहीही होवो. तुम्हाला अजिबात भीती वाटत नाही.

दमछाक : आपल्या सर्वांना घाबरवून सोडते

भीती निर्माण करणारा आणखी एक कारण म्हणजे आजार किंवा थकवा. आपण थकतो किंवा आजारी पडतो किंवा शारीरिकदृष्ट्या तंदुरुस्त नसतो, तेव्हा आपल्यात भीतीची आणि शंकेची प्रवृत्ती जास्त असते. दुसरीकडे, आपल्याला सुदृढ, खूश आणि ऊर्जावान असल्याचं जाणवतं, तेव्हा आपल्यात ही प्रवृत्ती कमी असते.

कित्येकदा, तुम्ही रात्री छान झोपून किंवा पुरेशी दीर्घ सुट्टी अनुभवून तुमची मानसिक आणि भावनिक बॅटरी पूर्णपणे रिचार्ज करता. त्यातून स्वतःबाबत आणि स्वतःच्या शक्यतांबाबत तुमचा दृष्टिकोन संपूर्णपणे बदलू शकतो. आराम आणि विश्रांती यांमुळे धाडस आणि आत्मविश्वास वाढतो.

सगळ्यांनाच भीती वाटते

इथं एक महत्त्वाचा बिंदू आहे : सर्व बुद्धिमान लोक *कोणत्या ना कोणत्या* गोष्टीला घाबरतात. आपल्या शारीरिक, भावनात्मक आणि आर्थिक बचावाबाबत काळजी वाटणं हे स्वाभाविक आणि नैसर्गिक आहे. धाडसी मनुष्य तो नाही ज्याला भीती वाटत नाही. मार्क ट्वेन यांनी म्हटल्यानुसार, ''धाडस हे भीतीच्या विरुद्ध आहे, भीतीवर विजय आहे – भीतीची अनुपस्थिती नाही''.

तुम्ही घाबरता की नाही हे महत्त्वाचं नाही. आपण सगळेच घाबरतो. प्रश्न असा आहे, की तुम्ही भीतीला सामोरं कसं जाता? भीती वाटत असूनही पुढे जाणारी व्यक्ती धाडसी असते. या बाबतीत मी एक गोष्ट शिकलो आहे : तुम्ही

तुमच्या भीतीला *तोंड देता* आणि तुम्हाला भीती वाटत असलेल्या गोष्टीच्या दिशेने जात राहता, तेव्हा तुमची भीती कमी होते आणि त्याबरोबरच तुमचा आत्मसन्मान, आत्मविश्वासही वाढू लागतो.

जोपर्यंत तुम्ही तुमच्या आयुष्यातील प्रत्येक पैलूवर नियंत्रण मिळवत नाही, तोपर्यंत तुम्ही ज्या गोष्टीला *घाबरता,* तिच्यापासून तुम्ही दूर राहता, तुमची भीती वाढू लागते. तुमची भीती वाढते, तेव्हा तुमचा आत्मसन्मान आणि आत्मविश्वास कमी होऊ लागतो. अभिनेता ग्लेन फोर्ड यांनी एकदा सांगितलं होतं, ''तुम्ही ज्या गोष्टीला घाबरता, ती गोष्ट तुम्ही न केल्यास भीती तुमच्या आयुष्यावर नियंत्रण मिळवते''.

तुमच्या भीतीचं विश्लेषण करा

भीती निर्माण करणारी तत्त्वं तुम्ही ओळखल्यानंतर भीतीवर मात करण्याचं पुढचं पाऊल - आपली वैयक्तिक भीती ओळखणं, तिची व्याख्या करणं आणि विश्लेषणासाठी वेळ काढणं हे आहे.

'मला कोणत्या गोष्टींची भीती वाटते?' हा प्रश्न एका कागदावर लिहा.

त्या यादीत तुम्हाला ज्यामुळे तणाव किंवा चिंता जाणवते, ती प्रत्येक छोटी-मोठी भीती लिहा. सुरुवात तुमच्या साधारण भीतीपासून करा : अपयशाची भीती किंवा नुकसान होण्याची भीती किंवा नाकारलं जाण्याची किंवा टीका होण्याची भीती.

अपयशाची भीती काही लोकांना इतकी जास्त असते, की ते स्वतःच्या चुका दडवण्यात किंवा स्वतःला तार्किक सिद्ध करण्यात खूप जास्त ऊर्जा वाया घालवतात. ते चुका करण्याचा विचार सहन करू शकत नाहीत. बाकी लोकांना नाकारलं जाण्याची भीती असते. ते आणि त्यांचं काम अन्य लोकांना कसं वाटतं याबाबत ते जास्तच संवेदनशील होतात. त्यामुळे त्यांच्यात स्वबळावर काम करण्याची योग्यता नसते. प्रत्येक व्यक्ती त्यांचं कौतुक करेल याबाबत त्यांना पूर्ण खात्री होत नाही, तोपर्यंत ते काहीही करायला घाबरतात.

तुमच्या भीतीचा प्राधान्यक्रम निश्चित करा

तुमच्या विचारावर आणि वर्तणुकीवर परिणाम करणाऱ्या तुमच्या प्रत्येक भीतीची यादी करा, त्यानंतर त्यांचा प्राधान्यक्रम तयार करा. तुम्हाला जी भीती जाणवते, त्यातील कोणती भीती तुमच्या विचारांवर जास्त परिणाम करते किंवा ती तुम्हाला इतर कोणत्या भीतीपेक्षा जास्त मागे खेचते? कोणती भीती दुसऱ्या क्रमांकावर आहे? तिसरी सर्वांत मोठी भीती कोणती? पुढेही याच पद्धतीनं...

तुमच्या सर्वांत प्रबळ भीतीच्या संदर्भात तीन प्रश्नांची उत्तरं लिहा.

१. ही भीती मला आयुष्यात मागे कशी खेचते?
२. ही भीती मला मदत करते किंवा भूतकाळात या भीतीनं मला कशी मदत केली होती?
३. ही भीती समाप्त केल्यामुळे मला काय फायदा होईल?

काही वर्षांपूर्वी मी याबाबत अभ्यास केला आणि या निष्कर्षाप्रत पोहोचलो, की गरिबीची मला सर्वांत जास्त भीती होती. माझ्याकडे पुरेसे पैसे राहणार नाहीत, मी दिवाळखोर होईन, कदाचित दरिद्री होईन याची मला भीती वाटत होती. मला माहीत होतं, या भीतीचं मूळ माझ्या बालपणात होतं. कारण माझे आई-वडील मंदीच्या काळात मोठे असल्यामुळे नेहमी पैशाची चिंता करायचे. वयाच्या वीस ते तीस वर्षांच्या काळात मी अनेकदा कंगाल झालो, तेव्हा माझी ती भीती जास्त प्रबळ झाली. मी त्या भीतीचं मूळ तटस्थपणे समजून घेऊ शकत होतो, तरीही तिची माझ्यावरची पकड मजबूत होती. अर्थात, माझ्याकडे माझ्या सर्व गरजांसाठी पुरेसे पैसे होते, पण भीती होतीच.

'ही भीती मला आयुष्यात मागे कशी खेचते?' या पहिल्या प्रश्नाचं उत्तर होतं, की आर्थिक जोखीम घेण्याबाबत मला ताण यायचा. त्यामुळे रोजगारासंदर्भात मी खूप सुरक्षितपणे खेळायचो. त्यातून मी संधीऐवजी सुरक्षिततेची निवड करायचो.

'ही भीती मला कशी मदत करते?' या दुसऱ्या प्रश्नाचं माझं उत्तर असं होतं, की गरिबीच्या भीतीपासून वाचण्यासाठी मी सर्वसामान्य माणसापेक्षा जास्त उशिरापर्यंत आणि जास्त कठोर मेहनत करण्याची सवय स्वतःला लावून घेतली होती. मी जास्त महत्त्वाकांक्षी आणि संकल्पवान होतो. मी पैसे मिळवण्यासाठी, गुंतवणूक करण्याच्या पद्धतींबाबत अभ्यास करण्यासाठी आणि शिकण्यासाठी सर्वसामान्य माणसापेक्षा जास्त वेळ द्यायचो. खरं तर गरिबीची भीती मला आर्थिक स्वातंत्र्याकडे घेऊन जात होती.

मग मी 'ही भीती घालवल्याने मला काय फायदा होईल?' या तिसऱ्या प्रश्नाचं उत्तर दिलं. मी तत्काळ पाहिलं, की मला ही भीती नसल्यास मी जास्त जोखीम घेऊ शकतो, जास्त आक्रमकतेनं माझ्या आर्थिक ध्येयांचा पाठलाग करेन, मी स्वतःचा बिझनेस सुरू करू शकतो आणि करेन, मी जास्त खर्चाचा किंवा कमी पैसे असण्याचा ताण किंवा चिंता जाणवून घेणार नाही. विशेषतः मी प्रत्येक गोष्टीच्या किमतीची जास्त काळजी करणार नाही.

अशा प्रकारे, स्वतःच्या भीतीचं निष्पक्षपणे विश्लेषण करून मी ती भीती समाप्त करण्याची प्रक्रिया सुरू केली. तुम्हीही अगदी असंच करू शकता.

अभ्यास कायमस्वरूपी होतो

तुम्ही धाडस आणि आत्मविश्वासपूर्ण वर्तणुकीस अनुरूप काम करून धाडस विकसित करण्याची आणि भीती संपवण्याची प्रक्रिया सुरू करू शकता. कोणत्याही गोष्टीचा तुम्ही वारंवार अभ्यास करता तेव्हा अखेर ती सवय होते. धाडसाची गरज असते तेव्हा तुम्ही साहजिकच तसं वागून ते विकसित करू शकता.

इथं काही गोष्टी सांगितल्या आहेत. त्यांचा उपयोग करून तुम्ही धाडसाची सवय लावून घेऊ शकता. *धाडसाचा* पहिला आणि कदाचित सर्वांत महत्त्वाचा प्रकार म्हणजे विश्वासानं सुरुवात करणं किंवा पाऊल टाकण्याचं धाडस. ते एखादी नवी किंवा वेगळी गोष्ट अजमावण्याचं धाडस आहे. यशाची खात्री नसताना आरामदायी कक्षेच्या (कम्फर्ट झोन) बाहेर पडण्याचं धाडस.

मी आधी बॅब्सन कॉलेजच्या डॉ. रॉबर्ट रॉनस्टॅड यांचा उल्लेख केला होता. त्यांनी कित्येक वर्षं उद्योजकता हा विषय शिकवला होता. त्यांनी आपल्या वर्गातील लोकांचा अभ्यास केला असता, केवळ १० टक्के लोकांनी आपला बिझनेस सुरू करून यश मिळवल्याचं त्यांच्या निदर्शनास आलं. यशस्वी पदवीधारकांमध्ये एक गुण समान होता : ते त्यांचा व्यवसाय सुरू करण्याबाबत सातत्यानं बोलत नसायचे, त्यांना तो खरोखरच सुरू करायचा होता.

सुरुवात करण्याचं धाडस

त्यांनी 'गल्लीचा सिद्धान्त' शोधला. या सिद्धान्ताचा मी आधीही उल्लेख केला होता. ते लोक त्यांच्या ध्येयाच्या दिशेनं पुढे गेल्यावर गल्लीत चालताना त्यांच्यासाठी दरवाजे उघडत गेले. ते पुढे गेले नसते, तर त्यांना ते दरवाजे दिसलेच नसते.

असं निदर्शनास आलं, की उद्योजकता अभ्यासक्रमाच्या पदवीधारकांनी शिकलेल्या गोष्टींची अंमलबजावणी केली नाही, ते सुरुवात करण्याआधीच सर्व गोष्टी अगदी योग्य होण्याची आताही वाट पाहत होते. ते नक्कीच यशस्वी होतील याबाबत त्यांना पूर्ण खात्री होत नाही तोपर्यंत त्यांना अनिश्चिततेच्या गल्लीत काम सुरू करण्याची इच्छा नव्हती. एक अशी गोष्ट, जी कधी झाली नाही, ना कधी होईल.

भविष्य जोखीम घेणाऱ्यांचं आहे

भविष्य सुरक्षितता शोधणाऱ्यांचं नाहीये, तर जोखीम घेणाऱ्यांचं आहे. तुम्ही आयुष्यात सुरक्षिततेची जितकी जास्त अपेक्षा ठेवाल, तितकीच ती तुम्हाला कमी मिळेल. आयुष्य त्याबाबतीत एका अर्थानं विकृत आहे. पण तुम्ही जितक्या जास्त

संधींची अपेक्षा ठेवाल, त्याबाबत तुम्हाला तुमच्या मनाजोगी सुरक्षितता मिळण्याची शक्यता जास्त असेल.

तुम्हाला भीती किंवा चिंता वाटेल आणि तुम्हाला अडचणी, आव्हानांसमोर खंबीरपणे उभं राहण्याची गरज असेल, तेव्हा तुम्ही तुमचं लक्ष तुमच्या ध्येयांकडे द्या. तुम्हाला ज्या व्यक्तीसारखं व्हायचं आहे त्या व्यक्तीची स्पष्ट प्रतिमा मनात तयार करा, तुम्हाला ज्या प्रकारची कामगिरी करायची आहे, तिची प्रतिमा मनात तयार करा. धाडसाच्या आणि आत्मविश्वासाच्या विचारांनी तुम्ही समतोल साधत असल्यास भीतीचे विचार चुकीचे नाहीत. तुम्ही ज्या कोणत्या गोष्टीचा विचार करता त्यात वाढ होते, यासाठी सतर्क रहा.

सुखी, यशस्वी आयुष्यासाठी भीतीवर विजय मिळवणं आणि धाडस वाढवणं या अनिवार्य अटी आहेत. धाडसाची सवय लावून घेण्याच्या सवयीबरोबर तुम्ही शेवटी तुम्हाला निर्णय घेण्यात तुमची भीती प्रमुख भूमिका निभावणार नाही अशा टप्प्यावर पोहोचाल. तुम्ही मोठी, आव्हानात्मक, रोमांचक ध्येयं निश्चित कराल आणि तुम्ही ती साध्य करू शकता हा विश्वास तुम्हाला असेल. तुम्ही शांततेनं आणि आत्मविश्वासानं प्रत्येक परिस्थितीला सामोरे जाल. त्याची किल्ली म्हणजे 'साहस!'

महारथींकडून शिका

तुम्ही समाजातील सर्वांत यशस्वी व्यक्तींपैकी एखाद्याकडून त्याने आयुष्यभर कमावलेले यशाचे धडे शिकून घेतले तर काय होईल? त्यामुळे तुम्ही जास्त यशस्वी होण्यासाठी मदत होऊ शकेल?

तुम्ही जर इतिहासातील आतापर्यंतच्या सगळ्यात यशस्वी शंभर लोकांकडून त्यांच्या यशाचे नियम, त्यांचे धडे, बोध आणि त्यांची रहस्य शिकलात तर काय होईल? त्यामुळे तुम्ही जास्त यशस्वी होण्यासाठी मदत होऊ शकेल? तुम्ही जर हजार अत्यंत यशस्वी लोकांकडून शिकलात? दोन हजार किंवा तीन हजार यशस्वी लोकांकडून शिकलात, तर काय होईल?

कर्मच सारं काही आहे

तुमचं उत्तर कदाचित हे असेल, की या अतिशय यशस्वी लोकांबरोबर वेळ घालवल्यामुळे आणि ध्येय साध्य करण्याबाबतीत त्यांचे धडे, बोध शिकल्यामुळे तुम्हाला खूप मदत होईल. परंतु सत्य हे आहे की, जोपर्यंत तुम्ही शिकलेल्या गोष्टींची अंमलबजावणी करत नाही, तोपर्यंत हे सर्व सल्ले आणि ज्ञान व्यर्थ ठरेल. त्यामुळे तुमचं काहीही भलं होणार नाही.

यशाबाबत शिकणंच आयुष्यात महान काम करण्यासाठी सारं काही असते, तर तुमच्या यशाची पक्की खात्री होते. पुस्तकांची दुकानं सेल्फ हेल्फ पुस्तकांनी भरलेली आहेत. त्यातील प्रत्येक पुस्तकात असेच विचार दिलेले आहेत, ज्यांचा वापर करून तुम्ही जास्त यशस्वी होऊ शकता. अर्थात, यशस्वी होईपर्यंत तुम्ही तुमच्या ध्येयांच्या दिशेनं एकाग्रतेनं, सतत कर्म करत राहण्यासाठी स्वतःला प्रेरित करत राहाल, तेव्हाच जगातील सर्वश्रेष्ठ सल्लेही तुम्हाला मदत करतील, ही खरी गोष्ट आहे.

या पुस्तकातील विचार वाचल्यामुळे कदाचित कोणत्या गोष्टी जास्त करायच्या, कोणत्या कमी करायच्या याबाबत तुम्ही काही विशिष्ट निर्णय घेतले असतील. तुम्ही तुमच्या आयुष्यातील वेगवेगळ्या क्षेत्रांत काही ध्येयं निश्चित केली असतील आणि ज्या गोष्टींची अंमलबजावणी करण्यासाठी उत्सुक आहात असे काही संकल्प तुम्ही केले असतील. तुमच्या भविष्यासाठी आता सर्वांत महत्त्वाचा प्रश्न आहे, की तुम्ही जे करण्याचा संकल्प केला आहे, ते तुम्ही करणार का?

स्वयंशिस्त हाच मूळ गुण आहे

'स्वयंशिस्त' हा यशासाठी सर्वांत महत्त्वाचा गुण आहे. तुमची चरित्रशक्ती आणि इच्छाशक्ती यांच्या आधारे तुम्ही जे करायला हवं, जेव्हा करायला हवं, मग ते करण्याचा मूड असो किंवा नसो, ते करण्याची योग्यता हा स्वयंशिस्तीचा अर्थ आहे.

एखादा संकल्प केलेल्या क्षणाचा उत्साह संपलेला असतानाही त्यावर अंमलबजावणी करण्याची योग्यता, म्हणजे चरित्र. तुम्ही जे शिकता, त्यातून तुमचं भविष्य निश्चित होत नाही. जोपर्यंत तुमचं ध्येय साध्य होत नाही, तोपर्यंत तुम्ही पुन्हा किंमत मोजण्याची स्वयंशिस्त लावता की नाही ही भविष्य निश्चित करणारी गोष्ट आहे.

ध्येयं निश्चित करण्यासाठी आणि त्यांच्या उपलब्धीची योजना तयार करण्यासाठी तुम्हाला स्वयंशिस्तीची गरज आहे. तुम्हाला नव्या माहितीसाठी तुमच्या योजना सातत्यानं पुनःपुन्हा करण्याच्या स्वयंशिस्तीची गरज आहे. तुम्हाला स्वयंशिस्तीची गरज आहे, जेणेकरून तुम्ही तुमच्या वेळेचा चांगला वापर करावा आणि त्या क्षणाला करण्याची गरज आहे अशा कामावरच नेहमी लक्ष केंद्रित करावं. तुम्ही दररोज स्वतःमध्ये गुंतवणूक करणं, स्वतःला वैयक्तिक आणि व्यावसायिक दृष्टीनं पुढे नेणं यासाठी स्वयंशिस्तीची गरज आहे. तुम्हाला आवश्यक गोष्टी शिकण्याच्या स्वयंशिस्तीची गरज आहे. जेणेकरून तुम्ही तुमच्या एकत्रित संभाव्य यशाचा आनंद घेऊ शकाल.

तुम्हाला समाधानात विलंब करण्यासाठी आणि आर्थिक बचतीसाठी स्वयंशिस्तीची गरज आहे. तुम्हाला तुमची आर्थिक स्थिती सुधारण्याची गरज आहे.

त्यामुळे तुम्ही तुमच्या कामकाजात आर्थिक स्वातंत्र्य मिळवू शकाल. तुम्हाला स्वयंशिस्तीची गरज आहे. म्हणजे तुम्ही तुमचे विचार, तुमची ध्येयं आणि स्वप्न यांवर कायम राहू शकाल आणि त्यांना तुमच्या शंकांपासून, भीतीपासून दूर ठेवू शकाल. तुम्हाला स्वयंशिस्तीची गरज आहे, जेणेकरून तुम्ही प्रत्येक अडचणीच्या वेळी सकारात्मक आणि सर्जनशील प्रतिक्रिया व्यक्त करू शकाल.

एकाग्रता असलेली स्वयंशिस्त

कठीण परिस्थितीमध्ये तुमच्या 'एकाग्रतेची पातळी' ही कदाचित स्वयंशिस्तीची सर्वांत महत्त्वाची कामगिरी आहे. एकाग्रता ही स्वयंशिस्त आहे. एकाग्रता माणसाच्या व्यक्तिमत्त्वाचं खरं प्रमाण आहे. खरं तर तुमची एकाग्रता ही तुमचा आत्मविश्वास आणि यशाचं अस्सल प्रमाण आहे.

अडचणी आणि निराशा यांच्या दरम्यानही तुम्ही एकाग्र राहता तेव्हा प्रत्येक वेळी तुम्ही एकाग्रतेच्या तुमच्या सवयीला आणखी मजबूत करता. तुम्ही तुमच्या चरित्रात तसंच व्यक्तिमत्त्वात अभिमान, शक्ती आणि आत्मसन्मान विकसित करता. तुम्ही जास्त सशक्त आणि संकल्पवान होता. तुम्ही स्वयंशिस्तीचा आणि वैयक्तिक शक्तीचा स्तर आणखी सखोल करता. तुम्ही यशाचा लोहगुण विकसित करता. त्यामुळे तुम्ही पुढे जाल आणि तुमच्या मार्गात येणाऱ्या सगळ्या अडचणी पार करू शकाल.

इतिहासात यशाचा सर्वसाधारण गुण

मानवी इतिहास एकाग्रतेच्या विजयाची गोष्ट आहे. प्रत्येक महान व्यक्तीला यशाच्या आणि उपलब्धींच्या उंचीवर पोहोचण्याआधी जबरदस्त आव्हानं आणि संकटं झेलावी लागली. त्यांच्या सहनशक्तीनं आणि एकाग्रतेनंच त्यांना महान बनवलं.

विन्स्टन चर्चिल यांना काही लोक विसाव्या शतकातील सर्वांत महान राजकीय नेता मानतात. आयुष्यभर आपल्या धाडसाने आणि एकाग्रतेमुळे ते सन्मानित राहिले. दुसऱ्या महायुद्धातील सर्वांत कठीण काळात जर्मन सेना ब्रिटनवर बॉम्बहल्ला करत होती आणि इंग्लंड एकटा उभा असताना चर्चिल यांच्या संकल्पवान, बुलडॉगसारख्या एकाग्रतेनं संपूर्ण देशाला त्या अडचणींमध्ये लढण्यासाठी प्रेरित केलं. त्या वेळी कित्येक लोकांना पराभव अपरिहार्य असल्याचं वाटत होतं. जॉन एफ. केनेडी यांनी त्यांच्या भाषणांबाबत म्हटलं होतं, की चर्चिल यांनी इंग्रजी भाषेची सेना उभारून ती युद्धात पाठवली.

एकाग्रतेच्या सर्वांत महान भाषणांपैकी एक म्हणजे चर्चिल यांनी राष्ट्राला उद्देशून दिलेला संदेश. ते भाषण त्यांनी ४ जून १९४० रोजी केलं होतं. ''आम्ही झुकणार नाही, आम्ही अपयशी होणार नाही, आम्ही फ्रान्समध्ये लढू, आम्ही

समुद्रात आणि महासागरात लढू, आम्ही वाढता विश्वास आणि वाढत्या शक्तीबरोबर हवेतही लढू, आम्ही आमच्या भूभागाचं रक्षण करू, त्यासाठी आम्हाला वाटेल ती किंमत मोजू, आम्ही त्याच्या सर्व तटांचं संरक्षण करू, आम्ही जमिनीवर लढू, आम्ही मैदानांवर आणि रस्त्यांवर लढू, आम्ही डोंगर-दऱ्यांत लढू, आम्ही कधीही आत्मसमर्पण करणार नाही'', या शब्दांनी त्यांच्या भाषणाची समाप्ती झाली होती.

कालांतरानं चर्चिल आपल्या जुन्या शाळेतील एका वर्गाला संबोधित करण्यासाठी गेले. त्यांच्या महान आयुष्याच्या यशाचं रहस्य तिथे उपस्थित असलेल्या मुलांना सांगण्याची विनंती चर्चिल यांना करण्यात आली. ते सभेसमोर उभे राहिले. आपल्या छडीवर जोर देत थोडं थरथरत झुकले आणि मग बुलंद आवाजात म्हणाले, ''मी माझ्या आयुष्याचा धडा सहा शब्दांत थोडक्यात सांगू शकतो - कधीही, कधीही, कधीही हार मानू नका!''

तुमच्या यशाची खात्री

चर्चिल यांना जे आढळलं ते तुम्हाला तुमच्या ध्येयांकडे आणि उंची गाठताना आढळेल, की एकाग्रतेचा गुणच तुम्ही शेवटी जिंकणार याची खात्री देतो.

राष्ट्रपती कॅल्विन कुलीज इतकं कमी बोलायचे, की त्यांना 'सायलेंट कॅल' असं नाव देण्यात आलं होतं. त्यांनी या विषयावर अविस्मरणीय भाष्य केलं होतं. त्यांनी लिहिलं आहे, ''करत रहा, जगातील कोणतीही गोष्ट एकाग्रतेची जागा घेऊ शकत नाही. योग्यता घेऊ शकत नाही, योग्यता असणारे अयशस्वी लोकांपेक्षा जास्त काही नाहीत. प्रतिभा घेऊ शकत नाही, अपुरस्कृत प्रतिभावंत लोक खूप असतात. शिक्षण एकटंच पुरेसं नाही, सुशिक्षित गुन्हेगारांनी जग भरलं आहे. एकाग्रता आणि संकल्प हेच सर्वशक्तिमान आहेत''.

एकाग्रता यशाची खूण आहे

अजेय इच्छाशक्ती आणि अटळ एकाग्रता यशस्वी व्यावसायिकांची, उद्योजकांची ओळख असते.

१८९५मध्ये अमेरिकेला भयंकर मंदीनं वेढलं होतं. मिडवेस्टमध्ये राहणाऱ्या एका माणसानं त्या मंदीत आपलं हॉटेल गमावलं. मग त्यानं इतरांना प्रेरित करण्यासाठी एक पुस्तक लिहिण्याचा निर्णय घेतला. जेणेकरून देशासमोर अडचणी असूनही काहीतरी करत राहता येईल, प्रयत्न करता येतील.

त्या व्यक्तीचं नाव होतं ऑरिसन स्वेट मार्डन. त्यांनी एका तबेल्याच्या वर एक खोली भाड्यानं घेतली आणि वर्षभर दिवसरात्र एका पुस्तकावर काम करत राहिले. त्यांनी त्या पुस्तकाला *पुशिंग टू द फ्रंट* असं नाव दिलं. अखेरीस एका रात्री

त्यांनी त्यांच्या पुस्तकाचं शेवटचं पान पूर्ण केलं. ते थकलेले होते, भुकेले होते. त्यामुळे रात्रीच्या जेवणासाठी थोडं दूरच्या कॅफेत गेले. ते तासभर बाहेर होते. त्यादरम्यान तबेल्याला आग लागली. ते परतले तेव्हा आठशेपेक्षा जास्त पानांचं त्यांचं हस्तलिखित त्या आगीत जळून खाक झालं होतं.

पुन्हा मनोबल एकवटून ते लिहायला बसले आणि एक वर्ष मेहनत करून त्यांनी ते पुस्तक पुन्हा लिहिलं. पुस्तक पूर्ण झाल्यावर ते कित्येक प्रकाशकांकडे गेले. पण कोणत्याही प्रकाशकानं ते प्रेरणादायी पुस्तक छापण्यात रस दाखवला नाही. कारण, देश मंदीच्या आणि बेरोजगारीच्या गर्तेत अडकलेला होता. मग ते शिकागोला राहायला गेले आणि नोकरी करू लागले. एके दिवशी त्यांनी एका मित्राकडे त्यांच्या हस्तलिखिताचा उल्लेख केला. तो मित्र एका प्रकाशकाला ओळखत होता. मित्रानं ते पुस्तक छापण्यासाठी प्रयत्न केले. ते पुस्तक *पुशिंग टू द फ्रंट* या नावानं प्रकाशित झालं आणि देशातलं नंबर वन बेस्ट सेलर ठरलं.

पुशिंग टू द फ्रंट पुस्तकाबाबत अमेरिकेतल्या आघाडीच्या व्यावसायिकांना आणि राजकीय नेत्यांना असं वाटतं, की हेच पुस्तक अमेरिकेला विसाव्या शतकात घेऊन आलं. त्या पुस्तकानं देशभरातील निर्णय घेणाऱ्या लोकांच्या डोक्यावर जबरदस्त परिणाम केला आणि ते स्व-विकासाच्या क्षेत्रात अत्यंत 'क्लासिक' पुस्तक ठरलं. हेन्री फोर्ड, थॉमस एडिसन, हार्वे फायरस्टोन, जे. पी. मॉर्गन यांसारख्या दिग्गजांनी हे पुस्तक वाचलं आणि त्यातून प्रेरणा घेतली.

दोन अनिवार्य गुण

ऑरिसन स्वेट मार्डन आपल्या पुस्तकात सांगतात, ''यशासाठी दोन अनिवार्य आवश्यकता आहेत. पहिली, 'इथपर्यंत पोहोचण्याचा संकल्प' आणि दुसरी, 'याला चिकटून राहण्याची सवय'''. त्यांनी लिहिलं होतं, ''नाही, त्या व्यक्तीसाठी कोणतंही अपयश नाही, जिला आपल्या शक्तीची जाणीव आहे, जिला कधी पराभव माहीत नाही. संकल्पवान प्रयत्नांसाठी, अजेय इच्छाशक्तीसाठी कोणतंही अपयश नाही. त्या व्यक्तीसाठी कोणतंही अपयश नाही, जी प्रत्येक वेळी पडल्यानंतर उठून उभं राहते, जी रबरी चेंडूसारखी खाली पडून पुन्हा उसळी मारते. ती तेव्हाही कृतीच करते, जेव्हा इतर प्रत्येकाने पाठ फिरवलेली असते''.

कन्फ्यूशिअस यांनी चार हजार वर्षांपूर्वी सांगितलं होतं, ''आपला सर्वांत महान गौरव कधी पडण्यात नाही, तर प्रत्येक वेळी उठून उभं राहण्यात आहे''.

जगातील पहिले हेवीवेट बॉक्सिंग चॅम्पियन जेम्स जे. कॉर्बेट यांनी सांगितलं होतं की, तुम्ही आणखी एक फेरी जिंकून चॅम्पियन होता. गोष्टी कठीण होतात तेव्हा तुम्ही आणखी एक फेरी लढता. योगी बेरा म्हणाले होते, ''तुमच्या इच्छेअनुसार

समाप्त होत नाही तोपर्यंत कोणतीही गोष्ट संपत नाही''. आणि वस्तुस्थिती हीच आहे की, तुम्ही जोपर्यंत करत राहता तोपर्यंत संघर्ष संपत नाही.

विन्स लॉम्बार्डी यांनी सांगितलं होतं, ''तुम्ही कधी पडता किंवा नाही हा विषय नाही, तर तुम्ही पुन्हा उभे राहता का, हा मुद्दा आहे''.

महान ध्येयं आणि उद्देश साध्य करण्यासाठी एकाग्रता किती महत्त्वाचा गुण आहे हे सर्व यशस्वी लोक शिकले होते. यशस्वी लोकांमध्ये अविश्वसनीय एकाग्रता असते. बाहेरची परिस्थिती कशीही असली, तरी ते मैदान सोडायला नकार देतात. एक गुण संपूर्णपणे यशाची खात्री देतो. मग बिझनेसमध्ये असो, संपत्तीच्या संग्रहात असो किंवा आयुष्यात असो... तो गुण आहे 'अजेय इच्छाशक्ती आणि काम करत राहण्याची इच्छा'. तीदेखील जेव्हा तुमच्यातील प्रत्येक गोष्टीला थांबण्याची, आराम करण्याची, मागे फिरण्याची आणि इतर कोणतंही काम करण्याची इच्छा होईल तेव्हाच.

एकाग्रता तुमची सर्वांत मोठी संपत्ती आहे

'इतरांपेक्षा जास्त वेळ करत राहण्याची योग्यता' ही कदाचित तुमची सर्वांत मोठी संपत्ती आहे. फोर्ब्स मासिकाचे संस्थापक बी. सी. फोर्ब्ज यांनी मंदीच्या सर्वांत कठीण काळात फोर्ब्सला एक मोठं प्रकाशन म्हणून घडवलं. त्यांनी लिहिलं होतं, ''इतिहासाने सिद्ध केलं आहे, की सर्वांत उल्लेखनीय विजेत्यांना सर्वसाधारणपणे विजयापूर्वी मनभंग करणाऱ्या अडचणींना तोंड द्यावं लागलं. त्यांनी आपल्या पराभवामुळे हताश होण्यास नकार दिला म्हणून ते जिंकले''.

जॉन डी. रॉकफेलर एके काळी जगातील सर्वांत श्रीमंत 'सेल्फ-मेड' व्यक्ती होते. त्यांनी लिहिलं होतं, ''कोणतंही यश मिळवण्यासाठी एकाग्रतेपेक्षा दुसरा गुण अनिवार्य आहे असं मला वाटत नाही. हा गुण प्रत्येक गोष्ट जिंकू शकतो- अगदी निसर्गालाही!''

कॉनरेड हिल्टन यांनी एका स्वप्नाबरोबर लुबॉक, टेक्सास येथील एका हॉटेलपासून सुरुवात केली. त्यानंतर ते जगातील सर्वांत यशस्वी हॉटेल कॉर्पोरेशन्सपैकी एक बनले. त्यांनी सांगितलं होतं, की यश हे कर्माशी संबंधित आहे. यशस्वी लोक चालत राहतात. ते चुका करतात, पण मैदान सोडत नाहीत.

वैज्ञानिक शोधांबाबत थॉमस एडिसन इतिहासातील सर्वांत *अयशस्वी* व्यक्ती होते आणि सर्वांत *यशस्वीही*. ते विसाव्या शतकातील इतर कोणत्याही शास्त्रज्ञांपेक्षा जास्त प्रयोगांमध्ये अयशस्वी झाले. त्यांनी त्यांच्या काळात अन्य कोणत्याही शास्त्रज्ञाच्या तुलनेत जास्त यशस्वी प्रयोग केले आणि व्यावसायिक प्रक्रियांसाठी त्यांना सर्वांत जास्त पेटंटही मिळाले. त्यांनी त्यांचं तत्त्वज्ञान या शब्दांत सांगितलं, ''एखादा परिणाम मिळवण्यालायक आहे असा मी पूर्णपणे निर्णय घेतो तेव्हा मी पुढे

जातो आणि तो परिणाम मिळेपर्यंत प्रयत्न करत राहतो. जी व्यक्ती विचार विकसित करते, ती त्या बिंदूपर्यंत काम करते, जिथे हे अशक्य वाटू लागतं, ज्यामुळे ती हताश होते. पण ही निराश होण्याची जागा नाही''.

अॅलेक्झांडर ग्रॅहम बेल यांनी एकाग्रतेच्या बाबतीत सांगितलं होतं, ''ही नेमकी कशी शक्ती आहे हे मी सांगू शकत नाही. मला केवळ एवढं माहीत आहे की ती अस्तित्वात असते. जेव्हा कोणी व्यक्ती त्या मानसिक अवस्थेत असते, जिथे आपल्याला काय हवं आहे हे तिला यथायोग्य माहीत असतं आणि ते शोधण्यापूर्वी मैदान न सोडण्याचा ती संपूर्णपणे संकल्प घेते, तोपर्यंत ती शक्ती उपलब्ध असते''.

रेन मॅक्फर्सन यांनी डाना कॉर्पोरेशनला महान अमेरिकी यशाच्या कथांपैकी एक बनवलं. ''तुम्ही केवळ पुढे जात रहा. केवळ पुढे जात रहा. मी करता येण्यासारखी प्रत्येक चूक केली, पण मी केवळ धक्का देत राहिलो'', या शब्दांत त्यांनी त्यांच्या जीवन-तत्त्वज्ञानाचं सार सांगितलं आहे.

मोठा विरोधाभास

आयुष्याचा एक रोचक आणि महत्त्वपूर्ण विरोधाभास आहे. त्याबाबत तुम्ही जागरूक राहिलं पाहिजे. तो विरोधाभास म्हणजे जर तुम्ही बुद्धिमान असाल तर तुमचं आयुष्य व्यवस्थित व्हावं, तुमच्या अडचणी आणि निराशा कमीतकमी व्हाव्यात यासाठी तुम्ही शक्य ते प्रत्येक काम करता. तुम्ही अडचणींपासून आणि नैराश्यापासून बचाव करता. असं करणं समजूतदारपणाचं आणि तर्कसंगतही आहे. सर्व समजूतदार लोक आपल्या ध्येयापर्यंत पोहोचण्यासाठी किमान अडचणींच्या मार्गावर चालतात आणि दैनंदिन कामकाजात येणाऱ्या अडचणींची, आव्हानांची संख्या कमीतकमी करण्यासाठी शक्य ते सर्व प्रयत्न करतात.

नैराश्य अनिवार्य आहे

आपण सर्वोत्कृष्ट प्रयत्न करूनही निराशा आणि अडचणी येणं हे सामान्य आणि स्वाभाविक आहे. हा आयुष्याचाच एक भाग आहे. तो चुकवता येत नाही. बेंजामिन फ्रँकलिन यांनी सांगितलं होतं, ''आयुष्यात केवळ दोन गोष्टी अनिवार्य आहेत : मृत्यू आणि कर (टॅक्स). पण निराशाही अनिवार्य आहे असं अनुभवाचा प्रत्येक भाग सांगतो. भलेही तुम्ही स्वतः तुमची कामं कितीही चांगल्या पद्धतीनं करा, पण तुम्हाला आयुष्यभर खूप नैराश्य, अडचणी आणि आव्हानं यांना तोंड द्यावं लागेल. तुम्ही तुमच्यासाठी जितकी जास्त मोठी आणि आव्हानात्मक ध्येयं निश्चित करता, तुम्हाला तितकंच जास्त नैराश्य आणि अडचणी अनुभवायला मिळतात''.

हाच विरोधाभास आहे

आपण एखाद्या अडचणीचा सामना करत नाही आणि त्यातून धडा शिकत नाही तोपर्यंत पूर्ण क्षमतेपर्यंत विकास करणं आणि पुढे जाणं आपल्यासाठी अशक्य आहे. आयुष्याचे सर्व महान बोध, धडे हे अडचणींचा आणि तात्पुरत्या पराभवांचा परिणाम आहेत. त्यांपासून वाचण्याचा आपण यथाशक्ती प्रयत्न करतो. आपण सर्वाधिक प्रयत्न करूनही अडचणी एखाद्या अनाहूत पाहुण्यासारख्या येतात. त्या नसतील तर आपण शिखरावर पोहोचण्यासाठी आणि महान लक्ष्य साध्य करण्यासाठी सक्षम व्यक्ती बनणारही नाही.

अडचणी आपली परीक्षा घेतात

इतिहासातील महान विचारवंतांनी या विरोधाभासाबाबत विचार केला आणि ते या निष्कर्षाप्रत पोहोचले, की तुम्हाला सार्थक गोष्ट साध्य करण्याच्या मार्गात अडचणींना सामोरं जावंच लागेल. यूनानी तत्त्वज्ञ हेरोडोटस यांनी सांगितलं होतं, ''अडचणीच्या प्रभावामुळे माणसातील निद्रावस्थेत असलेल्या शक्ती आणि गुण बाहेर येतात''.

तुमचा सामना तुमच्या सर्वांत मोठ्या आव्हानांशी होतो आणि तुम्ही त्यांना सकारात्मक, सर्जनशील पद्धतीनं प्रतिसाद देता तेव्हा शक्ती, धाडस, चरित्र आणि एकाग्रता असे गुण बाहेर येतात.

यशाच्या मार्गात सर्वांनाच पावलागणिक आव्हानांना तोंड द्यावं लागतं. सामान्य आणि महान यश साध्य करणाऱ्यांमध्ये फरक असतो. तो म्हणजे, महान उपलब्धी साध्य करणारे लोक संकटांचा आणि संघर्षाचा वापर त्यांच्या प्रगतीसाठी आणि विकासासाठी करतात. दुसरीकडे, सामान्य उपलब्धी प्राप्त करणारे लोक संकटं आणि आव्हान यांच्या ओझ्याखाली दबून जातात, हताश-निराश होऊन काम सोडून देतात.

निराशेवर मात करा आणि उठा

हार्वर्डचे अब्राहम झेलेझ्निक यांनी सिद्ध केलं आहे, की तुम्ही निराशेला ज्या पद्धतीनं प्रतिसाद देता, सर्वसाधारणपणे त्यावरूनच, तुम्ही महान यश साध्य करण्याची शक्यता किती आहे याचं भाकीत केलं जातं. तुम्ही नैराश्याला प्रतिसाद देऊन त्यातून सर्वांत जास्त शिकलात आणि मग ते मागे ठेवून पुढे गेलात, तर तुम्ही तुमच्या आयुष्यात महान गोष्टी साध्य करण्याची शक्यता जास्त आहे.

यश अपयशाच्या एक पाऊल पुढे मिळतं

हा आणखी एक उल्लेखनीय शोध आहे. तुमचं सर्वांत महान यश जवळजवळ नेहमीच त्या बिंदूपासून एक पाऊल पुढे मिळतं, जिथं तुमच्या आतील प्रत्येक गोष्ट मैदान सोडण्यास सांगते. इतिहासातील स्त्री-पुरुषांना त्यांचं महान यश सर्व निराशा आणि विरोधातील सर्व घटक असूनही केवळ काम करत राहिल्यामुळे मिळालं ज्यामुळे तेही चकित झाले. नेहमीच, 'एकाग्रतेचा इतिहास' असं म्हटलं जातं ते एकाग्रतेचं शेवटचं काम सर्व प्रकारच्या महान उपलब्धींच्या आधी येतं.

एक हजार डॉलर्सच्या किरकोळ रकमेतून एच. रॉस पेरट यांनी ईडीएस इंडस्ट्रीज सुरू केली आणि तिचं रूपांतर जवळपास तीन अब्ज डॉलर्सच्या संपत्तीमध्ये केलं. अमेरिकी इतिहासातील ते सर्वांत यशस्वी सेल्फ-मेड उद्योजकांपैकी एक आहेत. त्यांनी सांगितलं होतं, ''अधिकांश लोक यश मिळवण्याच्या टोकावर असताना पराभव मान्य करतात. एक हात रेषा असताना ते मैदान सोडतात. ते सामन्याच्या शेवटच्या मिनिटाला प्रयत्न सोडून देतात. ते विजयी रेषेपासून एक फूट दूर असताना पराभव मान्य करतात''.

हेरोडोटस यांनीही लिहिलं होतं, *''काही लोक जवळपास आपल्या ध्येयापर्यंत पोहोचतात आणि आपल्या योजना सोडून देतात. पण, त्याउलट इतर लोक शेवटच्या मिनिटाला पहिल्यापेक्षा जास्त उत्साहानं प्रयत्न करून विजय मिळवतात''*.

तुम्ही एकाग्रतेच्या, करत राहण्याच्या या सिद्धान्ताला असंख्य महान स्त्री-पुरुषांच्या आयुष्यात आणि कामात पाहू शकता. फ्लॉरेन्स स्कोवेल शिन यांनी लिहिलं होतं, ''स्वप्नावर विश्वास ठेवल्यामुळे प्रत्येक मोठं काम, प्रत्येक मोठी उपलब्धी साकार झाली आहे. नेहमीच मोठी उपलब्धी येण्यापूर्वी अपयश आणि हताशा दिसली आहे''.

नेपोलियन हिल यांनी त्यांच्या *थिंक अँड ग्रो रिच* या अभिजात पुस्तकात लिहिलं आहे, ''एखाद्याच्या आयुष्यात यश येतं, त्यापूर्वी त्याचा खूप तात्पुरत्या पराभवांशी, कदाचित काही अपयशांशी सामना होणं निश्चित आहे. पराभवानं एखाद्या व्यक्तीवर गारुड केल्यास *सोडून देणं* हे सर्वांत सोपं आणि तार्किक काम असतं. बहुतांश स्त्री-पुरुष तेच करतात''.

अंकल टॉम्स केबिन लिहिलेल्या हॅरियट बीचर स्टोव्ह यांनी लिहिलं होतं, ''कधीही आशा सोडू नका, कारण परिस्थितीची दिशा बदलेल अशी हीच जागा आणि वेळ आहे''.

तुम्ही जे पाहत नाही – ज्याच्या अस्तित्वाबद्दल बहुतांश लोकांना शंकाही येत नाही – ती मौन, पण अजेय शक्ती आहे. तुम्ही हताश असूनही लढत राहता तेव्हा ती तुमच्या मदतीला येते.

''सातत्यपूर्ण आणि संकल्पवान प्रयत्न प्रत्येक अडचण सोडवतो, प्रत्येक बाधा दूर करतो'', असं क्लॉड एम. ब्रिस्टल यांनी लिहिलं होतं.

''सर्वांत अनिवार्य तत्त्व आहे – एकाग्रता – तुमच्या ऊर्जेला किंवा उत्साहाला अनावश्यक नैराश्यामुळे कधी थंड, निष्क्रिय होऊ न देण्याचा संकल्प'', असं जेम्स व्हिटकॉम्ब यांनी लिहिलं होतं.

प्रत्येक गोष्ट असूनही करत राहण्याची, झेलत राहण्याची शक्ती हाच विजेत्याचा गुण आहे. आशा न सोडता एकाग्रतेने वारंवार अपयशाचा सामना करत राहण्याची योग्यता आहे – अनंत अडचणी असूनही प्रयत्न करत राहणं. एका अज्ञात लेखकाची एक कविता आहे. माझ्या मते, प्रत्येकानेच ती वाचायला हवी आणि स्मरणातही ठेवायला हवी. मनात जेव्हा पराभव मान्य करण्याचे, प्रयत्न सोडून देण्याचे लोभी विचार येतील तेव्हा ही कविता मनातल्या मनात प्रत्येकाने आठवायला हवी. या कवितेचं शीर्षक आहे 'डोन्ट क्विट'.

कधी हार मानू नका

जेव्हा परिस्थिती गडबडलेली असेल, तशी ती अनेकदा असेल.
तुम्ही ज्या मार्गावर चालत आहात, त्यावर चढामागे चढ असतील.
पैसे कमी असतील आणि कर्जाचे डोंगर उंच असतील.
आणि तुम्हाला हसायची इच्छा असेल, पण उसासा बाहेर पडत असेल.
जेव्हा चिंता तुम्हाला खाली ढकलत असेल
तेव्हा जर आराम करायचा असेल, तर आराम करा, पण हार मानू नका.
आयुष्याची वळणं आणि घाटही विचित्र आहेत.
जसं आपल्यातील प्रत्येक व्यक्ती अनेकदा शिकते,
आणि कित्येक अपयशं पालटतात.
जेव्हा माणूस जिंकू शकत होता, जर तो करत राहिला असता :
कधीही हार मानू नका, जरी गती मंद दिसत असली तरी –
तुम्ही आणखी एकदा प्रहार करून यशस्वी होऊ शकता.
यश अपयशाच्या आत दडलेलं असतं –
शंकेच्या ढगांची पांढरी किनार असते.
आणि तुम्हाला कधी कळणार नाही की तुम्ही किती गरीब आहात.
जेव्हा हे खूप दूर दिसतं, तेव्हा ते जवळही असू शकतं.
त्यामुळे संघर्ष करत रहा, तेव्हा तुमच्यावर खूप जोरानं प्रहार होईल –
जेव्हा गोष्टी सर्वांत वाईट दिसतील, तेव्हा कधी **हार मानू नका.**

✵ यशस्वी होईपर्यंत करत रहा

१. तुमच्या समोरची सर्वांत मोठी ध्येयं साध्य करण्याच्या मार्गावर आज तुमच्या समोर सर्वांत मोठं आव्हान किंवा समस्या काय आहे ते ओळखा. त्यांना तुमच्या संकल्पांची आणि इच्छेची परीक्षा घेण्यासाठी तुमच्याकडे पाठवण्यात आलं आहे अशी कल्पना करा. कधीही हार न मानण्याचा संकल्प करा.

२. तुम्ही आयुष्याकडे मागे वळून पहा आणि त्या संधी ओळखा जिथे एकाग्रतेनं करत राहण्याचा संकल्प हाच तुमच्या यशाची किल्ली होता. तुम्ही अडचणींना किंवा निराशेला तोंड देऊन त्यावर विजय मिळवला होता, त्या अनुभवांची स्वतःला आठवण करून द्या.

३. तुमच्यात जोपर्यंत ध्येयप्राप्तीची उत्कट इच्छा आहे तर ते ध्येय मिळवण्याआधी तुम्ही कधीही हार मानणार नाही, असा आधीच संकल्प करा.

४. प्रत्येक समस्या, अडचण, आव्हान यांच्यात त्यासारख्याच किंवा अधिक लाभाच्या किंवा संधीच्या बीजाचा शोध घ्या. तुम्हाला नेहमी कोणती ना कोणती अशी गोष्ट मिळेल, जी तुम्हाला मदत करेल.

५. प्रत्येक परिस्थितीत उपायकेंद्रित आणि कर्मकेंद्रित होण्याचा संकल्प करा. तुम्ही समस्या सोडवण्यासाठी किंवा तुमची ध्येयं साध्य करण्यासाठी तत्काळ काय करू शकता याचा विचार करा आणि मग सुरूवात करा. कधीही हार मानू नका.

समारोप

आजच कर्म करा

ध्येयनिश्चितीची आणि ती साध्य करण्याची सर्वांत व्यापक रणनीती या एकाच पुस्तकाच्या माध्यमातून तुम्ही आताच शिकला आहात. या नियमांचा आणि सिद्धान्तांचा अभ्यास करून तुम्ही आगामी महिन्यांत आणि वर्षांत इतकं काही मिळवू शकता, जितकं बहुतांश लोकांना आयुष्यभरातही मिळवता येत नाही.

तुम्ही आयुष्यभर यशासाठी जे सर्वांत महत्त्वपूर्ण गुण विकसित करू शकता, ते म्हणजे तुमच्या योजना, ध्येय, विचार आणि ज्ञानावर काम करण्याची सवय... तुम्ही जितक्या जास्त वेळा प्रयत्न कराल, तुम्हाला तितक्याच लवकर विजय मिळेल. तुमच्या प्रयत्नांची संख्या आणि जीवनातल्या तुमच्या उपलब्धी यांत थेट संबंध असतो. इथं ध्येयनिश्चितीची, ते साध्य करण्याची आणि अद्‌भुत आयुष्य जगण्यासाठीची एकवीस पावलं दिलेली आहेत.

१. **तुमच्या शक्यतांचं कुलूप उघडा –** तुमच्या खऱ्या शक्यता अमर्याद आहेत हे नेहमी लक्षात ठेवा. तुम्ही आयुष्यात आतापर्यंत जे काही मिळवलं आहे, ते केवळ त्या अद्‌भुत गोष्टींची तयारी आहे, ज्या तुम्ही भविष्यात मिळवू शकणार आहात.

२. **तुमच्या आयुष्याचा लगाम हातात घ्या –** तुम्ही आज जे काही आहात, त्या प्रत्येक गोष्टीसाठी तुम्हीच संपूर्णपणे जबाबदार आहात. तुम्ही ज्याचा विचार करता, बोलता तसंच करता आणि आजच्या नंतर जे काही बनणार आहात त्या प्रत्येक गोष्टीसाठी तुम्ही स्वतः जबाबदार आहात. तेव्हा बहाणे बनवू नका. इतरांना दोष देऊ नका. त्याऐवजी प्रत्येक दिवशी स्वतःच्या ध्येयाच्या दिशेनं प्रगती करा.

३. **तुमचं भविष्य घडवा –** कल्पना करा, भविष्यात – महिन्यांमध्ये आणि वर्षांमध्ये तुम्ही जे काही करू शकता, होऊ शकता किंवा मिळवू शकता ते अमर्याद आहे. तुमच्या मनासारखं आयुष्य घडवण्यासाठी आवश्यक असलेले सर्व स्रोत तुमच्याकडे आहेत असा विचार करून तुमच्या भविष्यातील योजना ठरवा.

४. **तुमची जीवनमूल्यं स्पष्ट करा –** तुमच्या सर्वांत गहन जीवनमूल्यांतून आणि विश्वासातून एक व्यक्ती म्हणून तुमचं दर्शन घडतं. तुम्ही खरोखरच कशावर विश्वास ठेवता आणि तुमच्या जीवनाच्या प्रत्येक क्षेत्रात तुम्हाला कोणत्या गोष्टींची काळजी वाटते याबाबत विचार करण्यासाठी वेळ काढा. तुमच्या हिशेबानुसार तुमच्यासाठी जे योग्य आहे, त्यापासून दूर जाण्यास नकार द्या.

५. **तुमची खरी ध्येयं निश्चित करा –** तुम्ही आयुष्यातल्या प्रत्येक क्षेत्रात काय मिळवू इच्छिता हे निश्चित करा. आनंदी आणि अत्यंत यशस्वी जीवनासाठी स्पष्टता असणं अनिवार्य आहे.

६. **तुमचं प्रमुख निश्चित ध्येय ठरवा –** तुम्हाला एक केंद्रीय हेतू ठरवावा लागेल, ज्याच्या आजूबाजूला तुम्ही तुमचं आयुष्य घडवू शकता. ते एक असं ध्येय असायला हवं, जे बाकीची ध्येयं साध्य करण्यास तुम्हाला मदत करू शकेल. ते काय आहे याचा निर्णय घ्या आणि मग त्यावर दर वेळी काम करा.

७. **तुमच्या विश्वासाचं विश्लेषण करा –** तुमच्या योग्यता आणि चारी दिशांचं जग यांच्या बाबत तुमच्या धारणांचा तुमच्या भावनांवर आणि कार्यांवर इतका जास्त परिणाम होतो, जितका अन्य कोणत्याही गोष्टींनी पडत नाही. तुमच्या धारणा सकारात्मक असतील आणि तुम्हाला शक्य असलेल्या गोष्टी प्रत्येक वेळी मिळवण्यात ताळमेळ राहील हे सुनिश्चित करा.

८. **सुरुवातीपासून सुरुवात करा –** तुमच्या ध्येयाच्या दिशेनं जाण्यापूर्वी तुमच्या सुरुवातीच्या बिंदूचं सावधगिरीनं विश्लेषण करा. आज तुमची नेमकी स्थिती काय आहे हे नक्की करा. तुम्हाला भविष्यात काय मिळवायचं आहे याबाबत प्रामाणिक आणि यथार्थवादी रहा.

९. **तुमची प्रगती मोजा –** ध्येयाच्या मार्गावर तुमच्या मूल्यांकनासाठी स्पष्ट निकष, स्तर आणि स्कोअर कार्ड तयार करा. या निकषांच्या मदतीनं तुम्ही चांगली कामगिरी करत आहात आणि तुमच्या मार्गात कोणत्या आवश्यक समतोलाची आणि सुधारणांची आवश्यकता आहे हे समजून घ्या.

१०. **मार्गातील अडचणी दूर करा –** तुमच्या मार्गात येणाऱ्या अडचणी दूर करण्यावर आणि समस्या सोडवण्याच्या योग्यतेवर तुमचं यश अवलंबून आहे. सुदैवानं, समस्या सोडवणं हा असा गुण आहे, जो तुम्ही अभ्यासानं कमवू शकता. त्यामुळे तुम्ही तुमचं ध्येय तुम्हाला कधी शक्य वाटलं नसेल, इतक्या वेगानं साध्य करू शकता.

११. **तुमच्या क्षेत्रातील विशेषज्ज्ञ व्हा** – तुमच्यात तुमच्या कामात सर्वश्रेष्ठ होण्याची, तुमच्या क्षेत्रातील आघाडीच्या १० टक्के लोकांच्या समूहात समाविष्ट होण्याची योग्यता आहे. त्याला तुमचं ध्येय बनवा. त्यावर रोज काम करा आणि तुम्ही तिथे पोहोचेपर्यंत त्यावर काम करायचं थांबवू नका.

१२. **योग्य लोकांबरोबर रहा** – तुम्ही कोणत्या लोकांबरोबर राहता, काम करता आणि सामाजिक संपर्क ठेवता त्याचा तुमच्या यशावर जितका परिणाम होतो, तितका दुसऱ्या कोणत्याही गोष्टीचा होत नाही. तुम्हाला जे लोक आवडतात, जे लोक तुमचा सन्मान आणि कौतुक करतात, त्याच लोकांबरोबर उठण्या-बसण्याचा संकल्प आज करा. तुम्हाला गरुड व्हायचं असल्यास गरुडांबरोबर उडा.

१३. **कार्ययोजना तयार करा** – चांगल्या प्रकारे, विचारपूर्वक नियोजन केलेलं असल्यास सर्वसाधारण माणूसही नियोजन नसलेल्या जीनियस माणसाच्या पुढे निघून जाईल. आधीपासून नियोजनाची आणि व्यवस्थित करण्याची तुमची योग्यता तुम्हाला सर्वांत मोठी आणि व्यामिश्र ध्येयं साध्य करण्यासाठीही सक्षम करेल.

१४. **तुमच्या वेळेचे योग्य व्यवस्थापन करा** – व्यावसायिक आणि अनुभवसिद्ध वेळ व्यवस्थापनाच्या सिद्धान्तांचा अभ्यास करून तुमची उत्पादकता, कामगिरी आणि आउटपुट दुप्पट, तिप्पट कसं करता येईल हे शिकून घ्या. सुरुवात करण्यापूर्वी नेहमी प्राधान्यक्रम निश्चित करा आणि त्यानंतर तुमच्या वेळेचा सर्वांत मौल्यवान उपयोग करण्यावर लक्ष केंद्रित करा.

१५. **तुमच्या ध्येयांचे दररोज विश्लेषण करा** – दररोज, दर आठवड्यात आणि दरमहा तुमच्या ध्येयांच्या आणि उद्दिष्टांच्या विश्लेषणासाठी, पुनर्आढावा घेण्यासाठी वेळ काढा. तुम्ही आजही रुळांवर आहात, तुमच्यासाठी महत्त्वपूर्ण असलेलंच काम तुम्ही करत आहात हे सुनिश्चित करा. नव्या माहितीसह तुमच्या नियोजनात आणि ध्येयांमध्ये बदल करण्यासाठी तयार रहा.

१६. **तुमच्या ध्येयांची मानसिक प्रतिमा सातत्याने पहा** – तुमच्या मेंदूत चालणाऱ्या चित्रपटांचे दिग्दर्शक व्हा. तुमची कल्पनाशक्ती तुमच्या आयुष्याच्या आगामी आकर्षणांचा प्रिव्ह्यू आहे. तुमच्या ध्येयांना तुम्ही अशा प्रकारे पहा, जणूकाही ती आधीच साकार झाली आहेत. तुमची स्पष्ट, रोमांचक मानसिक छायाचित्रं तुमच्या सर्व मानसिक शक्तींना प्रेरणा देतात आणि तुमच्या ध्येयांना तुमच्या आयुष्यात साकार करतात.

१७. **तुमच्या अतिजागृत मनाला सक्रिय करा** – तुमच्या आत आणि आजूबाजूला असलेली एक अविश्वसनीय शक्ती तुम्हाला तुमच्या इच्छेची किंवा गरजेची प्रत्येक गोष्ट आणून देईल. ध्येय साध्य करण्यासाठी विचाराच्या आणि ज्ञानाच्या अद्‌भुत स्रोताचा नियमित वापर करण्यासाठी वेळ काढा.

१८. **नेहमी लवचीक रहा** – तुमच्या ध्येयाप्रति सुस्पष्ट रहा, पण ते मिळवण्यासाठीच्या प्रक्रियेबाबत लवचीकही रहा. तोच परिणाम साध्य करण्यासाठी नव्या, अधिक चांगल्या, अधिक वेगवान आणि अधिक किफायतशीर पद्धतींसाठी नेहमीच खुले रहा आणि जर कोणत्याही गोष्टीनं काम होत नसेल तर दुसरी पद्धत अजमावण्यासाठी तयार रहा.

१९. **तुमच्या जन्मजात सर्जनशीलतेचे कुलूप उघडा** – समस्या सोडवण्यासाठी आणि ध्येय साध्य करण्यासाठी नव्या तसंच अधिक चांगल्या पद्धतींचा विचार करण्याची अविश्वसनीय सर्जनशील योग्यता तुमच्यात आहे. तिचा वापर तुम्ही आजपर्यंत केलेला नाही. तुम्ही भविष्यातील जीनियस आहात. तुम्ही कोणताही अडथळा दूर करू शकता आणि कोणतंही ध्येय साध्य करू शकता. केवळ तुम्ही तुमच्या बुद्धीचा योग्य वापर करायचा आहे.

२०. **दररोज काहीतरी करा** – तुमच्या ध्येयाच्या दिशेनं वाटचालीला सुरुवात करून आणि दररोज काम करून यशाच्या 'गती सिद्धान्ताचा' उपयोग करा. त्यामुळे तुम्ही तुमच्या मनाजोग्या उद्दिष्टाच्या जवळ पोहोचता. 'कर्मकेंद्रित होणं' यशासाठी अनिवार्य आहे.

२१. **यशस्वी होईपर्यंत करत रहा** – अंतिम विश्लेषणात, दुसऱ्या कोणापेक्षा जास्त वेळ करत राहण्याची तुमची योग्यताच, आयुष्यातील महान यशाचा खात्रीदायक गुण आहे. परिश्रम ही सक्रिय स्वयंशिस्त तर आहेच; तसंच तुमच्या आत्मविश्वासाचा खरा मानदंडही! तेव्हा आधीपासूनच संकल्प करा, की तुम्ही कधी, कधीही *हार मानणार नाही!*

ध्येयनिश्चितीचे आणि ते साध्य करण्याचे हे एकवीस सर्वांत महत्त्वाचे सिद्धान्त आहेत. या सिद्धान्तांचं तुम्ही नियमित विश्लेषण केलंत आणि अभ्यास केलात, तर त्या जोरावर तुमचं सामान्य आयुष्यही असामान्य होईल. आता तुम्हाला कोणतीही गोष्ट रोखू शकणार नाही.

शुभेच्छा!

लेखकाविषयी

ब्रायन ट्रेसी हे जगातील एक आघाडीचे व्यावसायिक वक्ते आणि प्रशिक्षक आहेत. ते नेतृत्व, रणनीती, विक्री तसंच खासगी आणि व्यावसायिक आयुष्यातील यशसंपादन अशा विविध विषयांवर दरवर्षी जवळपास २,५०,००० स्त्री-पुरुषांना मार्गदर्शनपर व्याख्यानं देतात.

व्यवसाय, मानसशास्त्र, व्यवस्थापन, विक्री, इतिहास, अर्थशास्त्र, राजकारण, मेटाफिजिक्स, धर्म अशा नानाविध विषयांवर ब्रायन यांचं प्रभुत्व आहे. दरवर्षी संपूर्ण जगभरात ब्रायन यांच्या शंभरपेक्षा जास्त चर्चासत्रांत आणि परिसंवादांत हास्य, अंतर्ज्ञान, सूचना आणि प्रेरणा यांचा अनोखा मिलाप पाहायला मिळतो.

ब्रायन यांचं म्हणणं आहे, की प्रत्येक व्यक्तीकडे अशी असामान्य क्षमता असते, जिचा आतापर्यंत वापर झालेला नाही. त्या स्त्रीने किंवा पुरुषाने आपल्या क्षमतेचा वापर कसा करायचा हे शिकून घेतलं तर केवळ एका वर्षातच ते इतकं काही मिळवू शकतात, जितकं एक व्यक्ती संपूर्ण आयुष्यातही मिळवू शकत नाही.

ब्रायन ट्रेसी हे *ब्रायन ट्रेसी इंटरनॅशनल* कंपनीचे अध्यक्ष आहेत. ही एक मनुष्यबळ विकास कंपनी आहे. या कंपनीचं मुख्यालय कॅलिफोर्नियातील सोलोना बीचवर आहे. ब्रायन यांनी आतापर्यंत सोळा पुस्तकांचं लेखन केलं आहे आणि तीनशेपेक्षा जास्त दृक्श्राव्य प्रशिक्षण कार्यक्रम तयार केले आहेत. हे कार्यक्रम वीस भाषांमध्ये अनुवादित झाले असून ३८ देशांमध्ये दाखवले जातात.

ब्रायन कॅलिफोर्नियातील सोलोना बीच इथं आपली पत्नी बार्बरा आणि चार मुलांसह वास्तव्य करतात. सामाजिक कार्यांमध्ये त्यांचा सक्रिय सहभाग असतो आणि अनेक 'विना-लाभान्वित' संस्थांमध्ये ते सल्लागार म्हणून संलग्न आहेत.

अनुवादक परिचय

चिन्मय पाटणकर हे पत्रकार, अनुवादक आहेत. त्यांनी मराठीतील अग्रगण्य दैनिकांमध्ये बातमीदारी केली आहे. जाहिरात संस्थेमध्ये कॉपीरायटर म्हणून काम केले आहे. 'रंगा पतंगा' या पुरस्कारप्राप्त मराठी चित्रपटाची कथा त्यांनी लिहिली आहे, तसेच 'रेडू' या पुरस्कारप्राप्त चित्रपटाचे मालवणी रूपांतर, अतिरिक्त संवादलेखन त्यांनी केलं आहे. अनुवादक म्हणून त्यांची 'मनोज बाजपेयी : जिद्द काही मिळवण्याची', 'मंडल आयोग' अशी काही पुस्तके प्रकाशित आहेत.